सुखाचा लपंडाव

भा. द. खेर

मेहता पब्लिशिंग हाऊस

Please contact us at **Mehta Publishing House Pvt. Ltd.**
✆ +91 020-24476924 / 24460313 / Mob. No. 9545000513
Email : production@mehtapublishinghouse.com
Website : www.mehtapublishinghouse.com

◆ *या पुस्तकातील लेखकाची मते, घटना, वर्णने ही त्या लेखकाची असून त्याच्याशी प्रकाशक सहमत असतीलच असे नाही.*

SUKHACHA LAPANDAV by B. D. KHER

सुखाचा लपंडाव : भा. द. खेर / कादंबरी

author@mehtapublishinghouse.com

संस्थापक : सुनील मेहता

प्रकाशक : मेहता पब्लिशिंग हाऊस प्रा. लि.
१९४१ सदाशिव पेठ, माडीवाले कॉलनी, पुणे – ३०.

मुद्रक : ट्रिनिटी अॅकॅडमी फॉर कॉर्पोरेट ट्रेनिंग लिमिटेड, पुणे – ४१.

मुखपृष्ठ : चंद्रमोहन कुलकर्णी

प्रकाशनकाल : १९४५ / एप्रिल, १९९८ / मेहता पब्लिशिंग हाऊस प्रा. लि.ची तिसरी आवृत्ती : सप्टेंबर, २०२२

किंमत : ₹ २५०

P Book ISBN 9789394258853
E Book ISBN 9789394258860
E Books available on : amazonkindle Apple Books Google Play Books

---

ती. भाऊ

व

सौ. काकू

यांचे सेवेस सादर समर्पण

कर्मयोगी सानेगुरुजी यांचा आशीर्वाद

श्री. भा. द. खेर यांची 'सुखाचा लपंडाव' ही कादंबरी वाचली. लेखकाची भाषा सुरेख आहे. कादंबरी मला आवडली. श्री. खेर यांचा सदैव उत्कर्ष होवो!

– साने गुरुजी

साहित्यसम्राट श्री. तात्यासाहेब केळकर यांचा पुरस्कार

'निर्मल' साहित्याच्या वतीने प्रसिद्ध झालेली श्री. भा. द. खेर यांची 'सुखाचा लपंडाव' ही कादंबरी संपूर्ण वाचली. लेखकाची भाषा सोपी व सुबोध आहे. कादंबरीचा विषय जरी प्रेम हा असला तरी कथानकात अगर वर्णनात कोठेही अश्लीलतेचा मागमूसदेखील सापडणार नाही. अलीकडील काही राष्ट्रीय चळवळी व राष्ट्रीय आपत्ती यांचा प्रासंगिक कथानकात चांगल्या रीतीने उपयोग करून घेतलेला आहे. भवितव्यतेचा खेळ म्हणून आदी व अंत एकाच वर्णनात बसतील असे जुळवले आहेत. कादंबरीत मनोरंजन मात्र अगदी अखेरपर्यंत होत राहाते.

कादंबरीतील सर्व कथानक एकाच पात्राभोवती (नायिका) गुंफले आहे. तथापि, अधूनमधून खंड पडलासा वाटतो. नायिका व प्रतिस्पर्धी माधुरी यांच्या झटापटींना अधिक जागा आणि वाव द्यायला हवा होता असे वाटते. दवाखान्यातील वेडी, डॉक्टर व फौजदार यांचा संबंध कथानकाशी असावा तितका निगडित वाटत नाही.

मध्यम स्थितीतील एका सुशिक्षित स्त्रीची करुणात्मक कहाणी वाचून मन दुःखी होते आणि या कलाकृतीचा परिणाम एकंदरीने वाचकाला गंभीर व जीवनाच्या तत्त्वज्ञानाचा विचार करावयास लावणारा असा होतो एवढी गोष्ट मात्र खरी!

यापुढे लेखकाने जर परिश्रमपूर्वक लिखाण केले तर लेखकाची लेखणी उत्तरोत्तर प्रभावी होत जाईल असा विश्वास वाटतो.

– न. चिं. केळकर

लपंडाव खेळण्यापूर्वी...

५३ वर्षांपूर्वी प्रसिद्ध झालेल्या कादंबरीची ही नवीन आवृत्ती वाचकांच्या हाती द्यायला मोठा आनंद वाटतो. साहित्यसम्राट न. चिं. केळकर यांनी प्रस्तुत कादंबरीत त्या वेळी छोटी प्रस्तावना लिहिली या गोष्टीचा आजही मला अभिमान वाटतो. उदयोन्मुख लेखकांना प्रोत्साहन देणं हा तर त्यांचा स्थायीभाव होता. नवोदित लेखकांच्या पाठीवर तात्यासाहेब केळकरांची थाप पडली म्हणजे त्या लेखकांना धन्यता वाटायची. त्या वेळी मलाही तशी धन्यता वाटली होती. आज पन्नास वर्षं उलटून गेल्यानंतरही वाटते. साहित्यसम्राटांचं वरदान मला लाभलं म्हणूनच ही नवीन आवृत्ती काढण्याचा सुयोग येत आहे, अशी माझी प्रांजळ धारणा आहे. हा योग मान्यवर सुशील प्रकाशनाचे श्री. सुहास काळे यांनी आणला याबद्दल त्यांना धन्यवाद! माझ्या असंख्य नव्यानव्या सहृदय वाचकांच्या मी सदैव ऋणात असतोच!

सकलांचा नम्र

– भा. द. खेर

१

स्टेशनवर गाडी थांबताच पुष्पमाला जागी झाली. तिनं अंगावर घेतलेली चादर बाजूला करून कोणतं स्टेशन आलं हे बघण्यासाठी बाहेर नजर टाकली. बाहेर तिच्या दृष्टीला सारा अंधार दिसला. वर आकाशात काळ्याकुट्ट मेघांची नुसती गर्दी झाली होती आणि पाऊस पडण्यास नुकताच प्रारंभ झाला होता; त्यामुळे स्टेशनवर फारशी वर्दळ दिसत नव्हती. तिच्या शेजारच्या डब्यातून तिकिटाशिवाय प्रवास करणारं एक भिकाऱ्याचं जोडपं तिकीट तपासनिसानं शिव्या देऊन डब्याबाहेर हाकलून दिलं. त्या नवरा-बायकोचे केविलवाणे चेहरे डब्यातून येणाऱ्या प्रकाशात पुष्पमालेला स्पष्ट दिसले. त्या स्त्रीच्या कडेवर असलेलं लहान मूल पाऊस लागताच मोठ्यांदा रडू लागलं आणि त्या रडण्याच्या आवाजात दूर कोठेतरी रडणाऱ्या कुत्र्याचा आवाज मिसळताच पुष्पमालेला तो आवाज अशुभ वाटला आणि त्या योगानं त्या अंधाराची भीषणता तिला अधिकच भासली. नाही म्हणायला स्टेशनच्या आवारातला एक दिवा तिच्या दृष्टिपथात येण्याजोगा होता. त्या दिव्याच्या काचेवर कदाचित स्टेशनचं नाव लिहिलेलं असेल अशा समजुतीनं तिनं आपली दृष्टी अधिक विस्तृत करून त्या दिव्याकडे बघितलं; पण तिला ते तेथे लिहिलेलं आढळलं नाही. मग तिनं तो प्रयत्न सोडून दिला आणि खिडकीतून आपलं डोकं आत घेऊन ते पुन्हा उशीवर टेकलं. इतक्यात "पाटस स्टेशन आहे, पाटस!" असा पोर्टरनं केलेला गंभीर

आवाज तिला ऐकू आला; म्हणजे पुणे स्टेशन येण्यास अजून बराच अवधी आहे, तोपर्यंत आपली आणखी एक झोप सहज होईल या विचारानं पायाशी असलेली चादर तिनं गळ्यापर्यंत ओढून घेतली आणि डोळे मिटले. थोड्याच वेळात गाडी पुन्हा सुरू झाली. त्या वेळी आपल्या तोंडावर पावसाचे तुषार येत आहेत असं वाटून तिनं आपलं तोंड खिडकीच्या विरुद्ध दिशेला वळवलं. त्याबरोबर तिला समोरच्याच बाकावर एक माणूस बसलेला दिसला. तो दृष्टीस पडताच त्याच्याकडे तिनं चमकून बघितलं आणि थोड्याच वेळात तिची खात्री पटली की, या माणसाला आपण नगरच्या स्टेशनवर बघितलं होतं. लगेच त्या वेळेचा प्रसंग तिला आठवला. भाऊ तिला नगरच्या स्टेशनवर पोहोचवण्यासाठी आले होते. वास्तविक ते पुण्यापर्यंत तिच्या सोबत येणार होते; परंतु त्या दिवशी दुपारी तिला पुण्यापर्यंत पोहोचवण्याचा विषय निघताच ती म्हणाली होती, "भाऊ, मला लहान मुलगी का समजता? नगरपासून पुण्यापर्यंत प्रवास करणं अवघड का आहे? या सोबतीपायी किती पैसा खर्च होतो याचा विचारच तुम्ही करत नाही."

त्यावर भाऊ म्हणाले होते, "पैशाचाच प्रश्न असेल तर मग मी तुझ्याबरोबर पुण्याला येतोच."

भाऊंच्यासमोर पैशाचा प्रश्न येऊ नये इतकी त्यांची सांपत्तिक परिस्थिती उत्तम होती अशातला भाग नव्हता. कारण पुष्पमालेपेक्षा दोन वडील बहिणींच्या शिक्षणाचा आणि लग्नाचा खर्च त्यांनी केला होता. पुष्पमालेचीही कॉलेजच्या शिक्षणाची दोन वर्षं झाली होती; त्याशिवाय पुष्पमालेचे दोन लहान भाऊ हायस्कूलमध्ये शिकत होते आणि शिक्षण खात्यात नोकरी करणाऱ्या माणसाला आपला मोठा घरखर्च चालवून शिल्लक टाकण्याजोगा असा कितीसा पैसा मिळणार? तथापि योग्य तो खर्च करण्यास भाऊंनी कधीही मागेपुढे बघितलं नव्हतं आणि म्हणूनच पुष्पमालेला पुण्यापर्यंत सोबतीकरता म्हणून जाण्यासाठी लागणारा खर्च करण्याची त्यांची तयारी होती, याची पुष्पमालेला अर्थात जाणीव होती आणि म्हणूनच भाऊंनी वरीलप्रमाणे पैशाचा मुद्दा बाजूला सारताच ती म्हणाली होती, "पैशांची गोष्ट बाजूला राहू दे; परंतु स्त्रिया एकट्यानं प्रवास करण्याइतक्या तरी स्वसंरक्षणक्षम झाल्या पाहिजेत असं तुम्हाला नाही वाटत?"

तिची विचारसरणी पटली म्हणून नव्हे तर तरुण माणसांना त्यांच्या चुका नुसत्या तोंडानं दर्शवून देण्यापेक्षा त्यांनाच स्वानुभवानं त्या कळलेल्या बऱ्या या मताचे भाऊ असल्यामुळे त्यांनी त्या बाबतीत तिच्याशी फारशी हुज्जत घातली नव्हती आणि तिला एकटीलाच पुण्याला पाठवण्याचं ठरवलं होतं. निदान तिनं रात्रीच्या तरी गाडीनं जाऊ नये असं त्यांचं मत होतं; परंतु काही मैत्रिणींकडे दुपारी फराळाला जायचं असल्यामुळे तिला दुपारच्या गाडीनं निघता आलं नव्हतं आणि

तिला तर रात्री निघणं आवश्यकच होतं, कारण दुसऱ्या दिवशी तिच्या कॉलेजात कोणातरी बड्या गृहस्थाचं कॉलेज सुरू होण्याच्या निमित्तानं भाषण होणार होतं. त्यांच्या हस्ते हुशार विद्यार्थ्यांना बक्षिसं वाटली जाणार होती. पुष्पमालेला यंदाचं तर्कशास्त्रातलं पहिलं बक्षीस मिळणार असल्यामुळे तिला पहिल्याच दिवशी कॉलेजमध्ये हजर राहायला हवं होतं. साहजिकच रात्रीच्या गाडीनं निघण्याशिवाय तिला गत्यंतर नसल्यामुळे भाऊंना तिचा निघण्याचा कार्यक्रम बदलता आला नव्हता. तिला झोपून जाता यावं म्हणून त्यांनी मुद्दाम तिला दुसऱ्या वर्गाचं तिकीट काढून दिलं होतं. डब्यात बसल्यानंतर ते तिला म्हणाले होते, "अगं, निदान गळ्यातली साखळी आणि हातातल्या बांगड्या तरी ट्रंकेत काढून ठेवायच्या होत्यास!"

यावर तिनं हसून उत्तर दिलं होतं, "आपल्या जवळ भीतीचं कारण नसताना स्वसंरक्षण करण्यात काहीच अर्थ नाही. उलट, हे असलं भीतीचं मूळ जवळ ठेवून मगच स्वसंरक्षण करण्यात एक प्रकारची गंमत आहे."

त्यावर भाऊ थोडेसे हसले खरे; परंतु त्यांच्या मनात मात्र तिच्या प्रवासाच्या सुरक्षिततेबद्दल काळजी वाटल्यावाचून राहिली नव्हती. जेव्हा त्यांच्यात हा संवाद चालला होता, तेव्हा आता आपल्यासमोर बसलेला हाच माणूस आपल्याजवळ उभा होता आणि त्या वेळी त्यानं आपल्याकडे अगदी न्याहाळून बघितलं होतं याची पुष्पमालेला आठवण झाली; परंतु गाडी सुटण्याची वेळ येताच तो माणूस जवळच्याच डब्यात शिरला होता. मग तिचं लक्ष तिकडे गेलं नव्हतं; कारण भाऊ तिला पुनःपुन्हा म्हणत होते, "सुखरूप पोहोचल्याचं पत्र पाठव बरं का, म्हणजे मला काळजी वाटणार नाही."

आणि त्याच वेळी तिच्या डब्यात घाईघाईनं एक युरोपियन स्त्री मोठ्या कुत्र्याला घेऊन चढली होती. त्या कुत्र्याकडे बोट करून तिनं हसून म्हटलं होतं, "भाऊ, तुम्ही आता मुळीच काळजी करू नका. हा कुत्रा नक्की माझं संरक्षण करेल."

मग गाडी सुरू झाल्यावर त्या युरोपियन स्त्रीशी मुद्दामहून ओळख काढून तिच्याशी बोलताना तिच्याकडे न्याहाळून बघणाऱ्या माणसाबद्दल तिच्या मनात एकही विचार आला नव्हता. त्याच स्त्रीशी ती मनसोक्त बोलत सुटली; इतकं की, त्या युरोपियन स्त्रीलासुद्धा तिच्या त्या बोलक्या स्वभावाचं बरंच आश्चर्य वाटलं आणि तिनं ते लगेच व्यक्तदेखील केलं. ती पुष्पमालेला इंग्रजीत म्हणाली होती, "तुमच्यासारख्या हिंदी स्त्रिया परकीय स्त्रीशी इतक्या मनमोकळेपणानं बोलत असतील याची मला कल्पना नव्हती."

यावर पुष्पमालेनं हसून उत्तर दिलं होतं, "मग माझ्यावरून तुमचा हिंदी स्त्रियांविषयी झालेला चुकीचा ग्रह बदलला असेल नाही? निदान बदलायला हवा आणि तसा तो बदलला असेल तर माझ्या हातून देशाची काहीतरी कामगिरी झाली

असं मानायला मला काहीच हरकत नाही.''

हे ऐकून स्त्रीनं हसून म्हटलं होतं, ''बरं तर! तुमच्या उदाहरणावरून देशाची कामगिरी करण्याची एवढी संधी तुम्हाला देण्यात मला खचित आनंद वाटेल.''

असं म्हणून त्या स्त्रीनं इतक्या बेतानं हास्य केलं होतं की, न जाणो त्यापेक्षा जर आपण अधिक हास्य केलं, तर कदाचित आपल्या ओठांना लावलेला तांबडा रंग खराब होईल अशी भीती तिला वाटली असावी.

बोलण्याच्या ओघात पुष्पमालेनं त्या स्त्रीची बरीच माहिती काढली होती. तिचं नाव मिस कॅथेराइन कॉकरेल असं होतं. तिचा प्रियकर कमिशन घेऊन नुकताच लढाईवर गेला होता. त्यांच्या प्रेमाची परस्परांना नुकतीच ओळख झालेली होती आणि अशा स्थितीतही केवळ आपल्या मायदेशासाठी लढाईवर जायला तिनं त्याला आनंदानं संमती दिली होती. ही गोष्ट पुष्पमालेला सांगताना तिचं अंतःकरण केवढ्या मोठ्या अभिमानानं फुलून गेलं होतं! आम्ही युरोपियन स्त्रिया आपल्या मायदेशासाठी आपल्या पवित्र प्रेमालाही तिलांजली देण्यास मागेपुढे बघत नाही, हाच अभिमान त्या आंग्ल युवतीच्या गौरवर्ण मुखावर प्रतीत झाला होता. शेवटी ती म्हणाली होती, ''आपली आठवण म्हणून माझ्या प्रियकरानं मला त्याचा हा आवडता जॉन कुत्रा भेट म्हणून दिला. या कुत्र्यावर माझं किती प्रेम आहे म्हणून सांगू! कारण तो माझ्या लाडक्या जेम्सनं मला दिला आहे.''

असं म्हणून मोठ्या प्रेमभरानं त्या कुत्र्याला कुरवाळून तिनं त्याच्या कपाळाचं चुंबन घेतलं होतं. त्यासरशी तिला आपल्या लाडक्या जेम्सची आठवण होऊन तिचे निळे डोळे पाण्याने भरून आले होते. ते दृश्य बघून पुष्पमालेचं अंतःकरणदेखील कंपायमान झालं आणि मग तिच्याशी फारसं संभाषण न करता तिनं आपलं डोकं उशीवर टेकलं. ती मनाशी म्हणाली होती, 'आपल्यालाही आयुष्यात आपल्या प्रियकराला असाच निरोप देण्याचा प्रसंग येणार नाही काय? आणि त्या वेळी आपली काय स्थिती होईल?'

त्या वेळी भवितव्यानं तिला असं खचित उत्तर दिलं असतं, 'हो! तुझ्याही आयुष्यात पुढे असाच एक प्रसंग येणार आहे आणि त्या वेळी –'

पण छे! भविष्यकाळात होणाऱ्या गोष्टींचा विचार आताच काय म्हणून करायचा? ...पुष्पमालेला तरी त्या उत्तराचा काहीच उपयोग होणार नव्हता. नंतर त्या स्त्रीबद्दलच्या विचारातच तिला केव्हा झोप लागली हे तिलादेखील कळलं नव्हतं.

आणि आता 'पाटस' स्टेशन येताच ती जेव्हा जागी झाली तेव्हा तिनं तर्क केला की, ती स्त्री मागेच दौंड स्टेशनवर उतरून गेली असली पाहिजे. या वेळी तिच्या डब्यात तिच्यासमोर तो माणूस बसला होता आणि पलीकडच्या वरच्या बर्थवर एक व्यक्ती आपलं पांघरूण डोक्यावर लपेटून पडली होती. नगरपासून जरी

ती व्यक्ती त्या डब्यात होती तरी पुष्पमालेला त्या व्यक्तीचा चेहरा दिसला नव्हता. समोर बसलेल्या त्या माणसाकडे बघून मात्र तिला थोडीशी भीती वाटल्यावाचून राहिली नाही, कारण सुरमा घातलेले त्याचे डोळे आपल्याकडेच न्याहाळून बघत आहेत अशी तिची खात्री झाली. मनातून जरी ती काहीशी घाबरली तरी तिनं वरवर धैर्याचा आव आणला आणि आपली चादर डोक्यावर ओढून घेऊन डोळे मिटले. थोड्याच वेळात तिचा डोळा लागला; परंतु काही वेळानं ती दचकून जागी झाली, त्या वेळी तिला डब्यात सगळीकडे अंधार दिसला आणि आपला हात कोणीतरी घट्ट दाबून धरल्याचा तिला भास झाला. तो भास किंवा सत्य हे बघण्यासाठी तिने ओरडून विचारलं, ‘‘कोण आहे?’’

यावर हसण्याचा आवाज येऊन विनोदगर्भ असं उत्तर आलं, ‘‘मी कोण माहीत नाही? आमची जात जगप्रसिद्ध आहे. माझं नाव गुंड!’’

असं म्हणून आपण जणू काय खूप मोठा विनोद केल्याच्या भावनेनं ती व्यक्ती खदखदून हसली. गाडी भरवेगात चालली होती. डब्यात अगदी अंधूक प्रकाश होता. त्या प्रकाशातदेखील पुष्पमालेला त्याचे सुरमा घातलेले डोळे आणि डोक्यावरची त्याची तुर्की टोपी या गोष्टी स्पष्ट दिसल्या. डब्यात आपल्याशिवाय कोणी नाही या हिशेबानं त्या व्यक्तीनं अशी वाक्यं उच्चारली असावीत, कारण पुढे लगेच त्यानं म्हटलं, ‘‘तुमच्या मदतीला कोणी धावून येईल ही अपेक्षा व्यर्थ आहे, कारण डब्यात तुमच्या-माझ्याशिवाय दुसरं कोणीच नाही. तेव्हा ओरडण्यात काहीच अर्थ नाही.’’

असं म्हणून त्या माणसानं पुष्पमालेच्या बांगडीला हात घातला. त्या वेळी ती इतकी घाबरली की, खूप मोठ्यांदा ओरडण्याची तिला मनस्वी इच्छा होऊनदेखील तिला तसं करता आलं नाही. अखेर तिची बांगडी काढताना त्या गुंडानं तिच्या हाताला इतक्या जोरदार हिसका मारला की, त्याबरोबर तिच्या तोंडावाटे आपोआपच एक अस्फुट किंकाळी बाहेर पडली.

एखाद्या रजतपटावरून एखादं दृश्य सरकून लगेच त्या ठिकाणी दुसरं दृश्य यावं त्याप्रमाणे पुष्पमालेला त्या वेळी क्षणाच्या अवधीतच एक चमत्कार दिसून आला. डब्यातला अंधार जणू काही जादूनंच एकदम नाहीसा झाला आणि दिव्याच्या प्रकाशात एक निराळंच दृश्य तिच्या दृष्टोत्पत्तीस आलं. वरच्या बर्थवर निजलेल्या व्यक्तीनं तिची किंकाळी ऐकून दिव्याचं बटन ओढलं आणि त्या प्रकाशात खरा प्रकार कळताच वरून एकदम त्या इसमाच्या पाठीवर उडी मारून त्याचा गळा दाबला होता. नंतर काही काळ त्या दोघांची बरीच झटापट झाली. शेवटी गुंडानं आपला सुरा बाहेर काढला; पण लगेच त्या तरुणानं चपळाईनं त्याच्या सुरा असलेल्या हातावर जोरानं ठोसा मारला. त्याबरोबर त्याच्या हातातून तो सुरा निसटला आणि पुष्पमालेच्या मनगटाला चाटून तो खाली पडला. त्या सुऱ्याच्या

वारासरशी तिच्या हातातून भळाभळा रक्त वाहू लागलं आणि ते दृश्य सहन न होऊन तिनं ''आई गं!'' असा अस्फुट उद्गार काढला आणि लगेच ती मूर्च्छित पडली.

आता यापुढे त्या गुंडाशी झटापट करण्यात काहीच अर्थ नाही, हे जाणून कुमार लगेच पुष्पमालेच्या मदतीला धावला; पण तत्पूर्वी त्या गुंडाची व्यवस्था करण्याच्या इराद्यानं त्यानं गाडीची साखळी ओढली आणि क्षणाचाही विलंब न करता त्यानं आपल्या खिशातील हातरुमालानं तिचा हात बांधला.

थोड्याच वेळात गाडी थांबली आणि तपास करत गार्ड त्या डब्यात शिरला; परंतु गाडीचा वेग कमी होताच त्या गुंडानं केव्हाच खिडकीबाहेर उडी टाकली होती. कुमारनं घडलेली सारी हकिगत गार्डला सांगितली. गार्डनं त्याचं नाव विचारून घेतल्यानंतर म्हटलं, ''या आपल्या कोण?''

त्यानं उत्तर दिलं, ''कोणीच नाहीत.''

''बरं, यांचं नाव तरी काय?''

''तेही मला माहीत नाही.''

यावर गार्डनं हसून म्हटलं,

''वा! छान! बरं, काही हरकत नाही. पुण्याला रीतसर चौकशी करू. तोपर्यंत तुम्ही यांच्याजवळ आहातच. काही मदत लागली तर तसं कळवा. जखम काही फार मोठी नाही. भीतीनंच या बेशुद्ध झाल्या आहेत. पुण्यापर्यंत शुद्धीवर येतील.''

गाडी सुरू होताच कुमारनं तिला गादीवर नीट निजवलं. ज्या स्त्रीची आपल्याला यत्किंचितही माहिती नाही अशा एका स्त्रीची अशा असहाय स्थितीत आपल्यावर सर्वस्वी जबाबदारी पडावी या योगायोगाचं त्याला आश्चर्य वाटलं. त्यानं तिच्याकडे अगदी न्याहाळून बघितलं; पण त्या बघण्यानं त्याला तिची माहिती थोडीच मिळणार होती? त्याला ती शुद्धीवर येईपर्यंत वाट बघणं भाग होतं. त्या बेशुद्धावस्थेत ती सूर्यास्तानंतर म्लान दिसणाऱ्या एखाद्या सूर्यकमळाप्रमाणे दिसत आहे असं कुमारला वाटलं. त्याला स्वतःला विस्तीर्ण भाल प्रदेशाची आवड होती, तरी तिचं काहीसं निरुंद कपाळ त्याला बरं वाटलं. तिचे लांब व अणकुचीदार नाक, बोलण्यास नेहमीच उत्सुक दिसणारे ओठ व काळेभोर डोळे या गोष्टी कोणाच्याही नजरेत चटकन भरण्याजोग्या होत्या; विशेषतः तिच्या डोळ्यांकडे बघितलं असता त्यामध्ये जे एक विशिष्ट करारी तेज दिसे, त्याकडे बघताना तिच्या काहीशा श्यामल वर्णाची जाणीवही लोकांना होत नसे. मघाशी कुमारच्या नजरेतून ती गोष्ट सुटली नव्हती. तिची माहिती मिळावी म्हणून तो जितका उत्सुक झाला होता; परंतु त्यापेक्षा अधिक तिची ती करारी नजर बघण्यासाठी त्याचं मन अधिक उतावीळ झालं होतं. म्हणून तिला शुद्धीवर आणण्यासाठी त्यानं नाना प्रयत्न केले; परंतु पुण्यापर्यंत पुष्पमाला

पूर्णपणे काही शुद्धीवर आली नाही. पुण्याला आल्यानंतर स्टेशनमास्तरनं तिला जवळच ससून हॉस्पिटलमध्ये धाडण्याची व्यवस्था केली आणि कुमारचं कुतूहल त्यामुळे मनातच राहिलं.

ती जेव्हा शुद्धीवर आली तेव्हा भांबावून तिनं सभोवार बघितलं आणि समोर असलेल्या नर्सकडे प्रश्नार्थक मुद्रेने कटाक्ष टाकला. तिनं तिचा आशय ओळखून तिला थोडक्यात सारी हकिगत सांगितली. त्यावर पुष्पमालेनं विचारलं, "माझ्याबरोबर जे गृहस्थ होते ते कोठे आहेत?"

नर्सनं उत्तर दिलं, "छे! तुमच्याबरोबर कोणीच नव्हतं! निदान मला तरी माहीत नाही, कारण या खोलीत जेव्हा तुम्हाला आणलं तेव्हा आमच्या इथलेच लोक तुमच्याबरोबर होते आणि नुकतंच तुमच्या हाताला बँडेज बांधून डॉक्टर निघून गेले."

यानंतर त्या नर्सजवळ अधिक चौकशी करणं शक्य नव्हतं. मग ती झालेल्या प्रसंगावर विचार करू लागली. 'स्त्रिया स्वसंरक्षणक्षम झाल्या पाहिजेत' हे भाऊंच्यासमोर उच्चारलेलं वाक्य तिला आठवलं आणि मनातल्या मनात ती काहीशी खजील झाली. तिच्या कल्पनेला केवढा तरी धक्का बसला होता! स्त्रियांनी स्वातंत्र्याच्या व शौर्याच्या कितीही मोठ्या कल्पना केल्या, तरी प्रत्यक्ष व्यवहारात त्या कशा फोल ठरतात याची जाणीव तिला त्या प्रसंगानं करून दिली होती; परंतु मौज अशी की, त्या कल्पनांना ती अधिकच बिलगली. माणूस जेव्हा मनापासून काही कल्पना उराशी बाळगतो तेव्हा प्रत्यक्ष व्यवहारात त्या कल्पनांना कितीही जबरदस्त धक्का बसला तरी तो त्यापासून दूर जात नाही. उलट दृढनिश्चयानं तो त्या कल्पनांना अधिकच बिलगतो. पुष्पमालेचंही तसंच झालं. एक गोष्ट मात्र खरी की, स्त्रीस्वातंत्र्याच्या आणि शौर्याच्या कितीही मोठ्या कल्पना तिनं मनासमोर धरलेल्या होत्या, तरी आजच्या प्रसंगातून केवळ त्या तरुणाच्या मदतीनंच आपण निभावलो ही गोष्ट नाकबूल करता येण्याजोगी नव्हती. एकीकडून तिला त्याबद्दल जरी एक प्रकारचा कमीपणा वाटत होता तरी त्याच्या शौर्याची मनोमन साक्ष तिला पटली होती.

मग मनात ती त्या तरुणाबद्दल विचार करू लागली. तो नसता तर आज आपल्यावर भयंकर प्रसंग होता, या जाणिवेनं आताही तिच्या अंगावर भीतीचे शहारे आले आणि त्याबरोबर आपल्या त्या उपकारकर्त्याचं नुसतं नावदेखील आपल्याला माहीत होऊ नये या योगायोगाचं तिला आश्चर्य वाटलं. त्याच्या भेटीबद्दलची एक अनामिक हुरहुर तिच्या अंतःकरणात उत्पन्न झाली. त्या हुरहुरीचा अर्थ तिच्या मनाला लावता येईना. आपल्या उपकारकर्त्याचे नुसते आभार मानण्यासाठी आपल्याला त्याच्या भेटीची उत्कंठा लागली असावी असा तिनं त्या हुरहुरीचा अर्थ लावला; पण तिच्या मनालाही तो फारसा पटला नाही. ती मनाशी एवढंच म्हणाली, 'मला एकदा तो भेटावा. म्हणजे त्यानं केलेल्या उपकाराबद्दल त्याचे आभार मानले की माझं काम

झालं! नाहीतरी या मानवी आयुष्यात काही व्यक्ती आपल्याला प्रवासात भेटतात. आपला आणि त्यांचा तात्पुरता संबंध येतो. प्रवास संपताच त्या दूर होतात आणि आपण त्यांना विसरतो. ती कॅथेराइन कॉकरेल आणि हा तरुण यासुद्धा अशाच व्यक्ती नव्हेत काय? आपला आणि त्यांचा थोडाफार संबंध आला. पुढे तो संपला अन् आपण त्यांना विसरलो अशीच आपली त्यांच्याविषयी भूमिका असायला हवी.'

हा अखेरचा विचार तिच्या मनात स्थिर होताच नर्स जवळ येऊन तिला म्हणाली, "हा आपला हातरुमाल! आपल्या मनगटाला बांधलेला होता. बँडेज बांधताना तो सोडला आणि धुऊन आता आपल्या कॉटच्या दांडीवर वाळत टाकते."

पुष्पमालेनं नुसती मान हलवली आणि कॉटच्या दांडीवर वाळत टाकलेल्या रुमालाकडे ती न्याहाळून बघू लागली. त्या रुमालाविषयी तिच्या मनात काहीशी आपुलकी निर्माण झाली होती, कारण तो रुमाल त्या तरुणाचा होता. त्या रुमालाकडे टक लावून बघताच तिची नजर त्यावर लिहिलेल्या अक्षरांवर स्थिर झाली.

"To - Kumar

From - Madhuri"

तिनं पुनःपुन्हा आपल्या मनाशी त्या अक्षरांचा उच्चार केला आणि एखादा नवीन शोध लावल्याप्रमाणे चर्या केली.

स्वारीचं नाव कुमार असलं पाहिजे! लहान मुलानं एखादं नवीन खेळणं हाती आलं असताना त्याच्या सर्व बाजू कुतूहलानं जशा न्याहाळून बघाव्यात, त्याप्रमाणे तिनं आपल्या मनाशीच कुमारचं नाव अनेक वेळा उच्चारून बघितलं आणि ते खेळणं थोडसं जुनं होताच त्या बालकानं ते जसं हातावेगळं करावं त्याप्रमाणे तिनंही कुमारचं नाव काही वेळानं मनावेगळं केलं आणि ती माधुरीबद्दलच विचार करू लागली. ही माधुरी कोण असावी? तिचं नाव समोर येताच एक असूयेची धार तिच्या अंतःकरणात चाटून गेली.

ही माधुरी त्याची बहीण? की मैत्रीण? की प्रेयसी?

का कोणास ठाऊक ती त्याची प्रेयसी असावी हा तर्क तिच्या मनाला काही केल्या रुचेना. ती त्याची बहीणच असली पाहिजे आणि तिनं भेट म्हणून आपल्या भावाला हा हातरुमाल दिला असला पाहिजे हा तर्क तिच्या मनानं कायम केला; पण लगेच एक अभिमानी मन म्हणालं, 'का? माधुरी त्याची प्रेयसी असली म्हणून बिघडलं कुठे? आपल्याला त्याच्याशी काय करायचं आहे? त्याची भेट होऊन केलेल्या उपकाराबद्दल त्या तरुणाचे आभार मानले म्हणजे त्याच्या ऋणातून आपण मुक्त होऊ आणि म्हणूनच आपल्याला त्याची एकदा भेट व्हायला हवी आहे; पण ती होईल का?'

जर तिनं भवितव्याचा झिरझिरीत पडदा दूर सारून बघितलं असतं तर तिची

खात्री पटली असती की, आयुष्यात पुढे जे जे दुःखोपभोग तिच्या वाट्याला आले, त्याचं बीज तिच्या आणि कुमारच्या पहिल्या भेटीत केव्हाच रोवलं गेलं होतं; पण या गोष्टींची जाणीव जर तिला असती तर त्याच्या भेटीची पुढे तिनं अपेक्षाही केली नसती. भविष्यकाळात घडणाऱ्या गोष्टींबद्दल मानवाला पूर्णपणे अज्ञानात ठेवून त्याला आपल्या हातातील बाहुलं बनवण्यात परमेश्वराला एक प्रकारचा आनंद वाटत असतो की काय कुणास ठाऊक!

२

पुष्पमालेच्या आजारपणाची तार मिळताच भाऊंनी क्षणाचाही विलंब न लावता लगेच पुण्याला निघण्याचा बेत केला. मात्र, तारेतल्या मजकुरानं ते बरेच घोटाळ्यात पडले. तारेत फक्त एवढाच मजकूर होता,

"Pushpamala sick in Sassoon Hospital, start soon."

– Dr Satish

तिच्या आजारपणाचं तर त्यांना आश्चर्य वाटलंच, कारण ती क्वचितच आजारी पडे; पण त्यापेक्षा जर त्यांना कोणत्या गोष्टीचं अधिक आश्चर्य वाटलं असेल तर ते तिच्या हॉस्पिटलमध्ये जाण्याचं! तिला जेव्हा जेव्हा अगदी क्वचितच आजारी पडण्याचा प्रसंग येत असे तेव्हा ती त्यांच्या परिचयातल्या गोखले डॉक्टरांकडे जात असे आणि म्हणून या वेळी ती ससून हॉस्पिटलमध्ये आजारी असल्याचं ऐकल्यानंतर त्यांना आश्चर्य वाटून ते घोटाळ्यात पडावेत यात काहीच नवल नव्हतं आणि जेव्हा विचार करूनही त्यांना त्याबद्दल काहीच सबळ कारण सापडेना तेव्हा त्यांच्या मनाला तिच्या आजाराविषयी अधिक काळजी वाटू लागली आणि त्यांच्या मनात नाना शंकाकुशंका निर्माण झाल्या. आपण आपल्या नेहमीच्या रिवाजाप्रमाणे तिला पुण्यापर्यंत सोबत न जाण्यात एक प्रकारची चूक केली, असं वाटून त्यांनी आपल्याला त्याबद्दल मनातल्या मनात दोष देण्यासही कमी केलं नाही. त्याच वेळी हृदयाच्या विकारानं एकदम आजारी

पडून दिवंगत झालेल्या आपल्या मृत कन्येची त्यांना आठवण झाली. तसा काहीतरी आजार तर पुष्पमालेला - पण छे! हा विचार त्यांच्या मनात येताच त्यांनी त्या विचाराला आपल्या मनातून अगदी दूर लोटून दिलं. पण जमिनीवर खूप जोरानं आपटलेल्या चेंडूप्रमाणे तो कुविचार त्यांच्या मनामध्ये एकदम उसळी मारून वर आला आणि त्या प्रेमळ पित्याचं अंतःकरण त्या विचारानं शोकाकुल झालं.

आणि तो विचार मनात अधिक स्थिर व्हावा अशाच गोष्टी मग त्यांच्या जाण्यापूर्वी घडत गेल्या. ते पुण्याला निघण्यासाठी म्हणून टांग्यात पाऊल टाकणार तोच त्यांच्या शेजारच्या रामभाऊंनी सहज कुतूहलानं विचारलं, "काय भाऊ, कुठे निघालात?"

त्यांचं ते हटकणं बरं न वाटून काहीतरी विसरल्याचं निमित्त करून भाऊ परत घरात गेले आणि पुन्हा येऊन टांग्यात बसले.

त्यांचा टांगा काही अंतरावर जाऊन वळणार इतक्यात एक मांजर उजव्या बाजूनं डाव्या बाजूला गेलेलं त्यांना म्युनिसिपालिटीच्या दिव्यात स्पष्ट दिसलं. हाही अपशकून त्यांना बरा वाटला नाही आणि वेळी-अवेळी रस्त्यावरून हिंडणाऱ्या त्या मांजराला त्यांनी मनातल्या मनात हजारो शिव्या दिल्या. तरीही मोठ्या संयमानं त्यांनी आपल्या शंकेखोर मनाला गप्प केलं असतं; परंतु पूल ओलांडल्यानंतर घोड्याची जुंपणी तुटून जेव्हा टांगाच एकदम कलंडला तेव्हा मात्र त्यांच्या मनाचा तोल सुटला आणि टांग्यासाठी असलं हलकं सामान वापरल्याबद्दल त्या टांगेवाल्याची त्यांनी चांगलीच हजेरी घेतली.

ज्या वेळी ते स्टेशनवर येऊन दाखल झाले त्या वेळी वर आकाशात केवढी मोठी क्रांती घडून आली होती! काही वेळापूर्वी आकाशात एकही ढग वावरत नव्हता आणि क्षितिजावर चमकणाऱ्या विजांखेरीज पर्जन्यवृष्टीची कोणतीही चिन्हं आकाशात दृग्गोचर होत नव्हती; पण एकदम भयंकर वारा सुटून, आता डोक्यावर सारे ढग जमा झाले होते आणि भाऊंनी जेव्हा डब्यात पाऊल टाकलं त्या वेळी पर्जन्यवृष्टीला सुरुवात झाली. सृष्टीनं त्या वेळी जणू काही प्रलयकालाचं उग्र स्वरूप धारण केलं होतं. डब्यामध्ये आपल्या जागेवर स्थिर होताच भाऊंच्या मनात विचार आला, 'या असल्या आकस्मिक गोष्टी घडवण्यात परमेश्वराचा काही हेतू असेल का?' क्षणापूर्वीच्या निरभ्र आकाशात एकदम जादूप्रमाणे काळेकुट्ट ढग निर्माण व्हावेत आणि प्रलयकालाप्रमाणे वृष्टी व्हावी; त्याचप्रमाणे अगदी अचानकपणे पुष्पमालेला आजार उत्पन्न व्हावा आणि आणखी असले कित्येक चमत्कार करून मानवाला आपल्या अस्तित्वाची क्षणोक्षणी जाणीव करून देण्याचा तर त्याचा हेतू नसेल ना?

माणूस कितीही बुद्धिवादी झाला तरी त्याच्या आयुष्यात असे काही क्षण येतात की, त्या वेळी त्याचा परमेश्वराच्या अस्तित्वावर विश्वास बसतो; चमत्कारात

त्याला सत्यता भासते; शकुन-अपशकून या एरवी वेडगळ वाटणाऱ्या गोष्टीत त्याला तथ्य वाटू लागतं - नव्हे साऱ्या सृष्टीच्या बुडाशी एक विशिष्ट अज्ञात शक्ती वास करत आहे आणि आपण सारे मानव त्या शक्तीच्या अंकित आहोत असा विश्वास त्याच्या मनात उत्पन्न होऊ लागतो आणि मग त्याचं बुद्धिवादी मन भावनाशील बनून त्या अदृश्य गूढ शक्तीची करुणा भाकू लागतं.

भाऊंचंही तसंच झालं. शाळेत इतिहास शिकवताना हुमायनच्या मृत्यूसमयी बाबराने आपले प्राण अर्पून आपल्या पुत्राचा मृत्यू टाळला ही गोष्ट त्यांना हास्यास्पद वाटत होती; पण या वेळी या गोष्टीवर त्यांचा विश्वास बसला आणि त्यांनी परमेश्वराला तशी प्रार्थनाही केली.

साऱ्या प्रवासात त्यांना अशा काहीतरी विचारांनी शांत झोप लागली नाही. आणि पहाटेच्या सुमारास जेव्हा त्यांचा डोळा लागला, तेव्हा त्यांना एक विचित्र स्वप्न पडलं. त्या स्वप्नात पुष्पमालेला कोणीतरी त्यांच्यापासून अगदी दूर ओढून नेलं होतं. त्यांनी घाबरून दूरवर नजर टाकली. तो त्यांना तिच्याजवळ एक सुंदर तरुण उभा असलेला दिसला. त्या तरुणाच्या सहवासात पुष्पमाला खूपच आनंदी दिसत होती. ते काहीतरी बोलणार इतक्यात तीच त्यांना म्हणाली, "भाऊ, माझी काळजी तुम्ही करू नका. मी आता खरंच सुखी झाले आहे. आम्हा स्त्रियांना ज्या सुखाची अपेक्षा असते ते सुख मला मिळालं आहे."

असं म्हणून ती त्या तरुणाला अधिकच बिलगली. ते दृश्य बघून भाऊंच्या आनंदाला पारावार उरला नाही. त्या तरुणाकडे ते अधिक न्याहाळून बघू लागले; पण काय चमत्कार! हळूहळू त्या तरुणाची आकृती अंधूक होत जाऊन ती एकदम नाहीशी झाली. त्यासरशी जणू काही पुष्पमालेचा आधारच नष्ट होऊन ती धाडकन जमिनीवर पडली आणि तिनं मोठ्यांदा किंकाळी फोडली. तिची किंकाळी ऐकून भाऊ दचकून जागे झाले. भीतीनं त्यांच्या साऱ्या वृत्ती इतक्या बधिर झाल्या होत्या की, ते सत्य की स्वप्न याचाही उमज त्यांना पडेना. त्यांनी त्या अर्धवट स्थितीतच आपल्या कुलदेवतेचं स्मरण करून काहीतरी प्रार्थना म्हटली.

त्या वेळी बाहेर चांगलं उजाडलं होतं. पाऊस थांबून बराच वेळ झाला होता आणि बहुतेक सारं आकाश निरभ्र बनलं होतं. त्या वेळी सृष्टीनं सूर्याच्या स्वागतासाठी केवढी मोठी तयारी चालवली होती! नुकताच पाऊस पडून गेल्यामुळे अभ्यंग स्नान करून आतुरतेनं आपल्या प्रियकराची वाट बघणाऱ्या विरहव्याकुल सुवासिनीप्रमाणे त्या वेळी ती दिसत होती. साऱ्या दिशांना मुक्तहस्तांनी तिनं गुलाल उधळला होता. आकाशात डोक्यावर काही मेघखंड उगाच रेंगाळत होते. त्यावर सूर्योदयापूर्वीचा तांबडालाल रंग पडल्यामुळे सृष्टीनं बालरवीच्या स्वागतासाठी जणू काही आकाशात जिकडेतिकडे पताकाच लावल्या आहेत की काय असा भास होत होता. पक्ष्यांनी तर

आपली स्वागतपर गाणी केव्हाच सुरू केली होती! इतक्यात वायूनं हळूच प्रत्येक वृक्षाला सूर्याच्या आगमनाची वर्दी दिली. त्याबरोबर त्यांनी ती बातमी कळल्याबद्दल अगदी हलकेच आपल्या माना डोलवल्या आणि ती बातमी जेव्हा सृष्टिदेवतेच्या कानावर जाऊन पोहोचली तेव्हा तिच्या मुखावर लज्जेनं जो रक्तिमा चढला त्याची शोभा काय वर्णावी? आपल्या प्रियकराच्या अपेक्षित दर्शनानं अधिकच उल्हसित झालेल्या कामिनीप्रमाणे त्या वेळी तिचं रूप भासलं.

सृष्टीचं ते प्रफुल्ल स्वरूप बघून भाऊंच्या मनातून नुकत्याच पडलेल्या स्वप्नाची भीती कोठल्या कोठे पळून गेली आणि त्यांची नजर सृष्टीच्या त्या स्वागत-समारंभावर स्थिर झाली. थोड्याच वेळात त्यांची खात्री झाली की, या ऐहिक जगातील सारी दुःखं क्षणभर बाजूला सारण्याचं सामर्थ्य या सृष्टिसौंदर्यात खचित आहे आणि मग त्यांचं मन त्या सौंदर्यात इतकं बुडालं की, कालच प्रलयकालाप्रमाणे झालेली भयंकर पर्जन्यवृष्टी, पुष्पमालेचा आजार, नुकतंच पडलेलं अभद्र स्वप्न - नव्हे, हे सारं मानवी जीवित, या साऱ्या गोष्टी त्यांना भासमय वाटू लागल्या. ते मनात म्हणाले, 'छे! या समोरच्या सृष्टिसौंदर्यानं नटलेल्या जगात दुःख कसं असू शकेल? ही सारी क्षणभंगूर मानवी दुःखं केवळ भासमय होत आणि ती असह्य होऊ नयेत म्हणूनच परमेश्वरानं ब्रह्मस्वरूपाचा भास करून देणारं हे असलं सृष्टिसौंदर्य निर्माण केलं आहे; परंतु...'

अशा तत्त्वज्ञानात्मक विचारात त्यांचं मन आणखी किती वेळ बुडून राहिलं असतं कुणास ठाऊक! पण लगेच गाडीनं कमान ओलांडून पुण्याच्या स्टेशनमध्ये प्रवेश केला आणि त्यांची विचारमालिका भंग पावली.

*

ते जेव्हा हॉस्पिटलमध्ये येऊन दाखल झाले तेव्हा पुष्पमाला त्यांचीच वाट बघत बसली होती. आपल्या आजारपणाची तार गेल्यानंतर भाऊ आल्याशिवाय राहाणार नाहीत याबद्दल तिला खात्री होती आणि ते आल्यानंतर झाल्या प्रकाराबद्दल काय बोलतील याचा ती विचार करत होती. किंबहुना त्याबद्दल त्यांनी आपली चांगली कानउघाडणी करावी असं तिला वाटत होतं. जेव्हा इशारा देऊनदेखील तरुण माणसांच्या हातून एखादी चूक घडते तेव्हा त्या चुकीबद्दल वडील माणसांनी आपली चांगली हजेरी घ्यावी अशी त्यांची मनापासून इच्छा असते आणि त्या चुकीबद्दल वडील माणसांनी एकदा का आपला राग व्यक्त केला म्हणजे त्या चुकीचं परिमार्जन झाल्यासारखं वाटून त्यांना हायसं वाटतं. पुष्पमालेला तसंच वाटलं. वास्तविक झाल्या प्रकाराबद्दल तिच्याकडे कितपत दोष येण्याजोगा होता? ती भाऊंच्या इच्छेविरुद्ध सोबतीशिवाय पुण्याला आली होती; पण या गोष्टीबद्दल

आपल्याकडे दोष घेण्यास तिचं मन फारसं तयार नव्हतं. तरीही ती भाऊंना म्हणाली, ''मी सोबतीशिवाय पुण्याला येण्यात मोठीच चूक केली!''

अर्थात हे वाक्य उच्चारताना तिच्या स्वाभिमानी मनाला पीळ पडला; परंतु यावर जेव्हा भाऊ म्हणाले, ''अगं, त्यात चूक कसली? असे प्रसंग सांगून का येतात? आणि एकट्यानं प्रवास करणाऱ्या स्त्रिया काय कमी आहेत?''

तेव्हा तिचा स्वाभिमान कोठल्या कोठे लुप्त झाला आणि आपल्या पित्याबद्दल तिला एक प्रकारचा अभिमान वाटू लागला. खरोखर त्यांच्याबद्दल तिला अभिमान वाटावा असेच तिचे भाऊ होते. वास्तविक ते साठीच्या घरात आले होते; पण या वयात त्यांच्याइतका उदारमतवादीपणा इतर वृद्ध माणसांच्या ठिकाणी क्वचितच दिसून आला असता. इतर वृद्धांप्रमाणे अलीकडची तरुण पिढी बिघडली असल्याबद्दलची तक्रार ते कधीही करत नसत. उलट जर कुणी समवयस्क माणसानं ती केली तर ते म्हणत, ''प्रत्येक वेळी तरुण पिढी बिघडली असं तुम्ही का म्हणता? काळाबरोबर त्यांनी आपली पावलं ठेवली तर त्यात त्यांचा दोष आहे का? आपणच आपली त्यांच्याकडे बघण्याची दृष्टी बदलली पाहिजे.''

त्याचप्रमाणे तरुणांपेक्षा आपण चार पावसाळे अधिक घालवले आहेत या एकाच गोष्टीवरून, आपण त्यांच्यापेक्षा अधिक ज्ञानवृद्ध आहोत असा निर्वाळा ते कधीही देत नसत. उलट ते म्हणत, ''ज्ञान हे काय वयावर अवलंबून आहे? असं असतं तर जगातील अधिक वृद्ध माणूस हाच सर्वांमध्ये अधिक ज्ञानसंपन्न म्हटला पाहिजे. मी तर म्हणतो की, प्रत्येक तरुण पिढी आपल्या पूर्वीच्या पिढीपेक्षा अधिक ज्ञानसंपन्न असते; कारण पूर्वीच्या पिढीपर्यंत चालत आलेलं ज्ञान त्यांना अनायासे मिळतंच, शिवाय स्वतःच्या अनुभवांनी मिळालेल्या ज्ञानाची त्यात भर पडते.''

थोडक्यात, एकाच वाक्यात जर त्यांचं वर्णन करायचं झालं तर ते असं करता येईल की, भाऊ वयानं वृद्ध होते; पण मनानं तरुण होते.

तेव्हा पुष्पमालेला आपल्या पित्याच्या गुणांबद्दल वाटत असलेला अभिमान अगदी यथार्थ होता आणि एखाद्या काळ्या पार्श्वभूमीवर अधिक उठावदार दिसणाऱ्या चित्राप्रमाणे तिला त्यांचे वरील गुण अधिक उठावदार दिसण्यास तिच्या आईची वागणूक कारणीभूत होत असे. भाऊ अत्यंत उदारमतवादी, तर जानकीबाई अत्यंत पुराणप्रिय! भाऊंचे विचार अत्यंत तर्कशुद्ध, तर जानकीबाईंच्या विचारांत तर्काचा मागमूसही नाही! भाऊ अत्यंत प्रेमळ, तर जानकीबाई अत्यंत रागीट आणि तुसड्या स्वभावाच्या! सारांश, या जगात ठायी ठायी विषमता दाखवण्याच्या हेतूनंच विधात्यानं हे जोडपं निर्माण केलं आहे की काय असा भास त्या जोडप्याकडे बघताना कुणालाही झाला असता. त्यांच्या संसारातील या वैगुण्याबद्दल साऱ्यांनाच सहानुभूती वाटे आणि जेव्हा त्यांचे अगदी निकटवर्ती स्नेही त्या वैगुण्याचा उच्चार करीत,

तेव्हा भाऊ गंभीर चेहरा करून म्हणत असत, ''या जगात संसारसुख हे केवळ योगायोगावर अवलंबून असतं.''

आणि नंतर तो विषय बदलून ते निराळ्याच गोष्टींवर गप्पा सुरू करत. मग त्यांच्या त्या शांत आणि तत्त्वज्ञानी स्वभावाचं त्या माणसाला अधिकच कौतुक वाटे.

अशा या आपल्या सत्प्रवृत्त पित्याचं घरगुती जीवन इतकं दुःखमय असावं याबद्दल तिला परमावधीचं दुःख होई आणि आपल्या पित्याला निदान इतर बाबतींत तरी सुख देणं हे आपलं पवित्र कर्तव्य आहे, असं मानून ती मनाशी एक गुप्त प्रतिज्ञा करे की –

'भाऊ, तुम्हाला कोणीकडून तरी सुख होईल अशाच गोष्टी मी आयुष्यात करेन.'

आणि भाऊंच्या एका आवडत्या वाक्याचा ती मनाशी उच्चार करे. भाऊ वेळोवेळी तिला म्हणत, ''पुष्पमाले, काही एका विशिष्ट ध्येयाकरिता आपला जन्म आहे असं मानून प्रत्येक माणसानं आयुष्यात आपलं ध्येय निश्चित केलं पाहिजे.''

आतासुद्धा डॉक्टर सतीश तिला तपासण्यासाठी म्हणून तिच्या खोलीत आले असताना तिला या वाक्याची आठवण होऊन तिनं वरीलप्रमाणे आपल्या मनाशी नेहमीच्या गुप्त प्रतिज्ञेचा उच्चार केला.

तिचा बांधलेला हात जेव्हा नर्स सोडू लागली तेव्हा डॉक्टर म्हणाले, ''तुम्ही नका सोडू हात! मीच सोडतो. वाटल्यास तुम्ही गेलात तरी हरकत नाही.''

डॉक्टरांनी आतापर्यंत कोणत्याही रोग्याबद्दल इतका आपलेपणा दाखवलेला नव्हता; त्यामुळे पुष्पमालेबद्दल त्यांचा अधिक आपलेपणा बघून, त्याचं आश्चर्य करत ती नर्स निघून गेली.

डॉक्टर सतीश यांनी तिच्या हाताचं बँडेज सोडलं आणि ते भाऊंकडे बघून म्हणाले,

''हे बघितलंत! विशेष जखम अशी झालेली नाही.''

आणि तिच्या बेशुद्धपणाची सारी हकिगत सांगून ते पुढे म्हणाले, ''खरं म्हटलं तर या जखमेपेक्षा कमकुवत मनामुळेच या बेशुद्ध पडल्या.'' यावर भाऊंनी हसून म्हटलं,

''तसं बघितलं तर हल्लीच्या तरुणांचे रोग शरीरापेक्षा मनाचेच असतात.''

हे ऐकून डॉक्टर सतीश मनसोक्त हसले; पण का कुणास ठाऊक पुष्पमालेला या वाक्यासरशी एकदम कुमारची आठवण झाली आणि तिला दीड वर्षापूर्वीचा एक प्रसंग आठवला. त्या वेळी ती कॉलेजमध्ये पहिल्या वर्षात शिकत होती. तिला संस्कृत वाङ्मयाची फार आवड असल्यामुळे संस्कृतमधील बहुतेक सुप्रसिद्ध नाटकांचं तिचं वाचन झालेलं होतं. एकदा कालिदासाचं 'विक्रमोर्वशीयम्' हे नाटक

वाचत असताना तिच्या वाचनात जेव्हा

हंस प्रयच्छ मे कान्ता ।
गतिरस्यास्त्वया हृता ।।

हा श्लोक आला होता तेव्हा ती आपल्या मैत्रिणीला म्हणाली होती, "हे या संस्कृत नाटकांमधले सारे नायक आपल्या प्रेयसीसाठी इतके वेडे झालेले बघून मला खरोखर हसू येतं. या नाटकातला हा राजाच बघ ना. त्या हंसाला आपली हरवलेली प्रेयसी मागतो आहे. का तर त्याने म्हणे तिची गती चोरलेली आहे. याला वेड म्हणायचं नाही तर काय? प्रेमासाठी वेडं होण्याइतकं का प्रेम श्रेष्ठ आहे?"

यावर तिची मैत्रीण गंभीरपणानं म्हणाली होती, "बाईसाहेब, ते आपल्याला कळायचं नाही. त्याला स्वानुभवच हवा. एखाद्या व्यक्तीवर आपण मनःपूर्वक प्रेम करून बघा आणि काही कारणानं ते प्रेम विफल होऊ द्या, म्हणजे कळेल की, प्रीतिवैफल्याच्या वेदना कशा तीव्र असतात अन् प्रेमाची महती किती श्रेष्ठ असते!"

हे ऐकल्यावर तिनं हेटाळणीच्या स्वरात म्हटलं होतं, "छे! मी तरी माझ्या आयुष्यात प्रेमाकरिता खचित वेडी होणार नाही."

हा सारा प्रसंग आता तिच्या डोळ्यांसमोर जसाच्या तसा उभा राहिला आणि ज्या कारणावरून तिला या प्रसंगाची आठवण झाली त्यावरून एकच तर्क निघण्याजोगा होता. तो म्हणजे तिचं मन कुमारबद्दल वेडं झालं होतं; पण मौज अशी की, त्याबद्दल कबुली द्यायला मात्र ते तयार नव्हतं. तिला अजूनही असंच वाटत होतं की, आपल्याला त्याच्या भेटीची उत्कंठा लागली आहे ही गोष्ट खरी; पण ती केवळ त्यानं केलेल्या उपकाराबद्दल त्याचे आभार मानण्यासाठीच! तो उपकारकर्ता आणि आपण उपकृत यापेक्षा दुसरं नातं आपल्यामध्ये उत्पन्न झालेलं आहे, असं मानण्यास ती तयार नव्हती आणि जेव्हा जेव्हा तिच्या मनात याविरुद्ध विचार येत तेव्हा तेव्हा ती आपलं मन निराळ्याच विषयात गुंतवी. आताही तिनं तसंच केलं. ती डॉक्टर सतीश यांच्या बोलण्याकडे लक्ष देऊ लागली.

भाऊंच्या वाक्यावर डॉक्टर सतीश म्हणाले होते, "मानसिक रोगाचं एक उत्तम उदाहरण सध्या माझ्या घरच्या दवाखान्यात तुम्हाला बघायला मिळेल. अचला नावाची एक तरुणी सध्या माझ्या दवाखान्यात पेशंट म्हणून आहे. तिचा रोग खरोखरच गमतीदार आहे. कोणताही तरुण आठ दिवस जरी तिच्या सहवासात आला तरी तिचं त्याच्यावर प्रेम बसतं आणि ती त्याच्या ध्यासानं अगदी वेडी होऊन जाते. अशा तऱ्हेनं अनेक तरुणांवर तिचं आतापर्यंत प्रेम बसलं आहे."

यावर पुष्पमालेनं गंभीरपणाचा आव आणून म्हटलं, "तुमच्या दवाखान्यात ती किती दिवस आहे?"

तिच्या बोलण्याचा रोख न ओळखून डॉक्टर म्हणाले, "दोन महिने होऊन गेले.

आजच ती दवाखान्यातून जाणार आहे.''

''मग आतापर्यंत तिचं तुमच्यावर आठ वेळा प्रेम बसलं असेल. आठ दिवसांत एकदा प्रेम याप्रमाणे करा बरं हिशेब!''

पुष्पमालेचं बोलणं ऐकून डॉक्टर मनसोक्त हसले.

मग काही वेळानं काहीतरी आठवण झाल्यासारखं करून डॉक्टर भाऊंच्याकडे वळून म्हणाले, ''खरंच एक गोष्ट तुम्हाला विचारायची राहिलीच. यांच्या हाताची जखम फार मोठी नाही, ही गोष्ट खरी; पण अजून कमीतकमी पंधरा दिवस तरी बँडेज केलं पाहिजे. नाहीतर अशी जखम 'सेप्टिक' होण्याची फार भीती असते, तेव्हा माझं म्हणणं असं की, यांनी माझ्या घरच्या दवाखान्यात अजून पंधरा दिवस राहावं. मी काल त्यांना तसं म्हटलं; पण माझं म्हणणं काही केल्या त्यांना पटत नाही. त्या म्हणतात की, मी दवाखान्यात राहाण्यापेक्षा रोज बँडेज करून जात जाईन आणि माझ्या मते त्यांची जखम सतत माझ्या नजरेसमोर हवी; तेव्हा तुम्ही एकदा त्यांना तसं सांगून बघा.''

शेवटचं वाक्य एखाद्या लहान मुलानं त्याची खोडी केलेल्या दुसऱ्या मुलाविरुद्ध उच्चारावं तसं त्यांनी उच्चारलं आणि भाऊंकडे बघितलं.

भाऊ म्हणाले, ''मी सांगण्याची काय गरज आहे? आजारपणात डॉक्टरच पेशंटचे पालक असतात; तेव्हा तुमचा निर्णय तिनं मान्य केलाच पाहिजे.''

आणि मग सर्वानुमते पुष्पमालेनं अजून निदान पंधरा दिवस तरी डॉक्टर सतीश यांच्या दवाखान्यात राहावं असं ठरलं.

*

त्याच दिवशी सायंकाळी तिला डॉक्टर सतीश यांच्या दवाखान्यात नेण्यात आलं. त्यांच्या दवाखान्याच्या मध्यभागी जो भव्य दिवाणखाना आहे त्या ठिकाणी ती एका आरामखुर्चीवर बसली होती आणि डॉक्टर सतीश तिच्याकरिता कोणती खोली रिकामी आहे याबद्दल आपल्या कंपाउंडरजवळ चौकशी करत होते. ते त्याला म्हणाले, ''ती शेवटची पश्चिमेकडील खोली आजच रिकामी झाली असेल ना?''

''छे! अजूनही अचलाताई तेथे आहेतच.''

यावर आश्चर्य वाटून डॉक्टर म्हणाले,

''म्हणजे त्या दुपारी गेल्या नाहीत? आज त्यांचा शेवटचा दिवस होता.''

''त्या म्हणतात, मी काही येथून जाणार नाही.''

''म्हणजे जुलूमच झाला!''

असं म्हणून डॉक्टरांनी भाऊंच्याकडे बघितलं आणि ते लगेच अचलाच्या खोलीकडे गेले.

त्या वेळी अचला आपलं पांघरुण कमरेपर्यंत ओढून घेऊन उताणी निजली होती आणि तिची नजर पश्चिमेकडे असलेल्या खिडकीवर स्थिर झाली होती. बहुतेक सारा दिवस ती त्याच खिडकीकडे बघत राही. त्या खिडकीला असलेले गज मोजण्याचा तिला एक प्रकारचा चाळाच लागला होता. ती एकदा डाव्या बाजूनं आणि नंतर उजव्या बाजूनं त्या खिडकीचे सारे गज मोजत असे आणि त्या गजांचा 'सात' हा आकडा आपल्या मनाशी उच्चारून, ती हवेत बोटानं तो आकडा सारखा काढत राही. दिवसाचा तिचा बहुतेक सारा वेळ हा चाळा करण्यात खर्च होई. आताही तिचा तोच चाळा चाललेला होता. डॉक्टर सतीश यांनी खोलीत येऊन जेव्हा तिच्या जाण्याबद्दल विचारलं, तेव्हा खिडकीवरची आपली नजर काढून त्यांच्याकडे बघत तिनं म्हटलं, "डॉक्टर, खरं म्हटलं तर मला येथून जावंसंच वाटत नाही. माझी प्रकृती येथे आहे तोपर्यंत बरी राहील. बाहेर गेल्यावर मी पुन्हा आजारी पडेन; म्हणून मला येथेच राहू द्या."

असं म्हणून तिनं एकदम डॉक्टरांचा हात आपल्या हातात घेतला आणि ती स्फुंदून स्फुंदून रडू लागली. हा सारा प्रकार बघून डॉक्टर गोंधळून गेले. तिच्याशी यापुढे अधिक बोलण्यात अर्थ नाही हे जाणून ते तत्काळ खोलीबाहेर निघून गेले.

बाहेर येताच भाऊंना ते म्हणाले, "असले विचित्र पेशंट बघितले म्हणजे खरोखर डोकं फिरतं. ती येथून जायलाच तयार नाही. बोला, आता याला काय म्हणावं?"

पुष्पमालेला डॉक्टरांच्या मनाची मोठी गंमत वाटली. अचलास त्यांच्या दवाखान्यात राहाण्याची इच्छा असताना ती राहू नये आणि आपली येथे राहाण्याची इच्छा नसताना आपण या ठिकाणी राहावं असं त्यांना का वाटावं याबद्दल तिला काहीच तर्क करता येईना. गेले दोन दिवस ते आपल्याशी खरोखरच अधिक आपुलकीनं वागत आहेत, का तो आपल्या मनाचा नुसता काहीतरी तर्क आहे याबद्दलही तिचं निश्चित मत होईना. डॉक्टरांचा सहवास नकोसा वाटण्यासारखं तिच्याजवळ काहीच कारण नव्हतं; पण तिला तो हवासाही वाटेना.

आणि का कोणास ठाऊक तिच्या मनात त्या क्षणी दोन विकार उत्पन्न झाले. डॉक्टर सतीश यांच्या सहवासाची भीती आणि कुमारच्या भेटीबद्दलची उत्कंठा! असाध्य गोष्टींचा हव्यास धरूनच माणूस आजपर्यंत दुःखी होत आलेला आहे.

३

वर्षा ऋतूमध्ये सृष्टीचं स्नात स्वरूप रमणीय भासतं यात काहीच संशय नाही; परंतु ती रमणीयता अधिक खुलवण्यास कोणत्याही क्षितिजावर दृग्गोचर होणाऱ्या इंद्रधनुष्याची निःसंशय मदत होते. त्याप्रमाणे सारं कॉलेजजीवन रम्य तर खरंच! पण त्यातून ज्युनियर बीएच्या वर्षाची रमणीयता काही विचारू नका! त्या वेळी सारी सुखं हात जोडून समोर उभी असतात. कॉलेजमध्ये दोन वर्षं काढल्यामुळे कॉलेज- जीवनाची गोडी अनुभवण्यात प्रत्येक विद्यार्थी सराईत झालेला असतो. अभ्यासाच्या कचाट्यातून निदान एक वर्ष तरी सुटल्याचं समाधान प्रत्येकजण उपभोगत असतो. काही अपवाद सोडले तर बाकीचे सर्व विद्यार्थी आपल्या खोलीत एखादं जरी पुस्तक राहिलं तर ते वाचण्याचा न जाणो आपणास मोह होईल म्हणून साऱ्या अभ्यासाच्या पुस्तकांची आपल्या खोलीतून हकालपट्टी करतात. क्वचितप्रसंगी आपल्या आवडत्या लेखकाची एखाद-दुसरी कादंबरी त्यांच्या टेबलवर राहील तेवढीच! ज्यांना गायन कलेचा शौक आहे असे विद्यार्थी खोलीत तंबोरा आणतील; जे क्रिकेटपटू आहेत ते आपल्या बॅटवरील धूळ साफ करून ती प्रॅक्टिसकरिता सज्ज ठेवतील; ज्यांना टेनिसचा नाद आहे ते चेंडूचा डझनाचा काय भाव आहे याची चौकशी करतील, जे लेखक असतील ते या वर्षात निदान एकतरी कादंबरी आपल्या हातून लिहून पुरी झालीच पाहिजे असा संकल्प करतील. किंबहुना अभ्यासाव्यतिरिक्त

ज्यांना ज्या ज्या कलेचा किंवा खेळाचा नाद असेल, अशा गोष्टींत आपलं सारं वर्ष घालवण्याचा त्यांचा संकल्प असलेला तुम्हाला आढळेल. अर्थात वर्षाअखेरीस त्या सर्वांच्या हातून त्या विशिष्ट कलेची सेवा घडलेली आढळेलच किंवा त्या विशिष्ट खेळाची चांगली प्रॅक्टिस झालेली दिसेलच अशातला भाग नाही; परंतु त्या वर्षी विद्यार्थ्यांच्या अंतःकरणातील साऱ्या सुप्त इच्छा आणि आकांक्षा एखाद्या दबलेल्या ज्वालामुखीप्रमाणे एकदम उफाळून वर येतात ही गोष्ट मात्र तितकीच खरी आणि आपण जर या संधीचा योग्य फायदा करून घेतला नाही तर पुन्हा आपल्या आयुष्यात अशी सुवर्णसंधी केव्हाच येणार नाही याबद्दल प्रत्येकाला खात्री असते आणि म्हणूनच जागरूकपणे प्रत्येकजण या संधीचा फायदा करून घेण्यात गर्क झालेला असतो.

पण पुष्पमाला या नियमाला मात्र अपवाद होती किंवा तुम्ही जर बारकाईनं बघितलं असतं तर पुष्पमालेसारखेच अनेक अपवाद त्या वर्षी तुम्हाला कॉलेजात दिसले असते, कारण वाटेल ती चैन करण्याचे १९४१ सालचे दिवस नव्हते, याची अनेक विद्यार्थ्यांना जाणीव होती. निदान पुष्पमालेला तरी खचित होती.

ठरल्याप्रमाणे डॉक्टर सतीश यांच्या दवाखान्यात राहून हात बरा झाल्यानंतर ती दुपारी प्रथमच कॉलेजमध्ये चालली होती. त्या वेळी तिचा चेहरा कितीतरी विचारक्रांत दिसत होता!

'काही एका विशिष्ट ध्येयाकरिता आपला जन्म आहे असं मानून माणसानं आयुष्यात आपलं ध्येय निश्चित केलं पाहिजे.' या भाऊंच्या वाक्यावर तिचा विचार चाललेला होता. माणसानं ध्येयवादी असावं ही गोष्ट कुणीही कबूल करेल; पण जेव्हा त्याच्या आयुष्यात ध्येयनिश्चितीची प्रत्यक्ष वेळ येते तेव्हा मन गोंधळून गेल्याखेरीज राहात नाही. पुष्पमालेचंही तसंच झालं. गेले पंधरा दिवस तिनं त्या वाक्यावर अनेक वेळा विचार केला असेल आणि विचार करूनही जेव्हा तिला ध्येयनिश्चितीचा कोणताच मार्ग सापडेना तेव्हा त्या विचारांच्या शेवटी ती फक्त मनाशी एवढंच म्हणे, 'आपण या वर्षी काहीतरी केलं पाहिजे'; पण 'काहीतरी' म्हणजे काय याचा उलगडा तिला अजूनही झाला नव्हता. त्या वर्षी तिच्याच नव्हे तर अनेक तरुणांच्या मनाची थोड्या फार प्रमाणात तीच अवस्था होती. आपल्या मायदेशासाठी वाटेल ते दिव्य करण्याची प्रत्येक तरुणाची उत्कट इच्छा होता; पण त्यांना योग्य मार्ग मात्र सापडत नव्हता. देशातील तरुणांना कार्य करण्याची उत्कट इच्छा असूनदेखील मार्गदर्शन करण्यास कोणी नेता सापडू नये यासारखी दुर्दैवाची गोष्ट दुसरी कोणती असू शकेल? १९४१ साली हिंदुस्थानचं राजकीय वातावरण योग्य नेत्याअभावी असंच शीड नसलेल्या तारूप्रमाणे झालं होतं.

महायुद्ध सुरू झाल्यापासून काँग्रेसची भूमिका अनेक दृष्टींनी योग्य अशीच होती.

वैयक्तिक सत्याग्रहाचं स्वरूप बदलून त्या सत्याग्रहाला सामुदायिक लढ्याचं स्वरूप आज ना उद्या येणार याबद्दल प्रत्येकाला खात्री वाटत होती. पंडित नेहरू आणि मौलाना आझाद यांनी तसा निर्वाळाही दिला होता; परंतु त्या लढ्याला सामुदायिक स्वरूप येऊ द्यायचं नाही, असं महात्मा गांधींनी जेव्हा स्पष्ट सांगितलं तेव्हा लोकांमध्ये मोठीच निराशा पसरली. वैयक्तिक सत्याग्रहाच्या नाटकाला लोक आता कंटाळले होते आणि यापुढे एखादा सामुदायिक संघटित कार्यक्रम असेल तर तो त्यांना हवा होता आणि त्याअभावी नुसत्या वैयक्तिक सत्याग्रहानं हिंदुस्थानचं स्वातंत्र्य दुरावत आहे, नव्हे ते आपणास कदाचित पुढे शेकडो वर्षं मिळणार नाही याबद्दलची भीती त्यांच्या अंतःकरणात कायमची घर करून राहिली होती. म्हणून त्यांनी संघटनेसाठी भोवती थोडी नजर टाकली. त्यांना संघटनेच्या ध्येयाकडे चाललेली एक संस्था दिसली. ती म्हणजे 'राष्ट्रीय स्वयंसेवक संघ'! त्यांनी मोठ्या आशेनं तिकडे बघितलं; पण "गुलाम राष्ट्राला राजकारण असूच शकत नाही. आम्ही राजकारणापासून अगदी अलिप्त आहोत," हा डॉ. हेडगेवारांचा मंत्र त्यांना ज्याच्या त्याच्या तोंडी ऐकू आला. निराशेनं बिचारे सारे लोक मागे फिरले. तेथे संघटना होती; पण राजकारण नव्हतं. काँग्रेसमध्ये राजकारण होतं; पण संघटना नव्हती.

काँग्रेससारख्या एकमेव प्रातिनिधिक संस्थेची जर ही स्थिती तर बाकीच्या पक्षांचं विचारूच नका! हिंदू महासभेनं मदुरेचा ठराव रद्द केला होता. ३१ मार्चपर्यंत व्हॉइसरॉयनी मदुरा ठरावातील मागण्या मान्य केल्या नाहीत तर महासभा सत्याग्रह करणार असं ठरलं होतं आणि त्या सत्याग्रहाच्या होमकुंडात स्वातंत्र्यवीर तात्याराव सावरकर यांच्यामागे पटापट उड्या टाकण्यासाठी सारे हिंदी तरुण त्या होमकुंडाच्या कडेवर येऊन उभे होत; पण त्या सत्याग्रहाचं नावही पुढे ऐकू येईनासं झालं. डोळ्यांदेखत नुसतं पेटलेलं होमकुंड बघण्याचा प्रसंग त्यांच्यावर आला होता.

त्या सुमारास बरेच कामगार पुढारी आधीच तुरुंगात अडकले होते. मागे राहिलेल्या कामगार पुढाऱ्यांना सरकारनं कारागृहाचा रस्ता दाखवला होता; त्यामुळे कामगारांची कुचंबणा होत होती.

नेमस्तांनी लिबरल कौन्सिलची बैठक भरवून 'राष्ट्रीय सरकारच्या' मागणीचा ठराव केला आणि नंतर त्यांना जी कुंभकर्णी झोप लागली, ती संपण्याचं काही चिन्ह दिसेना.

रात्रीच्या वेळी सारी पृथ्वी गाढ अंधारात बुडाली असताना फक्त दूर क्षितिजावर काही विजा चमकाव्यात, त्याप्रमाणे सारा देश अंधारात बुडाला असताना नाही म्हणायला बॅ. जीनांच्या मद्रासच्या भाषणानं आणि पाकिस्तानच्या आरोळीनं त्या वेळचं राजकीय वातावरण काहीसं उजळलं; पण एखाद्या वनात सिंहनाद व्हावा, त्याचा प्रतिध्वनी उमटावा आणि हळूहळू नाहीसा व्हावा यापेक्षा अधिक किंमत

जीनासाहेबांच्या या आरोळीला खचित नव्हती.

आणि या सर्वांमध्ये मौज अशी की, काँग्रेसचं त्या वेळचं राजकारण इतकं मिळमिळीत असतानादेखील ब्रिटिश पार्लमेंटच्या एका स्त्री सभासदानं क्राँग्रेसवर एक गंभीर आरोप केला होता. एरवी हिंदुस्थानचा कैवार घेणाऱ्या इलेनॉर राथबोन यांनी काँग्रेस सेवकांना उद्देशून एक पत्र लिहिलं. त्यात म्हटलं होतं की, "काँग्रेस ही हिटलरची अहिंसात्मक साथीदार आहे" आणि काँग्रेसवर हा निष्ठुर आरोप करून शेवटी "तुमच्या मदतीशिवाय आम्ही जिंकू. तुमच्याहून वेगळ्या मताची माणसं आमच्या मदतीला आली आहेत." अशी घमेंड मारण्यासही त्या बाईनं कमी केलं नव्हतं आणि ती तिची घमेंड खरी ठरायची होती म्हणूनच की काय रविवार, ता. २२ रोजी पहाटे दोन वाजता एक आकस्मिक घटना घडून आली.

१९३९ साली रुसो-जर्मन तह झाल्यानंतर त्या दोन राष्ट्रांमध्ये युद्ध होईल हे शक्य वाटत नव्हतं; पण रविवार, ता. २२ रोजी दोन वाजता हिटलरने एक जाहीरनामा काढून "बोल्शेव्हिक रशियाचा निःपात करण्यासाठी पुन्हा एकदा सैनिकांच्या हाती जर्मनीचं भवितव्य देऊन त्यांना रशियावर पाठवण्यात येत आहे." असं जाहीर केलं आणि पहाटे चारच्या पूर्वी फिनलंडपासून रुमानियापर्यंतच्या दीड हजार मैलांच्या आघाडीवर रशियावर चढाई करण्यासाठी जर्मन सेना उभी ठाकली आणि त्या योगानं जगातील साऱ्या वातावरणाला एकदम अनिश्चित स्वरूप प्राप्त झालं.

अशा स्थितीत पुष्पमालेसारख्या तरुण माणसांना निश्चित मार्ग सापडू नये यात विशेष नवल काहीच नव्हतं. जेव्हा माणसाला एखादं कार्य करण्याची उत्कट इच्छा असूनदेखील मार्ग सापडत नाही तेव्हा तो जसा जगावर चिडतो, तसा स्वतःवरही चिडतो आणि अशाच चिडलेल्या मनःस्थितीत पुष्पमाला कॉलेजमध्ये येऊन दाखल झाली. प्रथम ती तडक लेडी रेक्टरच्या बंगल्यावर गेली आणि आपल्या खोलीबद्दल तिनं चौकशी केली. आपल्या खोलीचा नंबर कळताच ती त्यांना म्हणाली,

"म्हणजे मला तुम्ही डबल रूम दिलीत तर?"

यावर आपल्या नेहमीच्या हळू आवाजात त्या बाई म्हणाल्या, "हो, आम्ही आता असं ठरवलं आहे की, एफ.वाय.च्या आणि ज्युनिअरच्या मुलींना डबल रूम द्यायची आणि इंटर तसंच बीएच्या मुलींना सिंगल रूम द्यायची! अभ्यासाच्या सोयीकरताच ही व्यवस्था केली आहे."

"पण घरी जाताना तर मी तुम्हाला माझ्यासाठी सिंगल रूम ठेवण्यास सांगितलं होतं."

"ते खरं आहे आणि मला हे कळतं की, तुमच्यासारख्या हुशार मुली ज्युनियरच्या वर्षीसुद्धा अभ्यास करतात आणि त्यासाठी त्यांना सिंगल रूम हवी;

पण एकदा का नियम मोडला तर बाकीच्या मुली तक्रार नाही का करणार? आणि प्रत्येकीच्या इच्छेप्रमाणे वागायचं झालं तर कसं निभेल?'' असं म्हणून बोलण्याच्या शेवटी नेहमीच्या लकबीप्रमाणे त्यांनी आपले डोळे अधिक विस्फारित केले.

मग पुष्पमाला काहीच न बोलता रागाने निघून गेली. एरवी शांत असणारी ही मुलगी रागानं निघून गेलेली बघून त्या बाईंना आश्चर्य वाटल्यावाचून राहिलं नाही. तिच्या पाठमोऱ्या आकृतीकडे बघून त्या मनात म्हणाल्या, 'काहीतरी बिघडलेलं दिसतं आहे स्वारीचं!'

ती जेव्हा वसतिगृहातल्या आपल्या खोलीपाशी आली तेव्हा खोलीला कुलूप असल्याचं तिला आढळलं. कॉलेजचा तास संपण्यास अजून थोडा अवधी होता. तोपर्यंत आपल्या जोडीदारणीची वाट बघत बसण्याशिवाय तिला गत्यंतर नव्हतं. ती गॅलरीतच उभी राहिली. काही वेळानं तिची नजर खोलीवर असलेल्या पाटीवर स्थिर झाली. तिला पाटीवर लिहिलेली अक्षरं दिसली,

माधुरी माईणकर, एफ.वाय. आर्टस.

त्याबरोबर तिनं चमकून पुनःपुन्हा त्या अक्षरांकडे बघितलं. माधुरी? हीच का ती माधुरी? छे! जगात नावासारखी नावं काय थोडी असतात?

पण त्याबरोबर त्या नावाच्या अनुषंगानं तिला कुमारची उत्कट आठवण झाली आणि वसतिगृहाचा गडी हरबा जेव्हा तिच्याजवळ येऊन तिच्याशी बोलू लागला, तेव्हा ती आपल्या विचारात इतकी गढली होती की, हरबाला एकच प्रश्न तिला दोनदा विचारावा लागला. हरबानं विचारलं, ''ताई, किती टाइम झाला येऊन?''

''अरे, फार नाही. पाचच मिनिटं झाली असतील.''

''मी तर वाडूळ इथं बसलो होतो तुमची वाट बघत... माधुरीबाईनं किल्ली दिली नव्हं का माझ्यापाशी!''

''असं का? चांगलंच झालं! मग उघड खोली!''

''ही बघा उघडलीच,'' असं म्हणून हरबानं कुलपाला किल्ली लावली. कुलूप उघडताना हरबा तिला म्हणाला, ''लई वंगाळ झालात ताई! हे पुण्याचं हिवतापाचं दुखणंच असं असतंय बघा! मी जेव्हा पुण्याला आलो तवा बघा चांगला जवान होतो; पण या पुण्याच्या हिवतापानं असं झपाटलं बघा की, तीन वरीस जमिनीला खिळवलं!'' असं म्हणून त्या वृद्धानं असा काही आविर्भाव केला की, जणू काही त्याला म्हणायचं होतं, ''तुम्हाला ऐकण्याची इच्छा असेल, तर त्या दुखण्याची हकिगत सांगण्याची माझी तयारी आहे.''

पण पुष्पमाला ती हकिगत ऐकण्याच्या मनःस्थितीत नव्हती. मात्र, पुण्याचा आणि हिवतापाचा त्यानं जोडलेला संबंध ऐकून तिला हसू आलं. त्यावर ती म्हणाली, ''मला हिवताप आला होता म्हणून कोणी सांगितलं? माझ्या हाताला

लागलं होतं.''

''असं का? ते दुखणंही लई वंगाळ असतं बघा.''

सहानुभूती व्यक्त करण्याची त्याची ती तऱ्हा बघून तिला गंमत वाटली. मग खोली उघडल्यानंतर ती त्याला म्हणाली, ''मी काल धाडलेलं सामान नीट लावलं आहेस ना?''

''हे नव्हं का?'' असं म्हणून हरबानं साऱ्या सामानाकडे आपली नजर फिरवली. ते बघून पुष्पमाला त्याला म्हणाली, ''हरबा, आता तू गेलास तरी हरकत नाही.''

हे ऐकून हरबा दारापर्यंत गेला नसेल तोच पुष्पमालेनं त्याला परत बोलावलं आणि म्हटलं,

''माझा एवढा हातरुमाल धुऊन आण. संध्याकाळपर्यंत वाळला पाहिजे. सगळेच रुमाल खराब झाले आहेत.''

हरबा रुमाल धुवून परत आला आणि त्यानं खोलीतल्या तारेवर तो वाळत टाकला तेव्हा आपला तास संपवून माधुरी खोलीत आली होती. पुष्पमालेनं तिला विचारलं,

''काय संपला का तास?''

''हो. आताच संपला. आणखी संस्कृतचा शेवटचा तास होता; पण संस्कृतची ती कंटाळवाणी लेक्चर्स ऐकण्याचं अगदी जिवावर येतं, तेव्हा दिली शेवटच्या तासाला चाट!''

यावर पुष्पमालेनं आपलाही तोच अनुभव असल्याचं सांगितलं. नंतर माधुरीची ओळख करून घेण्याच्या इराद्यानं तिनं म्हटलं,

''तुम्ही कुठल्या?''

''मी साताराची! माझे वडील सरकारी नोकरीतून नुकतेच सेवानिवृत्त होऊन तेथे येऊन राहिले आहेत.''

''तुम्ही मंगळवार पेठेत राहाता?''

माधुरीनं नकारार्थी मान हलवून ती राहात असलेल्या पेठेचं नाव सांगितलं आणि म्हटलं,

''तुम्हाला साताऱ्याची माहिती दिसते?''

यावर पुष्पमालेनं हसून म्हटलं, ''छे! मराठ्यांची एकेकाळची ती राजधानी होती. एवढी माहिती जी इतिहासात वाचली आहे तेवढीच! मात्र, तुमचा तो इतिहासप्रसिद्ध अजिंक्यतारा की अजिमतारा बघण्याची मला फार इच्छा आहे.''

''सारी ऐतिहासिक स्थळं बघण्याजोगी असतात असं थोडंच आहे? त्या स्थळांपेक्षा त्या स्थळाभोवती ज्या ऐतिहासिक भावना निगडित झालेल्या असतात त्यांनाच महत्त्व असतं.'' असं म्हटल्यानंतर जणू काही आपण फारच गंभीर

विषयाची चर्चा सुरू करत आहोत असं वाटून माधुरीनं तो विषय बदलला आणि पुष्पमालेला तिनं तिची माहिती विचारली.

या मामुली संवादात अर्थात कुमारचं नाव कोठेही आलं नाही; त्यामुळे ही माधुरी निराळीच असली पाहिजे अशी पुष्पमालेची प्रथम जी समजूत झाली होती ती अधिक दृढ झाली. बराच वेळ दोघीही स्तब्ध होत्या. मग जेव्हा माधुरी आपलं पातळ बदलू लागली, तेव्हा पुष्पमाला तिच्याकडे सारखी न्याहाळून बघत होती. माधुरी सुंदर होती याबद्दल तिला शंका वाटेना; पण तिच्या सौंदर्यात तिचं विस्तीर्ण कपाळ आणि निळे डोळे या गोष्टी अधिक भर घालत आहेत की तिचा केतकी वर्ण आणि लांबसडक, भुरे केस या गोष्टी अधिक भर टाकत आहेत हे तिला ठरवता येईना. ती नावाप्रमाणेच मधुर आहे याची तिला खात्री पटली. अशा सौंदर्यसंपन्न मुलीवर कुमारचं प्रेम बसलं असेल तर त्यात नवल ते काय? पण ही गोष्ट तिला सहजासहजी मान्य होईना. आणि तिच्या सौंदर्याचा पगडा जसजसा तिच्या मनावर अधिक अधिक बसू लागला तसतशी वरील गोष्ट मान्य करण्यास तिचं मन बिलकूल तयार होईना. आपल्या मत्सरग्रस्त मनाची तिची तिलाच मौज वाटली. आपल्या सोडलेल्या पातळाची घडी करून माधुरीनं ते पातळ तारेवर टाकलं. त्याबरोबर तिची नजर तारेवर वाळत टाकलेल्या रुमालाकडे गेली त्यावर तिला स्पष्ट अक्षरं दिसली,

"To : Kumar

From : Madhuri"

तिचा क्षणभर विश्वासच बसेना. हा रुमाल इथे कसा आला? तो आपण वाळत घातल्याचं तिला आठवेना - नव्हे तिची खात्री झाली की, तो आपण वाळत घातला नव्हता. त्या वेळी पुष्पमाला कॉटच्या खाली असलेल्या आपल्या ट्रंकेतून काहीतरी काढण्यात गुंतली होती. नाहीतर माधुरीच्या मुद्रेवरचे हे सारे भाव तिला स्पष्ट दिसले असते. त्याबद्दल पुष्पमालेला स्पष्ट विचारावं असं तिला वाटलं आणि तिनं तसं केलंही असतं, कारण ज्या नाजूक बंधनांची वीण त्या रुमालाभोवती विणली गेली होती, तीच जणू काय तटातट तुटल्याचा भास तिला झाला आणि अशा वेळी तिच्यासारख्या परिस्थितीमध्ये सापडलेल्या स्त्रिया जे काय करतील तेच तिनं केलं. ती मनस्वी संतापली. त्याच वेळी आठ-दहा तरुणांचा घोळका त्यांच्या खोलीसमोर येऊन थांबला नसता तर तिच्या संतापाचा उद्रेक कोणत्या तऱ्हेनं झाला असता कोणास ठाऊक! त्या तरुणांच्या घोळक्याकडे बघून पुष्पमाला म्हणाली, "काय काम आहे?" थोडा वेळ कुणीच काही बोललं नाही. नंतर त्यांच्यापैकी वासू जोशी नावाचा विद्यार्थी पुढे झाला आणि खिशातून एक सुपारीचं खांड काढून ते पुष्पमालेच्या हातात ठेवून म्हणाला,

"मी उभा आहे. तेव्हा..."

पण काहीतरी फाजीलपणाचा संशय येऊन पुष्पमालेनं ते सुपारीचं खांड जोरानं फरशीवर आपटलं आणि म्हटलं,

"मला दिसतं आहे तुम्ही उभे आहात!"

यावर तिचा रागाचा आविर्भाव बघून तो विद्यार्थी चाचरत म्हणाला, "नाही म्हटलं, मी डिबेटिंगला उभा आहे, तेव्हा आपलं मत..."

हे वाक्य पुरं करण्यापूर्वी त्याला मध्यंतरी पाणी पिण्याची आवश्यकता आहे असं कुणालाही वाटलं असतं; पण ते संपूर्ण वाक्य ऐकण्याची पुष्पमालेला जरुरी वाटली नाही. ती म्हणाली, "माझ्याकडून तुम्ही मताची अपेक्षा करू नका. आपल्या भगिनींबद्दल आपली भावना बघून आपण निवडून यावं असं कोणालाही वाटणार नाही."

आणि नंतर १९४१ सालच्या कॉलेजच्या धीट मुली आपली एखाद्यानं टवाळी केली असता त्या विद्यार्थ्याची ज्या कडक शब्दांत संभावना करतील त्या शब्दांत पुष्पमालेनं केली. मग तो विद्यार्थ्यांचा सारा समूह निघून गेला. वासू जोशी तर भयंकरच हिरमुसला झाला होता; पण बाकीचे विद्यार्थी मात्र थोडेसे हसतच परतले. काही वेळानं त्यांच्यापैकी पुष्पमालेच्या विशेष ओळखीचा जो विद्यार्थी होता तो परत येऊन पुष्पमालेला म्हणाला, "तुम्ही मघाशी किती रागावलात! मला नव्हतं वाटलं की, तुम्ही इतक्या रागवाल. अहो, त्या वाश्या जोशीची आम्ही गंमत केली. त्याला यंदा डिबेटिंगला उभं राहायची फार इच्छा होती, तेव्हा तो माझ्याकडे येऊन म्हणाला, 'गड्या, काहीही कर; पण मुलींची तेवढी मतं मला मिळवून दे." त्यावर मी त्याला म्हटलं, 'अरे, त्यात अवघड काय आहे? मुलींची सारी मतं पुष्पमालेच्या ताब्यात आहेत, तेव्हा तिला गाठ." त्यानं शंका प्रदर्शित केली; 'पण मुलींशी बोलायला सुरुवात कशी करायची?' मग मलाही विनोद करण्याची लहर येऊन मी म्हटलं, "अहा रे वेड्या! आपण एखाद्या अनोळखी मुलाजवळ बोलताना काय करतो? प्रथम बोलण्यापूर्वी त्याला सिगारेट अगर तपकीर देतो. पुष्पमालेला सुपारी फार आवडते, तेव्हा तिच्या हातात सुपारीचं खांड ठेव आणि कर बोलायला सुरुवात!" स्वारीला उपदेश पटला आणि त्यानं लगेच अमलातही आणला."

ही हकिगत ऐकून पुष्पमाला मनसोक्त हसली आणि म्हणाली, "अरेरे, मी उगाच बिचाऱ्याचा अपमान केला; पण प्रथम मला तशी कल्पना तरी देऊन ठेवायची!"

यावर तो विद्यार्थी म्हणाला, "मला कल्पनाच नव्हती की, तुम्ही इतक्या रागवाल. नाहीतर मी आधीच तसं सांगून ठेवलं असतं!"

आणि खरोखर तिलाही आपल्या रागाची कल्पना करता येईना. आजारपणात माणसाचं मन चिडखोर होतं याबद्दल शंका नाही; पण तशा प्रकारचा आपला

चिडखोरपणा असेल असं तिला वाटेना. आपल्याला काहीतरी हवं आहे आणि कोणीतरी अज्ञात शक्ती आपल्यापासून ते हिरावून नेत आहे, असा भास खोलीत आल्यापासून तिच्या मनाला होऊ लागला होता. आपल्याला जी गोष्ट हवी आहे ती गोष्ट आपल्या प्रतिस्पर्ध्यानं नेऊ नये असं तर वाटावं आणि वास्तविक ती गोष्ट नेण्यास आपला प्रतिस्पर्धी आपल्यापेक्षा अधिक लायक आहे अशीही भावना व्हावी. अशा प्रकारच्या कात्रीत माणसाचं मन जेव्हा सापडतं, त्याप्रमाणे पुष्पमालेच्या मनाची तेव्हा स्थिती झाली होती.

माधुरी आणि प्रतिस्पर्धी?

तिला त्या योगायोगाची गंमत वाटली. आपल्या खोलीमध्ये आपल्याला कल्पनाही नसताना नेमका आपला प्रतिस्पर्धी येऊन राहावा याला योगायोग म्हणायचं नाही तर दुसरं काय? माधुरी आपल्यापेक्षा कितीतरी पटीनं सौंदर्यसंपन्न आहे हे नाकबूल करण्यास तिचं मन तयार होईना आणि आपला प्रतिस्पर्धी आपल्यापेक्षा सरस असताना त्याच्या सरसपणाविषयी कबुली देण्यापूर्वी माणसाच्या मनात जी भावना निर्माण होते, तीच भावना पुष्पमालेच्या मनात निर्माण झाली. तिचं मन माधुरीविषयी मत्सरग्रस्त झालं; पण तसं करताना आपण मनाचा हीनपणा दाखवत आहोत अशी खात्री पटताच तिनं त्या भावनेची आपल्या मनातून हकालपट्टी केली आणि एका निराळ्याच दृष्टीनं विचार करून तिनं आपलं समाधान करून घेतलं. ती मनाशी म्हणाली, 'छे! ही ती माधुरी नव्हेच! नावासारखी नावं नसतात का? आणि समजा, तीच ही माधुरी असून तिचं कुमारवर प्रेम बसलं म्हणून बिघडलं कोठे? कुमारचा आणि माझा संबंध काय?'

आणि त्याच वेळी तिला इसापनीतीमध्ये बालपणी वाचलेली 'कोल्हा आणि आंबट द्राक्षे' या गोष्टीची आठवण झाली.

माधुरीचा मात्र आपल्या मनावर ताबा राहिला नाही. तो आपलाच रुमाल आहे याबद्दल तिची खात्री पटली; पण पुष्पमालेला पहिल्याच भेटीत तसं विचारताही येईना. आपली एखादी मौल्यवान ठेव मोठ्या प्रेमानं आपल्या प्रियकराजवळ ठेवावी आणि काही दिवसांनी बघता ती ठेव नाहीशी झालेली दिसावी, अशा वेळी प्रेयसीला जे वाटेल तेच माधुरीला वाटू लागलं. पुरुषांच्या प्रेमाबद्दल ती साशंक बनली आणि जणू काही आपलं प्रेम नष्ट झालं अशी समजूत करून घेऊन राग, द्वेष, असूया, मत्सर आणि दुःख अशा विकारांनी तिचं अंतःकरण भरून तिच्या डोळ्यांत अश्रू दाटून आले. त्याबरोबर डोळ्यांत काहीतरी गेल्याचं निमित्त करून नळावर जाण्यासाठी म्हणून ती खोलीबाहेर पडली आणि तोंड धुण्यापूर्वीच बाथरूम बंद करून ती स्फुंदून स्फुंदून रडू लागली.

त्या वेळी बाहेर भयंकर वारं सुटलं होतं आणि त्या वाऱ्यामुळे तो वाळत

टाकलेला रुमाल फडफडत होता. जणू काही त्या दोघींमध्ये युद्ध सुरू झाल्याचं निदर्शन करणारा तो ध्वजच होता. आपण केवढं क्रूर कर्म साधलं होतं याची त्या निर्जीव रुमालाला कल्पना तरी होती का?

४

टिळक रोडवरून लकडी पुलाकडे वळताना कोपऱ्यावर एक तीनमजली इमारत तुम्हाला दिसेल. तिच्या आकर्षक बांधणीमुळे ती इमारत कोणाच्याही नजरेत चटकन भरण्यासारखी आहे ही गोष्ट खरी; पण त्याहीपेक्षा अगदी अलीकडे एका दुर्दैवी घटनेमुळे तिला अधिक महत्त्व प्राप्त झालं आहे. त्या इमारतीजवळून जाताना कोणीही मनुष्य काही काळ त्या इमारतीसमोर थबकून त्या दुर्दैवी घटनेचा उल्लेख करून म्हणेल, 'खरोखर या जगात न्याय नाही. नाहीतर डॉक्टरांवर निष्कारण असा प्रसंग का आला असता? असलं कृत्य डॉक्टरांच्या हातून होईल असं तुम्हाला वाटतं का? डॉक्टर म्हणजे किती सालस माणूस! चांगला डॉक्टर आपल्याला अंतरला एवढं मात्र खरं! दोन वर्षांपूर्वी इथे आला काय; आपल्या गुणांनी ताबडतोब साऱ्यांना अगदी हवाहवासा झाला काय आणि त्या साऱ्यांना चटका लावून गेला काय! सारंच विचित्र आणि स्वप्नमय वाटतं.'

आणि खरोखरच तो सारा इतिहास विचित्र आणि स्वप्नमय वाटावा असाच घडला होता. आज ज्या एका दुर्दैवी घटनेमुळे त्या इमारतीला विशेष महत्त्व प्राप्त झालं आहे, तसंच दोन-तीन वर्षांपूर्वी एका निराळ्याच गोष्टीमुळे ती इमारत थोड्याच काळात प्रसिद्धीस आली होती. त्या वेळी डॉक्टर सतीश यांनी त्या ठिकाणी आपला दवाखाना नुकताच उघडला होता आणि त्यांच्या दवाखान्यावरील 'डॉ. सतीश यांचा दवाखाना' ही पाटी

बघून लोकांसाठी तो एक कुतूहलाचा विषयच होऊन बसला होता. साऱ्यांना त्या पाटीवरचं नाव बघून वाटे की, हे डॉक्टर बंगाली गृहस्थ असले पाहिजेत आणि प्रत्यक्ष डॉक्टरांना बघताच त्यांचा हा समज अधिक दृढ होई. त्यांचा मुंडीछाट शर्ट, गौरवर्ण, वाटोळा चेहरा, भव्य कपाळ आणि बारीक चमकदार डोळे या गोष्टी बघून तर ते बंगालीच असले पाहिजेत याबद्दल बघणाऱ्याच्या मनात मुळीच शंका उरत नसे. त्यांच्यापैकी एखाद्याला क्वचितप्रसंगी त्यांचं औषध घेण्याचा प्रसंग आला, तर तो माणूस त्या गोष्टीची शहानिशा करण्यासही कमी करत नसे. तो डॉक्टरांना जणू काही ते बंगालीच आहेत असं गृहीत धरून हळूच प्रश्न विचारे, “डॉक्टर, आपला प्रांत सोडून तुम्ही इकडे कसे आलात?”

यावर त्याच्या प्रश्नाचा रोख ओळखून डॉक्टरांना विनोद करण्याची लहर येऊन ते म्हणत, “तिकडे माझी प्रॅक्टिस चांगली चालेना; मग काय करू? उदारपणाबद्दल तुमच्या महाराष्ट्रीयन लोकांची बरीच ख्याती आहे, तेव्हा म्हटलं, बघू इकडे जम बसला तर!”

पण चांगल्या डॉक्टरांची प्रॅक्टिस तिकडे चालणार नाही हे अशक्य वाटून निराळाच विचार त्याच्या मनात उत्पन्न होई. हा बंगाली डॉक्टर काहीतरी विशिष्ट राजकीय हेतू मनात धरून तर येथे आला नाही ना असे त्याला वाटे आणि असला प्रश्न विचारणं इष्ट होणार नाही असा विचार करून तो फक्त संशयित नजरेनं डॉक्टरांकडे बघून गप्प बसून राही.

पण त्याची ती स्तब्धता बरी न वाटून डॉक्टर सतीश हसून म्हणत, “तुम्ही गप्प का बसलात? बंगाली डॉक्टरच्या औषधाला गुण नसतो असं तर नाही ना तुम्हाला वाटत? का मी बंगाली म्हणून तुम्हाला परका वाटतो?”

यावर तो माणूस ओशाळून म्हणत असे, “छे, छे! डॉक्टर! बंगाली लोकांबद्दल खरोखरच आम्हाला अभिमान वाटतो. आमचे लोक तुमच्यापेक्षा कदाचित अधिक बद्धिमान असतील; पण त्यांच्यामध्ये भावना बिलकूल सापडायची नाही आणि जगातील सारी अलौकिक कृत्यं केवळ भावनेच्याच भरात होत नसतात का? ही भावना तुमच्या बंगाली लोकांत सापडते आणि म्हणूनच त्यांच्या हातून काहीतरी कार्य घडेल असा आम्हाला विश्वास वाटतो. तुमचे सुभाषचंद्र बोसच बघा ना? भावनेच्या भरात एकदम अदृश्य झाले. नाहीतर आमचे पुढारी! हा पक्ष श्रेष्ठ की तो पक्ष श्रेष्ठ याचीच चर्चा करत बसले आहेत. भावनाविरहित बुद्धी करायचीय काय?' असं म्हणून काही काळ थांबल्यानंतर तो डॉक्टरांना हळूच विचारी, “डॉक्टर, खरोखर सुभाषचंद्र कोठे आहेत हे तुम्हाला माहीत आहे का?”

मग गंभीरपणाचा आव आणून डॉक्टर म्हणत, “छे! ते मी नाही सांगू शकणार!”

असं म्हणून ते त्या माणसाकडे अशा काही आविर्भावानं बघत की जणू काही त्यांना म्हणायचं आहे, 'मला ते कोठे आहेत हे माहीत आहे; पण ते गुपित मी तुम्हाला कसं सांगू?'

आणि मग त्या माणसाची जास्तच खात्री होई की, हा बंगाली डॉक्टर येथे विशिष्ट राजकीय हेतू मनात धरूनच आला असला पाहिजे.

ते स्वतः महाराष्ट्रीयन कोकणस्थ ब्राह्मण होते, तरी थोड्याच दिवसांत ते साऱ्या पुण्यात 'बंगाली डॉक्टर' म्हणून ओळखले जाऊ लागले. या गोष्टीची मोठी गंमत वाटून डॉक्टरांच्या मनात विचार येई, 'प्रॅक्टिसमध्ये आपला चांगला जम बसण्यास हेच कारण तर नसेल ना? कारण परकीय लोकांबद्दल महाराष्ट्रीयन लोकांना अधिक आकर्षण वाटतं ही गोष्ट तितकीच खरी आहे.'

आणि खरोखरच धंद्याच्या सुरुवातीला त्यांचा अगदी आश्चर्यकारक असाच जम बसला होता. ते कधीही रिकामे सापडत नसत आणि म्हणूनच त्या दिवशी दुपारी ते आपल्या दवाखान्याच्या गॅलरीत स्वस्थ उभे असलेले पाहून कुणालाही आश्चर्य वाटलं असतं. ते कुणाची मार्गप्रतीक्षा करत असावेत असं वाटत नव्हतं. त्यांच्या दवाखान्याच्या त्या गॅलरीत उभं राहिल्यानंतर समोर जो एक रस्ता अगदी दूरपर्यंत दिसतो, त्या रस्त्याकडे त्यांनी आपली नजर लावली होती खरी; पण त्या नजरेत काही हेतू दिसत नव्हता. आत मनस्वी उकडत होतं म्हणून ते गॅलरीत उभे असावेत या पलीकडे त्यांच्या उभं राहाण्याला दुसरा अर्थ दिसत नव्हता. कारण त्या वेळी सारं आकाश पांढऱ्या ढगांनी गच्चं भरलं होतं आणि ऐन दुपारची वेळ असल्यामुळे हवेत भयंकर उष्मा होता. मधूनच वाऱ्याची एखादी झुळूक येई; पण ती अंगाला गारव्याऐवजी उबाराच देऊन पुढे निघून जाई आणि त्याबरोबर झाडांचा गळून पडलेला पालापाचोळा जमिनीवरून सळसळ करत पुढे सरके आणि क्वचितप्रसंगी वर हवेत उडून गरगर फिरून पुन्हा जमिनीवर स्थिर होई. अशा वेळी पर्जन्यवृष्टी होऊन सारं वातावरण एकदम थंडगार व्हावं असं माणसाला वाटतं; पण पांढऱ्या निर्जल ढगांकडे बघून आपली पर्जन्यवृष्टीची अपेक्षा सफल होणार नाही याबद्दल त्याची खात्री असते. मग निदान जोराचा वारा येऊन सारं आकाश मेघविरहित तरी व्हावं अशीही माणूस अपेक्षा करतो; पण त्याची तीही इच्छा सफल होत नाही. तो उष्मा सहन करण्यावाचून त्याला दुसरं गत्यंतर नसतं. ज्या वेळी माणसाचं मन निसर्गात रमत नाही, त्या वेळी त्याचं मन काहीसं अंतर्मुख बनतं. निदान त्या वेळी डॉक्टरांचं तरी तसं बनलं होतं. त्यांना काहीतरी हवंसं वाटत होतं; पण त्या गोष्टीच्या प्राप्तीबद्दल ते साशंक बनले होते किंवा असंही म्हणता येईल की, जी गोष्ट माणसाला अगदी उत्कटतेनं हवीशी वाटते, तिच्या प्राप्तीबद्दल विचार करताना ती गोष्ट आपल्याला मिळण्याऐवजी ती आपणापासून दुरावेल की काय अशी भीती

त्याला वाटत राहाते. डॉक्टरांच्या मनाची अगदी हीच अवस्था झाली होती. ज्या वेळी त्यांनी पुष्पमालेला प्रथम हॉस्पिटलमध्ये बघितलं त्याच वेळी त्यांना तिच्याबद्दल आकर्षण वाटू लागलं होतं. ती जोपर्यंत ससून हॉस्पिटलमध्ये होती तोपर्यंत त्यांची घरच्या दवाखान्यात बराच वेळ गैरहजेरी असे. उलट ती जेव्हा घरच्या दवाखान्यात राहायला आली तेव्हापासून हॉस्पिटलमध्ये त्यांची बरीच गैरहजेरी भासू लागली. त्यांनी मनःपूर्वक पुष्पमालेची शुश्रूषा केली. त्यांनी तिच्याबद्दल दाखवलेल्या अधिक आपुलकीमुळे त्यांच्या कानावर त्याबद्दल जी कुजबुज आली ती त्यांनी अगदी मुकाट्यानं ऐकून घेतली होती. जणू काही त्यांनी असं ठरवलं होतं की, अंतःकरणात ज्या भावना स्फुरतील त्याप्रमाणे वागायचं आणि त्यासाठी जे लोकापवाद येतील ते सहन करायचे! पंधरा दिवस त्यांच्या घरच्या दवाखान्यात राहिल्यानंतर पुष्पमालेचा हात अगदी पूर्णपणे बरा झाला होता आणि तरीही डॉक्टरांची इच्छा होती की, तिनं त्यांच्या दवाखान्यात अजून काही दिवस राहावं आणि त्याप्रमाणे आदल्या दिवशी दवाखान्यातून जाण्यापूर्वी ते तिला म्हणालेसुद्धा, ''तुम्ही अजून काही दिवस इथे राहावं असं मला वाटतं.''

यावर पुष्पमाला त्यांना म्हणाली होती, ''डॉक्टर, खरं म्हणजे इतके दिवस राहिले हेच अधिक राहिले. वास्तविक इतकी जरुरी नव्हती!''

''तुमची इथे नीट व्यवस्था होत नाही का?''

या डॉक्टरांच्या बोलण्यावर ती म्हणाली होती,

''असं कुठे मी म्हटलं? उलट वाजवीपेक्षा जास्त व्यवस्था तुम्ही ठेवलीत.''

हे बोलल्यानंतर तिला वाटलं, उगाच आपण असं बोललो. कारण वाजवीपेक्षा आपली जास्त व्यवस्था डॉक्टरांनी राखली ही गोष्ट खरी होती; पण त्या गोष्टीची आपल्याला जाणीव झाली आहे असं डॉक्टरांना दर्शवायला नको होतं आणि चुकून आपल्या तोंडातून दुसऱ्याच्या अंतःकरणाला झोंबेल असं वाक्य बाहेर पडल्यानंतर ते सावरून घेण्याच्या इराद्यानं माणूस ज्याप्रमाणे त्या दुसऱ्या माणसाशी बोलेल त्याप्रमाणे पुष्पमाला पुढे त्यांच्याशी पुष्कळ वेळ बोलत राहिली होती. ती जाताना त्यांना म्हणाली, ''डॉक्टर, खरोखरच तुम्ही माझ्यावर केवढे उपकार केलेत! कुणी इतक्या काळजीनं माझी शुश्रूषा केली नसती.''

''उपकाराची भाषा तुम्ही बोलू नका. काही माणसांची सेवाशुश्रूषा करण्यात जो आनंद असतो त्याची तुम्हाला कल्पना येणार नाही.''

असं म्हणून त्यांनी तिच्याकडे जी एक विशिष्ट नजर लावली होती ती आता तिच्या अगदी परिचयाची झाली होती, कारण तिच्या हाताचं बँडेज सोडताना अगर बांधताना आपलं काम थांबवून तिचा हात काही काळ आपल्या हातात घेऊन ते तिच्याकडे याच स्थिर नजरेनं बघत असत आणि एक निःश्वास टाकत. काही धूर्त

माणसं उडत्या पाखरांचे पंख मोजण्यात निष्णात असतात ही गोष्ट खरी किंवा खोटी हे सांगणं कठीण आहे; पण यौवनारूढ स्त्रिया आपल्याकडे बघणाऱ्या पुरुषांच्या नजरेतील अभिप्राय ओळखण्यात मात्र निष्णात असतात ही गोष्ट तितकीच खरी. पुष्पमालेच्या नजरेतून तो अभिप्राय सुटत नसे आणि अशा वेळी त्या पुरुषाला न दुखावता त्याच्यापासून हळूच दूर होण्यात जी चतुराई स्त्रिया नेहमी दाखवतात तीच तिनं दाखवली होती. तिला अगदी पहिल्यापासून डॉक्टरांविषयी प्रेमापेक्षा आदरच फार वाटत होता आणि तिच्याशी त्यांची वागणूक जरी अधिक सलगीची झाली होती तरी तो आदर शेवटपर्यंत टिकवण्याचा तिनं आटोकाट प्रयत्न केला होता.

अगदी शेवटी जाताना डॉक्टर तिला म्हणाले होते, "बरं आमची आठवण ठेवा."

तेव्हा ती म्हणाली होती, "डॉक्टर, तुम्हाला मी आजन्म विसरणार नाही."

हे तिचं वाक्य पुढे अगदी निराळ्याच अर्थानं खरं होईल याची तिला त्या वेळी कल्पनाही नसेल. यावर डॉक्टरांनी अशा काही नजरेनं तिच्याकडे बघितलं होतं की, जणू काही त्यांना म्हणायचं होतं, 'आणि मी तरी तुम्हाला या जन्मात विसरेन असं वाटतं का?'

मग एखाद्या मधुर स्वप्नाप्रमाणे ते वाक्य त्यांच्या मनात सारखं घोळत राहिलं होतं. आतासुद्धा गॅलरीत उभं असताना डॉक्टरांचा त्याच वाक्यावर विचार चालला होता आणि जेव्हा टेलिफोनच्या घंटेचा आवाज त्यांच्या कानावर येऊन आदळला, तेव्हा एखाद्या सुंदर स्वप्नातून कोणीतरी खडबडून जागं केल्याप्रमाणे त्यांनी आपली चर्या केली आणि आत जाऊन टेलिफोनचा रिसीव्हर कानाला लावून ते बोलू लागले. ज्या व्यक्तीशी ते बोलत होते, त्या व्यक्तीचं बोलणं ऐकण्यास ते फारसे उत्सुक दिसत नव्हते. उलट आपल्या गोड विचारात निष्कारण अडथळा आणल्याबद्दल एक त्रासिक भाव त्यांच्या मुद्रेवर स्पष्ट उमटला आणि जेव्हा त्या व्यक्तीनं आपण आता दवाखान्यात येत आहोत असं सांगितलं, तेव्हा त्यांनी ताबडतोब रिसीव्हर खाली ठेवला आणि जणू काही असं दर्शवलं की, तुम्ही आलात तरी मला त्याचं मोठं महत्त्व वाटणार नाही. मग ते पुन्हा गॅलरीत जाऊन उभे राहिले.

थोड्याच वेळात लकडी पुलाच्या बाजूनं भर वेगात एक मोटार आली आणि डॉक्टरांच्या दवाखान्यासमोर येऊन उभी राहिली. मोटार थांबताच आतील व्यक्तीनं आपल्या घोगऱ्या आवाजात सांगितलं, "हॉर्न दे!"

त्या व्यक्तीची अपेक्षा होती की, मोटारचा हॉर्न ऐकताच डॉक्टर सतीश खाली येऊन आपलं स्वागत करतील; पण ती अपेक्षा व्यर्थ ठरताच ती व्यक्ती स्वतः मोटारीतून खाली उतरली. त्या वेळी उन्हात त्या व्यक्तीचं टक्कल चमकलं ते डॉक्टरांना स्पष्ट दिसलं. वर बघून त्यांनी म्हटलं, "हॅलो डॉक्टर! ठीक आहे ना?"

यावर डॉक्टर मनात खचित म्हणाले असतील, 'आतापर्यंत ठीक होतं; पण आपलं दर्शन झाल्यानंतर आता ठीक राहीलच हे सांगता येत नाही.'

पण केवळ शिष्टाचार म्हणून ते म्हणाले, "वा! ठीक आहे तर! वर या ना!"

असं म्हणून ते जागचे फक्त हलले; पण त्या व्यक्तीचा आदरसत्कार करण्याच्या इराद्यानं ते खाली आले नाहीत. हा त्या व्यक्तीला आपला अपमान वाटला असावा असं दिसलं, कारण आपल्या आयुष्याची सारी वर्षं पोलीस खात्यात घालवून अखेरीस पोलीस सुपरिटेंडंट झाल्यानंतर अशा साध्या गोष्टीत दादासाहेबांना अपमान न वाटता तरच नवल! मनातून ते नाराज होऊनच वर गेले. डॉक्टरांनी एका खुर्चीकडे अंगुलीनिर्देश केल्यानंतर ते त्या खुर्चीवर बसले. डॉक्टर बराच वेळ गप्प बसून त्यांच्याकडे न्याहाळून बघत होते. टक्कल पडल्यामुळे मोठं दिसणारं त्यांचं कपाळ अधिक विस्तारामुळे भीषण वाटत होतं. त्यांच्या डोळ्यांभोवती काळी वर्तुळं तयार झाली होती आणि अति मद्यसेवनामुळेच की काय कोण जाणे; पण त्यांच्या डोळ्यांत एक प्रकारचा बेदरकारपणा स्पष्ट दिसत होता आणि त्याहीपेक्षा त्यांच्या दाट केसाळ भुवयांमुळे त्यांच्या मुद्रेवर जो एक भयंकर उग्रपणा आला होता, तो बघून तर न सांगताच हे गृहस्थ पोलीस खात्यात असले पाहिजेत ही गोष्ट कुणालाही समजली असती. डॉक्टर काहीच बोलत नाहीत हे बघून दादासाहेब म्हणाले, "डॉक्टर, मी कशाकरता आलो आहे हे तुम्हाला माहीत आहे का?"

हे ऐकल्यानंतर मायक्रोफोनवर एकदम दोन लोक बोलल्यानंतर जसा घोगरा स्वर निर्माण होईल त्याप्रमाणे डॉक्टरांना भास झाला. यावर ते म्हणाले,"मला कसं माहीत असणार?"

"हो! तेही खरंच आहे. मग सांगतोच!" असं म्हणून ते बराच वेळ थांबले आणि जे काय बोलायचं आहे त्याची मनाशी जुळणी करू लागले.

मग ती जुळणी झाल्यानंतर त्यांनी बोलण्यास सुरुवात केली, "आपल्या दवाखान्यात माझी मुलगी अचला आहे ना?"

डॉक्टरांनी नुसती मान हलवली.

दादासाहेब पुढे म्हणाले, "तिला तुम्ही दवाखान्यातून जायला सांगता?"

त्यांना मध्येच थांबवून डॉक्टर म्हणाले, "हो, मग त्यात बिघडलं कुठे?"

यावर दादासाहेब उच्च स्वरात म्हणाले, "तुमचं बिघडत नसेल; पण तिचं बिघडतं."

"माझ्या दृष्टीनं तिची प्रकृती आता चांगली झाली आहे. निदान याच्यापलीकडे माझ्या हातून काही व्हायचं नाही. तिला हिस्टेरिया झालेला आहे, तेव्हा आता हे असंच चालायचं!"

"पण तिला जर वाटतंय की, आपली प्रकृती अजून चांगली झालेली नाही

आणि आपण येथे राहावं तर तुमची हरकत कसली?''

''तिच्या वाटण्यावर काही माझं अवलंबून नाही. मला जे वाटतं तेच खरं!''

''तुम्हाला जर पैशाबद्दल वाटत असेल तर मी आधी सारे पैसे द्यायला तयार आहे.''

दादासाहेबांनी केलेला पैशाचा उल्लेख ऐकून डॉक्टरांना मनस्वी संताप आला, कारण आतापर्यंत ते कधीही पैशाच्या मागे लागले नव्हते. त्यांचा तो स्वभावच नव्हता आणि जी गोष्ट कटाक्षानं केली नाही ती केल्याचा आरोप झाल्यानंतर माणूस ज्याप्रमाणे संतापतो त्याप्रमाणे डॉक्टर संतापले आणि बोलू लागले,

''मला नाही पैशाची एवढी किंमत! मी आतापर्यंत फक्त रोग्याच्या कल्याणाकडेच बघत आलो आहे आणि......''

पण डॉक्टरांना मध्येच थांबवून दादासाहेबांनी म्हटलं, ''डॉक्टर, रोग्याचं कल्याण तुम्ही बघता ना? मग या रोग्याच्या कल्याणाची एक गोष्ट सांगितली तर ती तुम्ही ऐकाल का?''

डॉक्टरांनी नुसती मान हलवली. मग काही वेळानं दादासाहेब अगदी खालच्या स्वरात म्हणाले, ''डॉक्टर खरं सांगू? अचलानं तुमच्याशी लग्न करण्याचा सारखा ध्यास घेतला आहे. तेव्हा...''

आता मात्र डॉक्टरांचा संताप अनावर होऊन ते म्हणाले, ''दादासाहेब, यापुढे एक शब्दही बोलू नका.''

आणि पुढे त्यांना बोलायचं होतं असं दिसलं; पण अत्यंत संतापामुळे त्यांच्या तोंडून एक शब्दही बाहेर पडला नाही. त्या वेळी दादासाहेबांच्याही अंगात पोलिसी अधिकाराचा संचार झाला होता. ते दरडावणीच्या स्वरात म्हणाले, ''डॉक्टर, मी सुचवलेल्या मार्गात तुमचं काय अकल्याण आहे? बोला?... बोला ना?... असे गप्प का?''

जणू काही एखाद्या आरोपीला त्याचा कबुलीजबाब घेण्याच्या इराद्याने त्याला धाक दाखवून जसे पुनःपुन्हा तेच प्रश्न विचारावेत तसे त्यांनी डॉक्टरांना विचारले.

डॉक्टर तितक्याच उच्च स्वरात म्हणाले, ''माझं कल्याण-अकल्याण ठरवणारे तुम्ही कोण?''

हा घाव त्यांच्या अगदी वर्मी लागला. मग वर्मी घाव घातल्यानंतर एखाद्या हिंस्त्र पशूनं ज्याप्रमाणे जागच्या जागी नुसती हालचाल करावी त्याप्रमाणे त्यांनी केली. बराच वेळ कुणीच काही बोललं नाही. मग संतापाचा आवेग न आवरून डॉक्टर आपल्या जागेवरून उठले आणि नर्सला हाका मारत म्हणाले,

''नर्स, त्या अचलेला आताच्या आता हाताला धरून दवाखान्याच्या बाहेर हाकलून द्या. माझ्या दवाखान्यात असले रोगी नकोत.''

हे बोलणं ऐकून, लगेच तेथे एक नर्स येऊन दाखल झाली. तिनं यापूर्वी डॉक्टरांना इतकं संतापलेलं कधीच बघितलं नव्हतं. ती प्रश्नार्थक मुद्रेनं त्यांच्याकडे बघत उभी राहिली. डॉक्टरांनी पुन्हा त्याच वाक्यांचा उच्चार केला; पण दादासाहेबांचासुद्धा संताप अनावर झाला होता आणि आतापर्यंत त्यांना असले अपमानकारक शब्द ऐकण्याची सवय नसल्यामुळे तर त्यांना तो अधिकच जाणवला. ते जागेवरून उठले आणि त्या नर्सकडे बघत म्हणाले, "तुम्ही कशाला हव्यात? मीच तिला घरी घेऊन जातो."

आणि लगेच वेडेवाकडे हातवारे करत ते अचलाच्या खोलीकडे गेलेसुद्धा! खोलीत गेल्यानंतर ते तिला ओरडून म्हणाले, "चल, ऊठ! आपल्याला घरी जायचं आहे. अशा माणसावर तुझं कसं प्रेम बसलं कुणास ठाऊक?"

हा अनपेक्षित प्रकार पाहून ती गोंधळून गेली आणि काही बोलणार इतक्यात दादासाहेबांनी तिचा हात धरून तिला कॉटवरून खाली ओढून उभी केली. त्या वेळी तिनं आपलं नेहमीचं अस्त्र बाहेर काढलं. ती मोठ्यांदा रडू लागली. दादासाहेबांनी तिला ओढत ओढत जेव्हा खोलीच्या दाराशी आणलं, तेव्हा ती रडत म्हणाली, "मला नाही इथून जायचं! मी लग्न करणार आहे त्यांच्याशी! माझं प्रेम आहे त्यांच्यावर!"

आणि पुढे ती इतकी बरळत राहिली की, तिनं आपण आपल्या पित्यापेक्षा काही कमी मूर्ख नाही हे पुरेपूर सिद्ध केलं; पण दादासाहेबांनी पोलीस खात्यात नोकरी केल्यामुळे निदान आपल्या कन्येकडून तरी अपमान सहन करणं त्यांना शक्य नव्हतं. म्हणून त्यांनी ओढतच तिला दारापाशी आणलं आणि जिना उतरण्यापूर्वी डॉक्टरांकडे बघून ते म्हणाले,

"डॉक्टर, अजून माझ्या प्रश्नाचा विचार करा. वाटल्यास विचार करण्यासाठी आठ दिवस घ्या."

यावर डॉक्टर कुत्सित स्वरात म्हणाले, "मूर्ख प्रश्नाचा विचार करण्यासाठी आठ दिवस हवेत कशाला?"

आता मात्र दादासाहेबांच्या अपमानाचा अगदी कडेलोट झाला. त्यांच्या शरीरावरच नव्हे, तर बोलण्यावरही त्यांचा ताबा राहिला नाही. ते अडखळत म्हणाले, "डॉक्टर, लक्षात ठेवा, तुम्हीही कधीतरी माझ्या कचाट्यात सापडाल!"

हे वाक्य पुरं करण्यासाठी त्यांना बरेच श्रम पडले. सर्पानं डंख मारल्यानंतर तो जसा निस्तेज बनतो, त्याप्रमाणे एकदम त्यांचा चेहरा अगदी निस्तेज झाला आणि आपल्या बोलण्याचा डॉक्टरांच्या मनावर काय परिणाम झालेला आहे याचा अदमास न घेताच दादासाहेब अचलासह धाडधाड जिना उतरून खाली गेले.

डॉक्टरांना त्यांच्या बोलण्याचं काहीच नवल वाटलं नाही, कारण संतापाच्या

भरात एखादा दुष्ट माणूस जे बोलेल तेच दादासाहेब बोलले होते. अचला आपल्या दवाखान्यातून अशा तऱ्हेनं का होईना पण निघून गेल्याबद्दल त्यांना समाधान वाटलं. आणि जणू काही तिचा आपल्या मार्गामध्ये अडथळा होता आणि तो आता दूर झाला असं वाटून त्यांना हायसं झालं. आता पुष्पमालेबद्दल विचार करण्यास आपल्याला पूर्ण मुभा आहे अशी समजूत होऊन त्यांचं मन तिच्याच विचारात गुंग होऊन गेलं. तिच्या वाक्याची त्यांना आठवण झाली; 'मी तुम्हाला आजन्म विसरणार नाही.'

आणि मग ते तिच्या विचारात इतके गढले की, जणू काही दादासाहेब आपल्या दवाखान्यात आलेच नव्हते, अचला आपल्या दवाखान्यात राहिलीच नव्हती; दादासाहेबांचं आणि आपलं भांडण झालंच नाही असं त्यांना वाटू लागलं. त्या साऱ्याच गोष्टी केवळ भासमय आणि सत्य फक्त एकच! ते म्हणजे पुष्पमालेबद्दलचं आपलं प्रेम!

आणि मग या विचारात ते इतके गुंग झाले की, खाली दादासाहेबांनी आपल्या ड्रायव्हरला तो समोरच्या 'रिगल' रेस्टॉरंटमध्ये चहा पिण्यासाठी गेला म्हणून ज्या शिव्या दिल्या त्या त्यांना ऐकू आल्या नाहीत. त्यांची मोटार केव्हा निघून गेली हेही त्यांना कळलं नाही. त्याचप्रमाणे भयंकर वारा सुटून जमिनीवरची सारी धूळ आणि पालापाचोळा आकाशात उंच उडून जी वावटळ निर्माण झाली तीही त्यांना दिसली नाही. त्यांची अंतर्बाह्य दृष्टी पुष्पमालेकडे लागली होती याबद्दल शंका नव्हती, कारण त्यांना कल्पना का नव्हती की, या जगात सुष्टांपेक्षा दुष्टांचीच मर्जी अधिक सांभाळावी लागते! नाहीतर त्याचे परिणाम भोगावे लागतात.

कळत किंवा नकळत त्यांनी एक दुष्ट शत्रू निर्माण केला होता. नकळत का होईना; पण सर्पाच्या शेपटीवर पाय पडल्यानंतर त्यानं चावा न घेतला तरच नवल!

५

कोणत्याही शक्तीचा असा एक धर्म आहे की, फार काळ ती सुप्तावस्थेत राहू शकत नाही. मेघमालेतील विद्युल्लता, वनातील वडवानल किंवा भूगर्भातील लाव्हा या गोष्टी अधिक काळ सुप्तावस्थेत राहिलेल्या कुणी बघितल्या आहेत का? माणसातील उत्साह हीसुद्धा अशीच एक शक्ती नव्हे काय? आणि त्या शक्तीला तुम्ही कितीही बंधनं घातलीत तरी बंधनांना न जुमानणाऱ्या अथांग जलाप्रमाणे त्याचा उद्रेक केव्हा आणि कसा होईल हे सांगता येणं कठीण आहे किंवा असाही सामान्य सिद्धान्त सांगता येईल की, जितकी एखादी शक्ती अधिक काळ सुप्तावस्थेत राहील तितका अधिक जोराने त्या शक्तीचा उद्रेक झालेला तुम्हाला आढळेल.

त्या दिवशी पुण्यातील साऱ्या विद्यार्थ्यांचा तो अपूर्व उत्साह बघून कुणालाही या नियमाचं पुरेपूर प्रत्यंतर आलं असतं. १९३९ साली महायुद्धाचं रणशिंग फुंकल्यापासून भारतीय राजकारणाला जे एक अनिश्चित स्वरूप प्राप्त झालं होतं; त्यामुळे विद्यार्थ्यांना त्या तसल्या अनिश्चित स्थितीत इच्छा असूनदेखील राजकारणात प्रत्यक्ष किंवा अप्रत्यक्ष भाग घेणं कठीण होऊन बसलं होतं आणि म्हणूनच त्या दबलेल्या उत्साहाचा त्या दिवशी निषेधाच्या चळवळीच्या रूपानं जो उद्रेक झाला, तो बघून कोणाही विचारी माणसाला आश्चर्य वाटण्याजोगं नव्हतं.

त्या चळवळीच्या पाठीमागील थोडक्यात इतिहास असा होता की, सर मॉरिस ग्वायर यांनी दिल्ली विश्वविद्यालयातील दोन विद्यार्थ्यांना त्यांनी राजकारणात भाग घेतल्या कारणामुळे एक वर्षापर्यंत आपल्या शैक्षणिक पदवीस मुकावं असा आपल्या अखत्यारीत ठराव केला. हेच सर मॉरिस ग्वायर मुंबई विश्वविद्यालयाच्या पदवीदान समारंभाच्या वेळी मुख्य वक्ते म्हणून येणार असं जाहीर होताक्षणीच त्यांचा निषेध करण्याचं मुंबईच्या विद्यार्थी वर्गानं ठरवलं. त्या वेळी मिरवणुकीतील काही विद्यार्थ्यांवर त्यांनी गडबड केली म्हणून पोलिसांकडून लाठीहल्ला करण्यात आला. त्या हल्ल्याचा निषेध करण्यासाठी २२ ऑगस्ट १९४१ या दिवशी विद्यार्थ्यांनी हरताळ पाळावा असं ठरलं आणि शाळा-कॉलेजातील जो तो विद्यार्थी हा हरताळ संपूर्ण यशस्वी करण्याच्या खटपटीस लागला. या निषेधाच्या चळवळीत फक्त विद्यार्थ्यांनीच भाग घेऊन चालणार नाही तर विद्यार्थिनीही त्यामध्ये सामील झाल्या पाहिजेत अशी तर विद्यार्थ्यांची जोराने खटपट चालू होतीच; पण विशेषतः आपल्या कॉलेजातील विद्यार्थिनींचं अधिक सहकार्य दिसलं पाहिजे यासाठी निरनिराळ्या कॉलेजांतील विद्यार्थ्यांमध्ये एक प्रकारची चढाओढ लागली होती आणि म्हणूनच त्या दिवशी अगदी सकाळी काही विद्यार्थी पुष्पमालेकडे गेले. त्या वेळी ती झोपली होती आणि त्या विद्यार्थ्यांच्या सांगण्यावरून हरबानं जेव्हा तिला हाक मारली, तेव्हा ती चिडूनच उठली; कारण त्या वेळी तिला कसलं तरी सुंदर स्वप्न पडत होतं आणि ते पुरं होण्यापूर्वीच हरबाच्या हाकेनं ती जागी झाली. हरबानं तिला उठवण्याचं कारण सांगताच ती गॅलरीत आली आणि तिनं खाली झाडाखाली जमलेल्या विद्यार्थ्यांच्या समूहाकडे बघितलं.

मग ती थेट स्नानगृहाकडे धावली आणि दार लोटून ती स्वतःला अर्धवट पडलेलं स्वप्न आठवू लागली. तिला ते बिलकुल आठवेना, तेव्हा ती अधिकच चिडली आणि जणू काही ते विद्यार्थीच आपल्या स्वप्नाचा भंग करण्यास कारणीभूत आहेत या जाणिवेनं खाली येऊन ती त्यांच्याशी बोलू लागली. त्यांनी जेव्हा त्यांच्या येण्याचं कारण सांगितलं, तेव्हा ती म्हणाली, "तुम्ही काय म्हणून हरताळ पाळणार आहात?" या बोलण्यात तिचा चिडका स्वर प्रतीत झाल्यावाचून राहिला नाही.

तिच्या प्रश्नाचा रोख न ओळखून त्यांच्यापैकी एक विद्यार्थी तिला मॉरिस ग्वायर प्रकरणाचा इतिहास सांगू लागला.

तो पुरता ऐकून घेण्यापूर्वीच तिनं हसून म्हटलं, "मला तो सारा इतिहास माहीत आहे. माझ्या प्रश्नाचा अर्थ असा की, तुम्ही जो हरताळ पाळणार आहात तो कितपत योग्य आहे?"

यावर काही विद्यार्थी जणू काही तिचा प्रश्न किती खुळचट आहे अशा इराद्यानं हसले.

पुष्पमालेच्या हे लक्षात येताच ती त्यांच्याकडे बघून म्हणाली, ''नुसत्या हसण्यात काहीच अर्थ नाही. तुम्ही त्याचा नीट विचार केला आहे का?''

तेव्हा त्यांपैकीच एक विद्यार्थी अधिक हसून म्हणाला, ''नाहीतर आम्ही येथे कशाला आलो असतो?''

पुष्पमालेनं त्याच्याकडे बघून जोरानं म्हटलं, ''मी सांगते, तुम्ही त्या गोष्टीचा नीट विचार केलेलाच नाही. नाहीतर तुम्ही खरोखरच येथे आला नसतात!''

आणि काही वेळ थांबून तिनं त्यांच्यापैकी एकाला विचारलं, ''तुम्ही कोणाचा निषेध करणार?''

त्या मुलानं चटकन उत्तर दिलं, ''कोणाचा म्हणजे? सर मॉरिस ग्वायरचा!''

यावर तिनं हसून पुन्हा त्याला म्हटलं, ''का?''

तो मुलगा अडखळलेला बघून त्या घोळक्यातून एक दुसराच मुलगा पुढे होऊन म्हणाला, ''आम्ही मॉरिस ग्वायरचा निषेध करणार नाही. पदवीदानप्रसंगी पोलिसांनी जो लाठीमार केला, त्या पोलिसांचा निषेध करणार!''

या बोलण्यावर ती काय बोलते इकडे साऱ्यांचं लक्षं होतं. पुष्पमाला अगदी गंभीरपणानं म्हणाली, ''मला माफ करा; पण तुमच्यापैकी पुष्कळांनी कोणत्या मुद्द्यावर निषेध करायचा या गोष्टीवर नीट विचार केलेला नाही. एकजण उठला आणि म्हणाला की, निषेध करायचा! लगेच बाकीचे म्हणू लागले निषेध करायचा! जास्त वादविवाद करण्याची माझी इच्छा नाही; पण या बाबतीत माझी एक विचारसरणी मी तुम्हाला सांगते. सर मॉरिस ग्वायर यांनी दिल्ली विश्वविद्यालयातील दोन विद्यार्थ्यांवर अन्याय केलेला आहे, ही गोष्ट मलाही नाकबूल नाही; परंतु पदवीदानप्रसंगी मुंबई विश्वविद्यालयाच्या चालकांनी त्यांना सन्मान्य पाहुणे म्हणून बोलावल्यानंतर मुंबईच्या विद्यार्थ्यांनी त्यांचा जो निषेध केला, तो कितपत सयुक्तिक होता याचा तुम्ही प्रथम नीट विचार करा. विद्यार्थ्यांना आपल्या हक्कांची जाणीव असावी हे म्हणणं जितकं योग्य आहे; तितकंच त्यांच्या कर्तव्याचा त्यांना विसर पडता कामा नये हेही म्हणणं योग्य आहे, तेव्हा पाहुणा म्हणून निमंत्रित केलेल्या माणसावर निषेधाचं हत्यार उपसणं तुम्हाला सयुक्तिक वाटतं का? वास्तविक ही चूक तो विशिष्ट पाहुणा बोलावणाऱ्या चालकांची! आणि म्हणून तुम्हाला निषेधच करायचा असेल तर मुंबई विश्वविद्यालयाच्या ज्या चालकांनी त्याला पाहुणा म्हणून बोलावलं त्या चालकांचा निषेध करा. त्यात मी आनंदानं सामील होईन.''

एवढं बोलल्यानंतर एखादा अभिजात वक्ता आपलं भाषण संपल्यानंतर श्रोतृवर्गावर त्याचा योग्य तो परिणाम झाला किंवा नाही हे अजमावण्यासाठी जशी चौफेर नजर फिरवतो, त्याप्रमाणे पुष्पमालेनं त्या विद्यार्थ्यांवर नजर टाकली आणि काहींच्या मुद्रेवर तिला हवा तो परिणाम खरोखरच दिसला; परंतु त्यांच्यापैकी काही विद्यार्थी

केवळ निषेधासाठी निषेध करणाऱ्या मताचे होते. अर्थातच त्यांना तिचे हे विचार पटले नाहीत. त्यांनी हळूहळू काढता पाय घेतला आणि जाताना तिला ऐकू येईल अशा तऱ्हेनं तिच्या बोलण्यावर काहीशी टीका केली. जेव्हा माणसाजवळची सारी वादकुशलता संपते, तेव्हा अशा टीकेशिवाय त्यांच्याजवळ दुसरं काहीच उरत नाही. मात्र, त्या वेळी तिनं मनाशी पक्कं ठरवून टाकलं की, या हरताळामध्ये आपण मुळीच भाग घ्यावयाचा नाही.

*

पण घडलं मात्र अगदी निराळं!

अकराच्या सुमारास डॉक्टर सतीश यांची गाठ न पडल्यामुळे त्यांच्या दवाखान्यातून ती ज्या वेळी कॉलेजमध्ये यावयास निघाली, त्या वेळी तिला कॉलेजसमोर विद्यार्थ्यांचा मोठा समुदाय जमलेला दिसला. ती कॉलेजमध्ये प्रवेश करणार इतक्यात त्या समुदायातील दोन विद्यार्थी पुढे झाले आणि म्हणाले, "आज हरताळ आहे, तेव्हा कृपाकरून तुम्ही कॉलेजमध्ये जाऊ नका."

तिनं त्या विद्यार्थ्यांकडे बघत शांतपणानं म्हटलं, "मला तुमच्या हरताळात सामील व्हायचं नाही, तेव्हा कृपाकरून मला आत जाऊ द्या."

"का सामील व्हायचं नाही?" असा प्रश्न त्या विद्यार्थ्यांनी करताच सकाळच्यापैकी एका विद्यार्थ्यानं म्हटलं, "अरे, आपला मार्ग इतर लोकांपेक्षा अगदी निराळा आहे असं दाखवण्याची हल्ली पुष्कळ शहाण्या लोकांना सवय असते, त्यांपैकीच हा एक मासला आहे. जाऊ द्या त्यांना आत!"

यावर पुष्पमाला त्या आवाजाच्या रोखानं बघत चिडून म्हणाली, "मग काय, मूर्ख लोकांच्या पाठीमागे जाऊन मी त्यांच्यापैकी आहे असं सिद्ध करू का?"

असं म्हणून ती आत जाऊ लागली. मग पुढे तिला कुणीही अडवलं नाही. मात्र, साऱ्या मुलांनी तिच्या बोलण्यावर एकच गिल्ला करून म्हटलं,

"वारे शहाणे!"

पण त्या वेळी कॉलेजच्या रोखानं एक प्रचंड मिरवणूक येत होती. तिकडे त्या साऱ्याचं लक्ष वेधलं गेलं. ती प्रचंड मिरवणूक बघून पुष्पमालाही कॉलेजच्या दाराशी येऊन उभी राहिली.

त्या मिरवणुकीची शिस्त खरोखरच वाखाणण्याजोगी होती. मिरवणुकीच्या अग्रभागी चार-चारच्या रांगा करून सुमारे तीन हजार विद्यार्थिनींचा तांडा उभा होता. त्यांच्या पाठीमागे योग्य ते अंतर राखून सुमारे दहा हजार विद्यार्थ्यांच्या तशाच रांगा लागल्या होत्या. मुलींच्या दोन्ही बाजूला साखळी धरून बरेच विद्यार्थी रांगेनं उभे होते. जणू काही आपल्या भगिनींच्या संरक्षणार्थ एक मोठा तटच त्यांनी निर्माण केला

होता. कॉलेजमध्ये वेळीअवेळी मुलींची चेष्टा करणारे विद्यार्थी त्या रांगेत असतील अशी कोणालाही त्या वेळी कल्पना येणं शक्य नव्हतं. नव्हे, आपण सारे एका मोठ्या पवित्र कार्याला निघालो आहोत आणि आपल्यावर आपल्या भगिनींच्या संरक्षणाची जबाबदारी आहे अशाच भावनेनं सारी मुलं प्रेरित झालेली होती. अगदी पहिल्या रांगेतल्या विद्यार्थिनींच्या हातात मोठ्या पताका देण्यात आल्या होत्या. त्या पताकांवर ढोबळ अक्षरांत काही सुभाषितं लिहिलेली होती आणि कॉलेजसमोर जेव्हा ती प्रचंड मिरवणूक येऊन थांबली, तेव्हा त्या मिरवणुकीकडे तोंड करून अगदी अग्रभागी दोन विद्यार्थी उभे राहिले आणि त्या सुभाषितांचा आळीपाळीनं उच्चार करण्यास त्यांनी सुरुवात केली. लगेच त्यांच्या पाठीमागून साऱ्यांच्या तोंडून त्याच सुभाषितांचा प्रतिध्वनी उमटू लागला.

त्या वेळी एखादा समुद्र खवळल्यावर त्याच्या लाटांचा जसा गंभीर ध्वनी होईल तसा भास पुष्पमालेला झाला आणि ती सारी मिरवणूक जशी हळूहळू हलू लागली, तेव्हा तिला वाटलं की, लाटेवर लाट सरकून जणू काही सारा सागरच पुढे चालू लागला आहे.

मिरवणूक चालू होताच पुढे असलेल्या त्या दोन मुलांची तोंडं पुष्पमालेकडे फिरली आणि त्यांपैकी एकाकडे तिची दृष्टी जाताच तिला वाटलं, खचित आपण स्वप्नात आहोत; पण ते क्षणभरच! लगेच तो मुलगा तिच्या जवळ आला आणि म्हणाला, "तुम्ही येत नाही मिरवणुकीत?"

यावर काही उत्तर देण्यापूर्वीच एखाद्या मंत्रमुग्धाप्रमाणे ती त्या मिरवणुकीत सामील होऊन मंद मंद पावलं टाकू लागली.

ते बघून मघांपैकी एक विद्यार्थी ओरडला, "हरताळामध्ये सामील होणार नव्हता ना?"

यावर दुसरा विद्यार्थी म्हणाला, "अरे बाबा, सोनारानं कान टोचल्याशिवाय शहाणपण येत नाही."

कुमारला उद्देशून त्या मुलानं केलेला हा उल्लेख ऐकून मनातल्या मनात ती बरीच लाजली आणि उन्हानं आधीच आरक्त झालेल्या तिच्या श्यामल मुखावर त्या लज्जेचं प्रतिबिंब स्पष्ट उमटलं. त्या बोलण्याचा कुमारवर काय परिणाम झाला आहे हे बघण्यासाठी तिनं त्याच्याकडे बघितलं; पण हे बोलणं ऐकण्यापूर्वीच तो मिरवणुकीच्या अग्रभागी आपल्या जागेवर जाऊन केव्हाच उभा राहिला होता. मग मात्र एखाद्या स्वप्नसृष्टीत चालावं त्याप्रमाणे त्या मिरवणुकीतून ती चालू लागली. तिचं सारं लक्ष कुमारच्या प्रत्येक हालचालीकडे लागलं होतं.

जेव्हा मिरवणूक थांबे तेव्हा तो आपलं तोंड वळवून काही जयघोष करी आणि मधूनच तिच्याकडे दृष्टी टाकी. ती बघून तिला वाटे की, त्याच्या दृष्टीत साऱ्या

विश्वाला खेचण्याचं सामर्थ्य सामावलेलं आहे. त्या वेळी त्याच्या विशाल भालप्रदेशावर केसांची एक मोठी बट उतरे, तिच्याकडे तिचं लक्ष जाई आणि जयघोष करताना त्याच्या कपाळावरची एक शीर स्पष्ट होई, तीही तिच्या नजरेतून सुटली नाही.

या साऱ्या गोष्टी न्याहाळण्यात ती इतकी दंग झाली होती की, मिरवणूक केव्हा नूतन मराठी विद्यालयापाशी आली हेही तिला कळलं नाही किंवा त्या ठिकाणी बरीच दंगल होऊन एका पोलीस अधिकाऱ्यावर गर्दीतून कुणीतरी जी चप्पल फेकली तीही तिला दिसली नाही.

जेव्हा सारी मिरवणूक शनिवार वाड्यापाशी येऊन दाखल झाली, तेव्हा कुमार तिच्याजवळ येऊन हळूच म्हणाला, ''आता इथे सभा होऊन काही निषेधपर भाषणं होतील.''

यावर हसून तिनं फक्त आपली मान हलवली.

त्याचं बोलणं तिला कळलं किंवा नाही कुणास ठाऊक! कारण त्या वेळी तिच्या मनात निराळेच विचार चालू होते.

तिचं एक मन तिला म्हणत होतं, 'तुझा उपकारकर्ता आता तुला भेटला आहे. त्याचे नुसते आभार मानण्यासाठी तुला त्याची भेट हवी होती ना? मान आता त्याचे आभार आणि हो मोकळी!'

त्या मनाला तिला गप्प बसवता आलं नाही. त्या प्रश्नावर गेले कित्येक दिवस तिनं विचार केला होता आणि तिची खात्री पटली होती की, कुमारबद्दल आपल्या भावना केवळ तो उपकारकर्ता म्हणून त्याचे नुसते आभार मानण्याच्या केव्हाच पलीकडे गेल्या आहेत; किंबहुना आपल्या स्वतःच्या उदाहरणावरून विचार करताना तिला साऱ्या मानवी मनोव्यापारांचीच मोठी मौज वाटली.

मानवी मन हे एखाद्या रासायनिक द्रव्यासारखं आहे की काय? त्याच्यावर दुसऱ्या एखाद्या विशिष्ट मनाची ठराविकच प्रतिक्रिया घडावी? की ते लोहाप्रमाणे आहे की कोणत्याही लोहचुंबकाकडे ते खेचलं जावं? पण छे! तसं असतं तर ते कोणत्याही लोहचुंबकाकडे खेचलं गेलं असतं. आकर्षण हा सृष्टीचा आत्मा आहे ही गोष्ट खरी! पण त्या आकर्षणालासुद्धा काही विशिष्ट नियम असले पाहिजेत ना?

मग कुमारबद्दलच्या माझ्या आकर्षणाला कोणता नियम लावता येईल?

प्रत्येक स्त्रीच्या आयुष्यात अशा काही व्यक्ती येतात का की त्यांच्याबद्दल त्यांना प्रथमदर्शनीच आकर्षण वाटू लागतं? की फक्त माझ्याच आयुष्यात हा प्रसंग निर्माण झालेला आहे?

तिला यापैकी कोणत्याच प्रश्नाचं उत्तर देता येत नसे.

चंद्राचं दर्शन होताच चंद्रकांत मण्याला पाझर फुटतो. सूर्याच्या दर्शनानं सूर्यकमळं फुलतात किंवा पूर्णेन्दूचं दर्शन होताच सागराला भरती येते. या गोष्टींवरून

भवभूतीनं जो सिद्धान्त मांडलेला आहे की, असल्या आकर्षणाच्या बुडाशी अंतरीचे काही गुप्त हेतू असतात. तोच सिद्धांत तिनं काढला होता. नाहीतर ज्या तरुणाबद्दल यत्किंचितही माहिती नाही त्याला आपलं प्रेमसर्वस्व अर्पण करायला निघालेल्या स्त्रीला याशिवाय आपल्या प्रेमाचं दुसऱ्या तऱ्हेनं खचित समर्थन करता आलं नसतं. गेले कित्येक दिवस आपल्या प्रेमाबद्दल विचार करूनकरून पुष्पमालेनं आपल्या मनाशी हाच सिद्धान्त कायम केला होता. मग मात्र हळूहळू तिला आपल्या प्रेमाचा खरोखरच अभिमान वाटू लागला.

एकीकडे मनातून तिला आपल्या प्रेमाबद्दल एक प्रकारचा अभिमान वाटू लागला खरा; पण लगेच त्या वेळी तिच्या मनात दुसरी एक शंका डोकावून जाई.

कुमारला आपण आपलं प्रेमसर्वस्व अर्पण केलं खरं! पण त्याचा त्यानं स्वीकार केला नाही तर? किंवा स्वीकार करणं त्याला शक्य नसेल तर?

अशा वेळी तिला माधुरीची आठवण येई. त्या दोघीजणी जरी एकाच खोलीत राहात होत्या तरी त्या दिवसापासून माधुरीची तिच्याशी अगदी तुटक अशीच वर्तणूक असे; त्यामुळे तिचं आणि कुमारचं कोणतं नातं आहे याचा पुष्पमालेला अजूनही सुगावा लागलेला नव्हता. तरी पण मनातून ती नेहमीच त्यांच्या नात्याबद्दल साशंक असे. आपल्या प्रेमाची जागा जर तिनं आधीच बळकावली असेल तर आपली काय स्थिती होईल याची तिला कल्पनाही करवत नसे आणि ती शंका तिच्या मनात जसजशी अधिक स्थिर होई तसंतसं कुमारबद्दल तिला अधिकच आकर्षण वाटू लागे.

आणि मग आपली शंका जणू काही खरीच आहे आणि त्यामुळे प्रेमाला कधीच मूर्त स्वरूप येणार नाही असं गृहीत धरून ती मनाशी म्हणे, 'मी माझ्या प्रेमाला आसक्तीचं स्वरूप काय म्हणून द्यावं? किंबहुना मी जर त्याला तसं स्वरूप दिलं तर त्या पवित्र प्रेमाला एक प्रकारचा हिणकसपणा येणार नाही का? सूर्यापासून हजारो मैल दूर राहूनदेखील सृष्टीचं सूर्याबद्दलचं आकर्षण थोडं तरी कमी झालं आहे का? तसंच निरपेक्ष प्रेम मी कुमारवर केलं म्हणून बिघडलं कुठे? आणि मी तसंच करणार आहे!'

मनातून माणसाला एखाद्या गोष्टीची उत्कट इच्छा असूनदेखील जेव्हा तिच्या प्राप्तीबद्दल शंका वाटते, तेव्हा माणूस आपल्या निराशेवर अशाच तत्त्वज्ञानात्मक विचारांचं आवरण घालत असतो; पण माणसाचं मनच असं विचित्र आहे की, त्याच्या अंतःकरणातून ती इच्छा असले तत्त्वज्ञानात्मक विचार दाबून बाहेर डोकावतेच! पुष्पमालेचंही असंच होत असे.

आणि आतासुद्धा आपल्या विचारांच्या शेवटी तिनं आपली ही नेहमीची वाक्यं उच्चारली, तेव्हा तिचं तिलाच त्याबद्दल खूप हसू आलं.

पण कुमार जेव्हा तिच्याजवळ येऊन घाबऱ्याघुबऱ्या स्वरात तिला काही म्हणाला, तेव्हा ती इतकी दचकली की, तिच्या तोंडावरचं ते हास्य पार लुप्त होऊन, ती बावचळून त्याच्याकडे बघू लागली. तो पुन्हा घाबरट स्वरात तिला म्हणाला, ''आता तुम्ही लवकरच इथून जा. आता इथं राहाणं धोक्याचं आहे.''

थोड्या वेळात तिला सारा प्रकार कळून आला.

सभेस सुरुवात झाल्यावर प्रथम एकानं ''इन्किलाब झिंदाबाद'' हे क्रांतिगीत म्हणण्यास सुरुवात केली. ते गीत चालू असतानाच एका विद्यार्थ्यानं ''हिंदुओं का हिंदुस्थान'' हे पद म्हणण्यास आरंभ केला. त्या विद्यार्थ्याला खाली ओढण्यात येऊन सभेत एकच गोंधळ माजला होता आणि मग थोड्याच वेळात दगडफेकीला सुरुवात होऊन त्या सभास्थानाला समरांगणाचं स्वरूप प्राप्त झालं आणि सगळीकडे मोठा आरडाओरडा सुरू होऊन एकच गोंधळ माजला.

हा प्रकार कळताच कुमारच्या बोलण्यावर काळजीयुक्त स्वरात ती त्याला म्हणाली, ''मग तुम्ही तरी कशाला इथं थांबता?''

पण तिचं हे बोलणं पुरतं ऐकण्यापूर्वीच तो त्या गर्दीत घुसून केव्हाच अदृश्य झाला होता.

मग मात्र तिची स्थिती खरोखरच केविलवाणी झाली. तो ज्या दिशेनं गर्दीत घुसला होता, त्या दिशेकडे शून्य दृष्टीनं बघत ती उभी राहिली. तशी ती किती वेळ उभी राहिली असती कोणास ठाऊक? परंतु ती सारी गर्दी मागे सरकत सरकत तिच्या अंगावर आली, तेव्हा त्या ठिकाणी तशा स्थितीत उभं राहाणं तिला अशक्य होऊन ती मागे सरकली आणि जेव्हा तो सारा जमाव अधिक अधिक मागे येऊ लागला, तेव्हा आता यापुढे तिथे उभं राहाणं धोक्याचं आहे असं वाटून ती रस्त्याला लागून चालू लागली.

रस्त्याला लागताच तिला वाटलं, उगाच आपण या निषेधाच्या चळवळीत सामील झालो. प्रथम या चळवळीत भाग न घेण्याचं तिनं पक्कं ठरवलं होतं; परंतु कुमारला बघताच तिचा तो बेत कोठल्या कोठे नाहीसा होऊन ती या चळवळीत सामील झाली होती. त्याच्या त्या अकल्पित भेटीनं तिला ज्याप्रमाणे मनस्वी आनंद झाला होता, त्याप्रमाणे या अकल्पित विरहानं तिला परमावधीचं दुःख झालं. पहिल्या प्रथम आगगाडीत तिची आणि त्याची ज्या प्रसंगामुळे भेट झाली तीही अकल्पितच! आणि पुढे विरह झाला तोही अकल्पितच!

त्याबद्दल विचार करताना तिच्या मनात आलं, प्रीतिवैफल्याच्या दुःखासाठी तर माझा जन्म नाही ना? शकुंतलेला दुर्वास ऋषींनी जसा शाप दिला होता की, 'तिच्या प्रियकराला तिची विस्मृती होईल,' तसा मलाही कोणी शाप दिला आहे की काय, माझ्या प्रियकराची आणि माझी अशीच अकल्पित ताटातूट व्हावी म्हणून?

माणूस एखाद्या वेळी अत्यंत भावनाविवश झाला म्हणजे अशा भोळ्या समजुतीवर त्याचा चटकन विश्वास बसू लागतो.

पुष्पमालेचंही असंच झालं. तिच्या मनात तीच शंका निर्माण झाली.

ती वसतिगृहाजवळ आली, ती असा विचार करतच की, 'आपल्या प्रेमाला कधीच मूर्त स्वरूप येणार नाही किंबहुना प्रीतिसाफल्याचा आनंद आपल्या नशिबी नाही. कुमार आपल्या आयुष्यात आला आणि आपलं प्रेम हिरावून नाहीसा झाला हे एक प्रकारचं स्वप्नच होय.'

आणि आपलं प्रेम त्यानं खरोखरच हिरावून घेतलं किंवा नाही हे बघण्यासाठीच की काय तिनं आपले दोन्ही हात आपल्या वक्षस्थळावर ठेवले.

आपल्या आयुष्याच्या दुःखान्त नाटकातील शोकमय अंकाला सुरुवात झाली असंच तिला वाटू लागलं.

६

एकदा माणसानं आपल्या मनाची एखादी समजूत करून घेतली म्हणजे त्या समजुतीपासून त्याचं मन दूर सरकायला सहसा तयार होत नाही. मग त्या समजुतीला पोषक असेच विचार त्याच्या मनात एकसारखे चालू राहातात. बरं, तशी समजूत करून घेण्याचं कारण जर त्याला विचारलं तर ते त्याला सांगता येत नाही; उलट ती समजूत त्याच्या मनात अधिक अधिक दृढ होत जाते.

आपल्या प्रेमाला कधीच मूर्त स्वरूप येणार नाही ही पुष्पमालेची समजूत अशाच प्रकारची होती.

वास्तविक तिला तसा विचार करण्याचं काहीच कारण नव्हतं. तिची आणि कुमारची दोनदा अकल्पित रीतीनं गाठ पडून ताटातूट झाली होती, यावरून असा तर्क काढणं केव्हाही चुकीचं ठरलं असतं आणि माधुरीच्या व त्याच्या नात्याबद्दल तिला अजूनही पत्ता लागलेला नव्हता.

परंतु प्रेमात पडलेल्या माणसाच्या मनाचा असा धर्मच आहे की काय कुणास ठाऊक की उगाच नसत्या शंका निर्माण करायच्या आणि त्याबद्दल आपल्या मनाला निष्कारण त्रास करून घ्यायचा!

कोणतीही गोष्ट चटकन मनाला लावून घेणाऱ्या पुष्पमालेसारख्या ज्या मुली असतात, त्यांच्या मनावर तर अशा गोष्टींचा भयंकर परिणाम झाल्यावाचून राहात नाही.

त्यामुळे दुसऱ्या दिवशी सकाळी पुष्पमाला जागी झाली ती सारा उल्हास आणि उत्साह नाहीसा झाल्याप्रमाणे तिची चर्या दिसू लागली.

ती सारी रात्र तिनं जागून काढली होती आणि पहाटेच्या सुमारास तिचा थोडा डोळा लागून ती पुन्हा जेव्हा जागी झाली, तेव्हा आपण बरेच दिवस आजारी असल्याप्रमाणे तिला वाटू लागलं. तिला अंथरुणावरून उठावसंच वाटेना.

शनिवार असल्यामुळे त्या दिवशी सकाळचं कॉलेज होतं म्हणून माधुरी केव्हाच कॉलेजमध्ये गेली होती. तिला स्वतःला कॉलेजमध्ये तासाला जाण्याची हुशारी वाटत नव्हती; त्यामुळे अंथरुणावर ती तशाच स्थितीत आणखी बराच वेळ निजूनही राहिली असती; परंतु इतक्यात दारावर कोणीतरी टकटक केलं. दाराला कडी नसल्यामुळे तिनं जागेवरूनच विचारलं, "कोण आहे?"

त्याबरोबर, "मी आहे बाईसाहेब" असं म्हणून डॉक्टर सतीश यांचा नोकर आत आला.

तिला निजलेली बघताच त्यानं विचारलं, "बरं वाटत नाही का बाईसाहेब?"

आपल्या इतक्या उशिरापर्यंत निजण्यावरून त्यानं हा तर्क काढला आहे हे जाणून ती म्हणाली, "छे! बरं नसायला काय झालं! उगाच पडले होते. काही काम आहे?"

"साहेबांनी ही चिठ्ठी दिली आहे," असं म्हणून महादूनं एक चिठ्ठी तिच्या हातात दिली.

त्यात डॉक्टरांनी लिहिलं होतं, "तुम्ही काल येऊन गेल्याचं कळलं. आज आपण माझ्या दवाखान्यात यावं. माझं फार महत्त्वाचं काम आहे."

चिठ्ठी वाचून तिनं महादूला विचारलं, "कसलं काम आहे रे? आणि आताच बोलावलं आहे का?"

"मला काहीच माहीत नाही बाईसाहेब!"

"बरं त्यांना सांग की, मी दोन प्रहरी येईन."

महादू निघून गेल्यावर डॉक्टरांचं एवढं कसलं महत्त्वाचं काम आहे, याचा विचार करतच ती तोंड धुण्यास निघून गेली.

आणि दुपारी दोन वाजता ती त्यांच्याकडे गेली तो हा विचार करतच!

डॉक्टरांना बघताच ती म्हणाली, "कसलं एवढं महत्त्वाचं काम काढलंत?"

यावर डॉक्टरांनी हसून म्हटलं, "अशा अगदी घोड्यावर काय आलात? खाली तर बसा! मग सांगतो."

"ही बघा बसले!" असं म्हणून ती गोल मेजासभोवार ओळीनं ज्या खुर्च्या मांडल्या होत्या, त्यांपैकी एकीवर बसली आणि प्रश्नार्थक मुद्रेनं तिनं डॉक्टरांकडे बघितलं.

डॉक्टर म्हणाले, ''आधी एका गोष्टीचा जबाब द्या आणि मग कामाबद्दल सांगतो.''

''छे, छे! आधी काम आणि मग हवे तितके जबाब घ्या माझ्याकडून!'' असं म्हणून पुष्पमालेनं एखाद्या हट्टी बालकाप्रमाणे जो अभिनय केला तो बघून डॉक्टरांना हसू आलं.

आणि ते ओसरताच त्यांनी गंभीरपणाचा आव आणून म्हटलं, ''छे, छे! प्रथम मला तुमचा जबाब पाहिजे. त्यावर तर माझं काम अवलंबून आहे.''

आपला प्रतिपक्ष आपल्यापेक्षा अधिक हटवादी आहे हे जाणून समजूतदारपणा धारण करणाऱ्या लहान मुलाप्रमाणे तिनं म्हटलं, ''बरं बुवा, कसला जबाब हवा आहे माझा?''

''हा, अशा काही ताळ्यावर या!'' असं म्हणून डॉक्टर मनसोक्त हसले आणि मग एखाद्या मॅजिस्ट्रेटनं आरोपीचा जबाब घेण्याच्या वेळी जे गांभीर्य दाखवावं त्याप्रमाणे दाखवून ते म्हणाले, ''तुम्ही या ऑगस्ट महिन्यात पुण्यात होतात का?''

पुष्पमालेनं त्यांचा तो आविर्भाव जाणून तितक्याच गंभीरपणानं उत्तर दिलं, ''हो!''

''पुण्यात असताना दर रविवारी तुम्ही माझ्या दवाखान्यात आलं पाहिजे असा हुकूम आपल्या वडिलांकडून आपल्याला मिळाला आहे ना?''

आपण ठरल्याप्रमाणे गेले दोन रविवार दवाखान्यात आलो नव्हतो, त्याला उद्देशून डॉक्टरांचं हे सारं बोलणं चाललं आहे हे तिनं आता ओळखलं; त्यामुळे त्यांच्या बोलण्याची ती तऱ्हा बघून तिचं तिला हसू आवरता येईना. तरी पण मोठ्या प्रयासानं ते दाबून तिनं त्याचं गंभीरपणानं उत्तर दिलं, ''हो, तसा हुकूम मला मिळाला आहे.''

''मग तुम्ही त्याचं पालन का केलं नाहीत? हुकूम मोडणाऱ्याला शासन मिळतं हे आपणास माहीत आहे ना?''

हा प्रश्न विचारल्यानंतर डॉक्टरांनासुद्धा इतका वेळ दाबून ठेवलेलं आपलं हसू आवरता येईना.

आणि ते दोघेही मनसोक्त हसू लागले.

मग पुन्हा पुष्पमाला म्हणाली, ''बरं बुवा, मी माझी चूक कबूल करते; पण आता सांगा ना काय काम आहे ते?''

एखाद्या गोष्टीविषयी मनस्वी उत्सुकता असताना ती बराच वेळ दबल्यानंतर माणूस रडकुंडीला येतो, त्याप्रमाणे ती आली होती. तेव्हा यापुढे अधिक ताणण्यात अर्थ नाही हे जाणून डॉक्टर म्हणाले, ''हे बघा, काम काही विशेष नाही. मला काल नगरहून भाऊंचं पत्र आलं आहे. त्यात त्यांनी लिहिलं आहे की, पुष्पमालेचं गेल्या

तीन वारात पत्र नाही. मध्यंतरी मी तिला पत्र धाडलं होतं; परंतु त्याचंही उत्तर नाही. तुमच्याकडे ती दर रविवारी नियमानं येत असेल; तेव्हा तिची खुशाली मला ताबडतोब कळवा. आपल्या मुलीच्या नियमितपणाबद्दल वडिलांची भारी खात्री दिसते! मी त्यांना कळवूनही टाकलं की, पुष्पमाला माझ्याकडेही बरेच दिवसांत आलेली नाही आणि तुम्हाला वाटतं तितकी ती नियमित खास नाही.''

''खरंच असं कळवलंत?''

''मग काय करू? खोटी आहे का ही गोष्ट?''

''खरं सांगू? भाऊंनी मला दर आठ दिवसांनी पत्र पाठवून, खुशाली कळवायला सांगितलं आहे. मला तर बाई पत्र लिहिण्याचा भारी कंटाळा! दर आठ दिवसांनी काय हो खुशाली कळवायची? मी तर म्हणते, माणसानं पत्र धाडलं नाही म्हणजे तो खुशाल आहे असंच समजावं! निष्कारण पोस्ट खात्याचं उत्पन्न का वाढवायचं?''

''वा! छान आहे आपल्या आळसाचं समर्थन!'' असं म्हणून डॉक्टर हसले.

यानंतर थोडा वेळ थांबून पुष्पमालेनं डॉक्टरांना प्रश्न विचारला, ''हेच ना महत्त्वाचं काम? एवढ्यासाठीच का बोलावलं होतं? की दुसरं काही काम आहे?''

''हे काय कमी महत्त्वाचं काम होतं वाटतं? आणि मी विचारतो, कामाशिवाय कोणी कुणाकडे जाऊच नये वाटतं?''

डॉक्टरांच्या या प्रश्नावर तिला चटकन उत्तर देता आलं नाही; परंतु काहीतरी उत्तर देणं अगत्याचं आहे असं वाटून तिनं फक्त एवढंच म्हटलं, ''मी तसं म्हटलंय आहे का?''

आणि मग ती गप्प बसली; किंबहुना आपण जर त्या बाबतीत अधिक बोललो तर आपण मनाशी जो काही बेत केला आहे, त्याला बाधा येईल अशी भीती तिला वाटली असावी.

तिनं मनाशी बेत केला होता की, हळूहळू डॉक्टरांच्या पासून दूर राहायचं! परंतु तसं करताना अशीही खबरदारी घेण्याचं तिनं ठरवलं होतं की, डॉक्टरांना त्याबद्दल यत्किंचितही कल्पना येऊ द्यायची नाही.

आणि म्हणूनच त्यांच्या प्रश्नाला याप्रमाणे उत्तर देणं तिला अगत्याचं वाटलं होतं.

तिनं ज्या एका प्रसंगामुळे आपल्या मनाशी असा बेत केला होता, तो सारा प्रसंग तिच्या स्मृतीत अगदी ताजा होता.

एके दिवशी दुपारची गोष्ट! आपल्या नेहमीच्या रिवाजाप्रमाणे पुष्पमाला रविवारी दुपारी दोन वाजता डॉक्टर सतीश यांच्याकडे आली होती. त्यांचं कॉफीपान झाल्यानंतर डॉक्टर तिला म्हणाले, ''आता मोटारीतून फिरायला येता का?''

यावर आश्चर्य दाखवून तिनं म्हटलं होतं, ''इतक्या लवकर? आताशी चार

वाजले आहेत आणि वर बघितलंत का?''

खरोखर त्या वेळी साऱ्या आकाशात ढगांची नुसती गर्दी झाली होती आणि एखादं सैन्य फक्त वरिष्ठांचे हुकूम मिळताच लढाई करण्यासाठी अगदी सुसज्ज व्हावं त्याप्रमाणे ते सारे मेघ उभे असल्यासारखे भासत होते; साऱ्या वातावरणातच एक प्रकारचा ओलेपणा आल्यासारखा वाटत होता आणि जवळच कुठेतरी पाऊस पडून जसा मातीचा सुगंध सुटावा तसा सुटला होता. नाही म्हणायला त्या सुगंधाबरोबर मधूनच हवेतून जो उबारा येई तो अगदी नकोसा वाटे; पुढे एकदम सोसाट्याचा वारा सुटला आणि वर आकाशात मेघांची जोरानं उलथापालथ सुरू होऊन मेघगर्जनेचा गंभीर ध्वनी ऐकू येऊ लागला. तो ऐकून आतापर्यंत अगदी निश्चल असलेल्या साऱ्या वृक्षांची अंगं जणू काही भीतीनंच थरथर कापू लागली.

तेव्हा पुष्पमालेनं कोणत्या अर्थानं त्यांना वर बघायला सांगितलं होतं हे कळायला त्यांना उशीर लागला नाही. त्यावर त्यांनी हसून उत्तर दिलं, ''हं! त्यात काय आहे? यावरून पाऊस येईलच असं तुम्ही गृहीत धरून चालू नका. ती एक म्हण आहे ना की, गर्जेल तो पडेल का?...''

त्या वेळी डॉक्टरांची बाहेर पडण्याची उत्कट इच्छा बघून तिला नाही म्हणता आलं नाही आणि ती त्यांच्याबरोबर खाली येऊन मोटारीत बसली.

मोटार हिंगणे रोडला लागताच डॉक्टरांनी ॲक्सिलरेटरवर पाय दाबला तशी मोटार भरवेगानं निघाली.

''काय पुरे झाला ना वेग?'' असं म्हणून डॉक्टरांनी पुष्पमालेकडे अशा काही आविर्भावानं बघितलं की, जणू काही त्यांना म्हणायचं होतं,

''काय, दिला किनई खूप वेग?''

त्यांच्या नजरेतला तो आविर्भाव जाणून तिनं म्हटलं, ''हो पुरे झाला बाई वेग! नाहीतर 'बेबी ऑस्टिन'ला यापेक्षा जास्त वेग काय असणार? मला तर ही मोटार बघितली म्हणजे खेळातल्या मोटारीची आठवण होते. तुम्ही काही म्हणा डॉक्टर; पण मला तर ही मोटार मुळीच आवडत नाही.''

''पण पुढे आपण घेऊ की मोठी मोटार!''

'आपण' या शब्दावर डॉक्टरांनी जोर दिलेला बघून पुष्पमालेनं चमकून त्यांच्याकडे बघितलं.

पण डॉक्टरांचं तिकडे लक्षही नव्हतं. कुठून तरी उल्हासाचा सारखा ओघ आपल्या अंतःकरणात येत आहे असं वाटून माणसानं त्या भरात जसं बोलावं त्याप्रमाणे ते सारखे बोलत होते.

बरंच दूरपर्यंत गेल्यावर पुष्पमाला त्यांना म्हणाली, ''किती लांब जायचं आता? चलावं परत! केव्हा पाऊस येईल याचा नेम नाही.''

परंतु तिचं बोलणं आपल्याला सर्वस्वी अमान्य आहे, हे दर्शवण्यासाठीच की काय त्यांनी मोटारीचा वेग अधिक वाढवून म्हटलं, "वा! इतक्या लवकर परत जायचं? खरोखर अशी पावसाळी हवा पडली की, वाटतं आपल्या प्रिय व्यक्तीबरोबर खूप दूरवर भटकावं, खूप खूप गप्पा माराव्यात."

आणि समोरच्या सरळ रस्त्याकडे बघून त्यांनी पुन्हा त्याच उल्हासानं बोलायला सुरुवात केली.

"आणि नाकासमोर असाच सरळ रस्ता असावा- अगदी दूर क्षितिजापर्यंत! आपल्या प्रिय व्यक्तीचं अंतःकरणही त्याप्रमाणेच अगदी अखेरच्या क्षणापर्यंत सरळ असावं. असली हवा कधीच संपू नये, पेट्रोलचा कधीच तुटवडा भासू नये, अंतरीचे बोल कधीच सरू नयेत; यापेक्षा ब्रह्मानंद तो दुसरा कोणता? तुम्हाला नाही असं वाटत?"

डॉक्टरांनी अशा तऱ्हेनं तिला हा प्रश्न केला की, जणू काही त्यांनी स्वतः तिच्याबद्दलच्या साऱ्या भावना व्यक्त केल्या होत्या आणि तिला त्यांच्याबद्दलच्या भावना व्यक्त करण्यास ते सांगत होते.

त्यांचा तो प्रश्न ऐकून पुष्पमालेच्या मनात आलं, 'या जगात सुखापेक्षा दुःखाचाच भरणा अधिक असल्यामुळे मानवाला या असल्या मनोराज्यात गंमत वाटत असेल का?' ही मनोराज्यं मानवाच्या जागृतावस्थेतील खरोखर स्वप्नं होती. काही लोकांची स्वप्नं जशी सत्यसृष्टीत उतरतात, तद्वतच ही मनोराज्यंदेखील पुष्कळदा सफल होताना दिसतात; परंतु सर्वच स्वप्नं सत्यसृष्टीत उतरण्याची अपेक्षा करणं वेडेपणाचं होय. तीच गोष्ट या मनोराज्यांची! मानवानं मनोराज्यं अवश्य करावीत; परंतु जर यदाकदाचित ती सत्यसृष्टीत उतरली नाहीत तर मात्र व्यर्थ हळहळ करण्यात काहीच अर्थ नाही. माणूस जेव्हा सफलता आणि विफलता या दोन्ही गोष्टी सारख्याच मानू लागेल तेव्हाच त्याला ही गोष्ट करणं शक्य होईल.

परंतु हे सारे विचार तिला उघड रीतीनं बोलून दाखवता येणं शक्य नव्हतं, म्हणून ती फक्त एवढंच म्हणाली, "हो, माणसाला कधीकधी तसा अनुभव येतो खरा."

परंतु त्यांच्या उल्हासात तिचं हे बोलणं त्यांना पुरेसं होतं. हळूहळू मोटारीचा वेग कमी करून ती रस्त्याच्या कडेला थांबवत त्यांनी म्हटलं, "याच नव्हे, तर सृष्टीच्या साऱ्या रूपाचंच असं आहे की, ती बघून माणसाच्या साऱ्या अव्यक्त भावनांना वाचा फुटते-निदान फुटायला हवी." असं म्हणून त्यांनी तिच्याकडे काही एका अभिप्रायानं हसत बघितलं आणि तिला कल्पनाही नसताना झटकन तिचा हात धरून म्हटलं, "हं, चला खाली, जरा हिंडून येऊ!"

त्याबरोबर आपला हात चटदिशी सोडवून घेत अंगावर शहारे आल्याप्रमाणे

करून तिनं म्हटलं, ‘‘नको बाई हिंडायला! मला थंडी वाजायला लागली. आता चला घरी परत!’’

तिचं असं करणंही त्यांना अगदी सहजपणाचं वाटून ते लगेच पुन्हा मोटारीत चढले आणि मोटार सुरू करताना म्हणाले, ‘‘अजून तुमच्या अंगात कसर आहे. एक-दोन इंजेक्शनं दिली पाहिजेत.’’

हा आणि असेच आणखी जे एक-दोन प्रसंग घडले ते दिसायला अगदी क्षुल्लक होते खरे; परंतु क्षुल्लक गोष्टींचेही कधीकधी फार विपरीत परिणाम होतात, असं वाटून तिनं मनाशी असा बेत केला होता आणि त्या प्रसंगाचा क्षुल्लकपणा जमेस धरूनही तिला वाटत होतं की, आपण मनाशी ठरवलेला बेत अगदी योग्य असाच आहे.

डॉक्टरांच्यापासून हळूहळू दूर राहाण्याचा तिचा बेत कदाचित सफलही झाला असता - नव्हे, गेल्या पंधरा दिवसांत त्या बाबतीत तिला बरंच यशही प्राप्त झालं होतं; परंतु त्यांना न दुखवता आपला बेत कितपत सिद्धीस जाईल याविषयी तिला शंका होती. एखादं रोप जमिनीपासून दूर करते वेळी त्याच्या भोवतालची थोडीतरी जमीन उकरल्याखेरीज राहात नाही, त्याप्रमाणे एखाद्या व्यक्तीच्या मैत्रीची बंधनं शिथिल करते वेळी त्या व्यक्तीच्या अंतःकरणाला थोडातरी धक्का बसल्यावाचून राहाणार नाही, असा विचार तिच्या मनात येऊन त्याबद्दल तिला वाईट वाटे.

मैत्रीची बंधनं!

डॉक्टरांच्या आणि तिच्यामध्ये खरोखरच मैत्रीची बंधनं असती तर ती दूर करण्याचं तिला काय कारण होतं? - नव्हे, तिला स्वतःला जर कोणी त्याबद्दल विचारलं असतं तर तिनं चटकन हेच उत्तर दिलं असतं की, ती बंधनं आपल्याला अगदी हवी आहेत आणि जर ती तोडण्याचा प्रसंग आला तर आपल्याला मनस्वी दुःख झाल्यावाचून राहाणार नाही.

डॉक्टरांबद्दल अगदी पहिल्यापासून तिच्या भावना अशाच होत्या की, त्यांची मैत्री तिला अंतःकरणापासून हवीशी वाटे.

परंतु तिला अनुभव मात्र अगदी वेगळा आला होता. स्त्री-पुरुषांमध्ये निर्हेतुक मैत्री असूच शकत नाही. प्रत्येक पुरुष स्त्रीकडे मैत्रिणीपेक्षा प्रेयसी म्हणूनच जास्त बघतो आणि म्हणूनच स्त्रीनं एखाद्या पुरुषाशी मैत्री करण्यापूर्वी आपण त्या पुरुषावर प्रियकर म्हणून आपल्या प्रेमाचा वर्षाव करू शकू किंवा नाही याचा प्रथम अवश्य विचार करावा आणि मगच त्याच्याशी मैत्री करावी असं तिचं मत बनलं होतं.

खरं किंवा खोटं; पण याप्रमाणे तिचं मत बनलं होतं आणि त्याप्रमाणे वागायचं असं तिनं ठरवलं होतं.

मात्र, अशा प्रसंगी डॉक्टरांवर आपण प्रेमाचा वर्षाव करू शकू किंवा नाही याचा

प्रथम अवश्य विचार करावा आणि मगच त्यांच्याशी मैत्री करावी असं तिचं मत बनलं होतं.

अर्थात असा प्रसंग येऊन डॉक्टरांशी आपल्या मैत्रीची बंधनं शिथिल करण्याची जर वेळ आलीच तर त्याबद्दल तिला परमावधीचं दुःख होणार होतं यातही काही संशय नव्हता.

म्हणूनच शक्यतो त्यांना न दुखवता हळूहळू त्यांच्यापासून दूर जाण्याचं तिनं जे ठरवलं होतं ते त्यामुळेच! शिवाय त्यांच्याशी बोलण्यात आपली वाढती सलगी दिसता कामा नये असं वाटून त्यांच्या शेवटच्या प्रश्नाला तिनं जे तुटक उत्तर दिलं होतं तेही त्यामुळेच!

समोरच्या घड्याळात चार वाजलेले बघताच पुष्पमाला उठू लागली, तेव्हा डॉक्टर म्हणाले, ''वा! नेहमीप्रमाणे कॉफी घेतल्याशिवाय जाणार वाटतं? वास्तविक गेल्या दोन रविवारची दोन कप आणि आजचा एक कप अशी तीन कप कॉफी घेतली पाहिजे तुम्हाला!''

यावर मान वेळावत पुष्पमाला म्हणाली, ''म्हणजे दोन रविवारी आले नाही म्हणून ही शिक्षा वाटतं?''

''मग नको का शिक्षा द्यायला? आपल्या वडिलांचा हुकूम मोडणाऱ्याला कशी शिक्षा होते हे कळून तरी येईल!''

''वा, छान!'' असं म्हणून पुष्पमाला हसली आणि पुढे म्हणाली, ''खरंच डॉक्टर, तुम्ही भाऊंना काय पत्र लिहिलंत?''

''मघाशी सांगितलं तेच! आणि शिवाय लिहिणार आहे की, तुमची मुलगी दिवसेंदिवस अधिक निस्तेज बनत चालली आहे आणि तिला शक्तीसाठी इंजेक्शनं घ्यायला हवी आहेत. ती घेण्याचं ती कबूल करत नाही, तेव्हा तुम्ही एकदा इकडे येऊन लहान मुलाप्रमाणे तिचे हात धरा. म्हणजे मी तिला इंजेक्शन देईन. आणि –''

पण डॉक्टरांना पुढे बोलू न देता एखाद्या वडील माणसानं दांडगाई करणाऱ्या लहान मुलाला हात उगारून गप्प करावं तसा अभिनय करून तिनं म्हटलं, ''हं, हं, पुरे झालं!''

तिचा तो अभिनय पाहून डॉक्टरांना मनस्वी हसू आलं आणि ते तिला काही म्हणणार इतक्यात तीच त्यांना म्हणाली, ''खरंच डॉक्टर, त्या इंजेक्शनपेक्षा मला एखादं शक्तीचं टॉनिक द्या. इंजेक्शनचा मला भारी त्रास वाटतो.''

पूर्वीही तो विषय निघाला असताना ती त्यांना असंच म्हणाली होती, कारण इंजेक्शनसाठी रोज आपल्याला त्यांच्या दवाखान्यात यावं लागेल हे ती जाणून होती आणि ते तर तिला नको होतं; त्यापेक्षा एकदा टॉनिकचं नाव लिहून दिल्यानंतर पुन्हा

रोज रोज येण्याची गरज पडणार नाही म्हणून तिनं तसं म्हटलं होतं. अर्थात ही गोष्ट डॉक्टरांच्या लक्षात येण्याचं काहीच कारण नव्हतं आणि म्हणून त्यांनी अगदी सरळ अर्थानं म्हटलं, ''बरं काही हरकत नाही. मी जाताना टॉनिकचं नाव लिहून देईन; पण आता तरी कॉफी घ्याल की नाही?''

मग डॉक्टरांनी महादूला आपल्या नेहमीच्या रिवाजाप्रमाणे समोरच्या 'रिगल' रेस्टॉरन्टमधून कॉफी आणण्यास सांगितलं.

काही वेळानंतर एकदम कसली तरी आठवण झाल्यासारखं करून डॉक्टरांनी म्हटलं, ''हो खरंच! तुम्हाला सांगायला विसरलोच. मागे एकदा मी तुम्हाला अचलाची हकिगत सांगितली होती ना? ती काही आमच्या दवाखान्यातून जायला तयार नव्हती...''

अशी सुरुवात करून त्यांनी काही दिवसांपूर्वी घडलेला सारा प्रसंग तिला कथन केला. दवाखान्यातून जाण्यापूर्वी दादासाहेबांनी सुडाची जी भाषा केली होती, तीसुद्धा सांगण्यास ते विसरले नाहीत. ती सारी हकिगत सांगून झाल्यावर ते म्हणाले, ''तुम्ही बऱ्याच दिवसांत इकडे फिरकला नाहीत म्हणून ही हकिगत सांगायची राहून गेली. वास्तविक ही हकिगत मी तुम्हाला अगदी पाहिल्या प्रथम सांगायचं ठरवलं होतं; पण माणसाचं नेहमी असंच होतं. आपल्या माणसाला अमुक अमुक गोष्टी सांगायच्या तो मनाशी ठरवून ठेवत असतो; परंतु प्रत्यक्ष बोलताना त्यांपैकी एखादी राहातेच आणि ते माणूस गेलं म्हणजे मग त्या गोष्टीची आठवण होते. जणू काही माणसाच्या स्मृतीला वाटत असतं की, एकदम काय म्हणून साऱ्या गोष्टी सांगायच्या! आणि म्हणून माणसाची स्मृती, चोरून त्यांपैकी एखादी गोष्ट तरी मागं ठेवतेच! तुम्हाला नाही असं वाटत?''

परंतु डॉक्टरांच्या या बोलण्याकडे पुष्पमालेचं लक्ष होतं कुठे?

ही सारी हकिगत ऐकून तिला वाटलं, डॉक्टरांनी एक दुष्ट शत्रू तर निर्माण केला नाही ना? आणि त्याचे दुष्परिणाम तर त्यांना भोगावे लागणार नाहीत ना? अशीही एक अशुभ शंका तिच्या मनाला का कोणास ठाऊक चाटून गेली.

ती या विचारात गढली असल्यामुळे डॉक्टरांनी जेव्हा तिच्याकडे बघून तो शेवटचा प्रश्न केला तेव्हा बावचळून तिनं म्हटलं, ''अं? काय म्हणालात?''

डॉक्टरांनी त्याच प्रश्नाची पुनरावृत्ती केली असती तर तिनं काय उत्तर दिलं असतं कोणास ठाऊक! पण त्याच वेळी महादू कॉफीचा ट्रे घेऊन आत आला आणि किटलीतून कपात कॉफी ओतताना डॉक्टर तो विषय तितक्यावरच थांबवून म्हणाले, ''किती थंड कॉफी आणलीस रे?''

कॉफीपान झाल्यानंतर पुष्पमाला खरोखरच जायला उठली. डॉक्टरांनी कदाचित तिला अजूनही बसण्याचा आग्रह केला असता; परंतु इतक्यात त्यांची नर्स तेथे येऊन

म्हणाली, ''डॉक्टर, कालचा पेशंट पुन्हा बडबड करायला लागला आहे.''

मग मात्र त्यांना उठावंच लागलं; परंतु उठल्यानंतरदेखील त्या पेशंटची हकिगत पुष्पमालेला सांगण्यास ते विसरले नाहीत. काही माणसांचा स्वभावच असा असतो की, आपलं बोलणं ऐकण्यास दुसरी व्यक्ती उत्सुक आहे की नाही किंवा आपण जे सांगणार आहोत ते त्या दुसऱ्या व्यक्तीला सांगण्याची कितपत गरज आहे याचा ते क्वचितच विचार करतात. या नियमाला अनुसरून डॉक्टर उठल्यानंतरही पुष्पमालेला त्या पेशंटची हकिगत सांगू लागले.

ते म्हणाले, ''काल माझ्या दवाखान्यात कुमार कीर्तने नावाचा माझा एक जुना स्नेही आला आहे. काल तुमचा हरताळ झाला ना? त्या दंगलीत त्याच्या डोक्याला खूप मुका मार बसला आहे आणि त्याच्या डोक्याची एक विशिष्ट शीर दुखावली गेली आहे; त्यामुळे सारखी त्याची बडबड चालू असते. बरं, गंमत अशी की, त्याच्या बडबडण्यात फक्त दोनच वाक्यांचा मंत्र चालू असतो. 'ती मुलगी सुरक्षित आहे ना?' आणि 'तिचं नाव मला सांगा.' आता काय उषाच्या सखीप्रमाणे त्याला नाना मुलींची चित्रं काढून दाखवू की मुलींची नावं सांगत बसू?''

एवढा विनोद करून डॉक्टर हसले आणि जाऊ लागले.

ती हकिगत ऐकून पुष्पमालेची स्थिती खरोखर वेड्यासारखी झाली. तिची तेथे थांबण्याची मनस्वी इच्छा होती; त्यामुळे धड तिचा पायही तेथून निघेना आणि एकदा जायला उठल्यानंतर तिथे थांबणंही तिला इष्ट वाटेना.

परंतु माणसाची एखादी इच्छा उत्कट असली म्हणजे त्याची कल्पनाशक्ती ताबडतोब त्याच्या मदतीस धावून येते की काय कुणास ठाऊक!

तिला चटकन एक कल्पना सुचली आणि ती तिनं लगेच अमलातही आणली.

डॉक्टर जात असताना ती त्यांना म्हणाली, ''डॉक्टर, त्या टॉनिकचं नाव लिहून घ्यायचं राहिलंच! त्यासाठी मी उद्या येईन.''

यावर ''काही हरकत नाही,'' असं म्हणून डॉक्टर निघून गेले.

आज नाहीतर उद्या तरी कुमारची आणि आपली खचित गाठ पडेल असं वाटून तिला आनंद...

पण छे! आपल्याला आनंद झाला आहे की दुःख झालं आहे हे तिचं तिलाच कळेना.

आणि ती दवाखान्याच्या बाहेर पडली तेव्हा आनंद, दुःख, विस्मय, उत्कंठा, कुतूहल वगैरे अनेक संमिश्र भावनांनी तिचं अंतःकरण दाटून आलं.

७

डॉक्टरांनी थंडगार पाण्याचे दोन-तीन शिपके तोंडावर मारल्यानंतर त्यांना बरीच हुशारी वाटली. तोंडाला लावलेल्या साबणाचा फेस जरी त्या पाण्यानं धुऊन निघाला तरी रात्री अखेरच्या प्रहरी ऐकलेल्या भैरवीच्या स्वरांप्रमाणे त्याचा मंद सुगंध मागे रेंगाळतच होता. सुगंध आणि संगीत यांचा अन्योन्य संबंध आहे की काय कोणास ठाऊक! कारण तो सुगंध नाकात शिरताच त्यांनी सिनेमातल्या एका प्रसिद्ध गाण्यातील एक चरण म्हणून अशी तान मारली की, त्या योगानं त्यांच्या अंतःकरणातील सुप्रसन्नता पूर्णांशानं प्रतीत झाली.

वास्तविक त्यांच्या या अंतःकरणातील प्रसन्नतेला त्या दिवशीच्या वातावरणातील एकही गोष्ट साथ देत नव्हती; कारण आदल्या दिवशी पाऊस पडल्यामुळे वातावरणात एक प्रकारचा कुंदपणा आला होता. रात्री बेडकांनी तर एकसारखं ओरडून अगदी बेजार करून सोडलं होतं. रात्री सुरू झालेला पाऊस सकाळीही पुरता थांबला नव्हता आणि अधिक सैन्याअभावी उघड लढाई करण्याऐवजी एखाद्या तुकडीनेच शत्रुसैन्यावर अचानक छापा घालून पळून जावं त्याप्रमाणे त्या दिवशी मधूनच एखादा ढग आकाशात येई आणि थोडी वृष्टी करून पुढे निघून जाई. मात्र, लवकरच त्या मेघाचं सारं सैन्य एकत्र जमून मोठी वृष्टी होण्याची चिन्हं स्पष्ट दिसत होती; कारण वाऱ्याअभावी मनस्वी उकाडा होत होता आणि कोणीतरी निमंत्रण दिल्याप्रमाणे

आकाशात हळूहळू मेघाचं सारं सैन्य जमू लागलं होतं.

अशा वातावरणाचा माणसाच्या मनावर परिणाम झाल्यावाचून राहात नाही ही गोष्ट खरी असली तरी दुसऱ्या एखाद्या गोष्टीमुळे त्याच्या मनावर खरीखुरी प्रसन्नता आली असली तर ती नष्ट करण्यात मात्र अशा वातावरणाचा फारसा उपयोग होत नाही. डॉक्टरांचंही असंच झालं. त्यांना या वातावरणाशी समरस होण्यासाठी सवड होतीच कुठे? त्यांचं सारं लक्ष घड्याळाकडे लागलं होतं; कारण आदल्या दिवशी ठरल्याप्रमाणे त्या वेळी त्यांच्याकडे पुष्पमाला येणार होती आणि तिच्या वाटेकडेच त्यांचे डोळे लागले होते. रविवारी दुपारी त्यांना काम नसल्यामुळे ते फारच खुशीत होते आणि पुष्पमाला आल्यानंतर कोणता चांगला कार्यक्रम आखायचा याबद्दल त्यांच्या मनात विचार चालू होते.

त्यामुळे टेलिफोनच्या घंटेचा आवाज कानावर पडताच त्यांच्या कपाळाला बऱ्याच आठ्या पडल्या. तोंड धुवून टर्किश टॉवेलनं थोडा कानाजवळ राहिलेला साबणाचा फेस पुसत असतानाच त्यांनी महादूला म्हटलं, ''बघ रे कुणाचा फोन आहे तो?''

महादूनं रिसीव्हर कानाला लावून सांगितलं, ''दादासाहेबांचा आहे!''

ते ऐकताच त्यांच्या भालप्रदेशावरून काही काळापूर्वी नष्ट झालेल्या आठ्या पुन्हा त्या ठिकाणी दिसू लागल्या आणि त्यांनी त्रासिक स्वरात म्हटलं,

''काय म्हणताहेत?''

''त्यांची मुलगी आजारी आहे. तेव्हा...''

पण त्याला पुढे बोलू न देताच डॉक्टर म्हणाले, ''मग त्यात नवीन काय आहे? ती नेहमीच आजारी असते.''

''तुम्हाला ते फोनवर बोलावत आहेत!''

डॉक्टरांनी अगदी नाइलाजानं रिसीव्हर कानाला लावला आणि ते बोलू लागले.

''हॅलो! काय म्हणताय? फार आजारी आहे का अचला?''

''होय. तिचं एकाएकी जास्त झालंय!''

''पण हे पाहा दादासाहेब, ती केस जरा माझ्या आवाक्याबाहेरची आहे. मग दुसरा एखादा चांगला डॉक्टर का नाही बोलावत?''

''छे, छे! डॉक्टर, असं कसं म्हणता? आमचा तुमच्यावरच विश्वास आहे, तेव्हा तुम्ही लगेच आलात तर माझ्यावर फार उपकार होतील.''

अखेर नाइलाजानं येण्याचं कबूल करून डॉक्टरांनी फोन खाली ठेवला. मात्र, फोन खाली ठेवताना ते मनाशी म्हणाले, ''जो माणूस सुडाची भाषा बोलतो तो एकदम उपकाराची भाषा कशी बोलू लागला? नवलच आहे!''

पण डॉक्टरांना जर मानवी स्वभावाचं पुरं ज्ञान असतं तर त्यांना तसं नवल

वाटण्याचं काहीच कारण नव्हतं. दादासाहेबांनी उपकाराची भाषा अगदी सहजासहजी केली नव्हती. त्यांच्यासारख्या स्वभावाचे जे लोक असतात ते कोणतीही कृती हेतूपूर्वकच करतात. अचलाशी लग्न करण्याबद्दल डॉक्टरांचा त्यांच्याशी जो तंटा झाला आणि नंतर त्यांनी दवाखान्यातून निघून जाण्यापूर्वी जी सुडाची भाषा वापरली त्या गोष्टी त्यांच्या स्मृतीत अगदी ताज्या होत्या - नव्हे, त्या दिवसापासून त्यांच्या मनाची शांती पार ढासळून गेली होती. संतापाच्या भरात ते सुडाची भाषा बोलून गेले खरे! परंतु त्यांनी जेव्हा त्याबद्दल पुनःपुन्हा विचार केला तेव्हा त्यांच्या प्रतिज्ञापूर्ततेचा मार्ग त्यांना अखेरपर्यंत सापडला नव्हता. मात्र, त्या विचारांच्या शेवटी डॉक्टरांनी उच्चारलेले अपमानकारक शब्द त्यांना पुनःपुन्हा आठवत होते आणि त्याबद्दल सुडाचा एकही मार्ग आपल्याला सापडू नये याबद्दल त्यांना अत्यंत विषाद वाटे. अशा वेळी त्यांच्या स्थितीत असलेला खलपुरुष ज्याप्रमाणे वागेल त्याप्रमाणेच त्यांनी वागायचं ठरवलं होतं. केवळ सामोपचारानेच आपला हेतू तडीस नेता आला तर बघावं असं वाटून त्यांनी त्या मार्गाचा अवलंब केला.

कोणत्याही मार्गानं का होईना, पण डॉक्टरांनी एकदा अचलाशी लग्न केलं म्हणजे झालं! या इच्छेमागे प्रेमळ पित्याचं अंतःकरण खचित नव्हतं; कारण दादासाहेबांना या गोष्टीची जाणीव नव्हती का की, मुला-मुलींच्या विवाहामध्ये सक्तीपेक्षा प्रेमालाच अधिक महत्त्व असतं आणि सक्तीचे विवाह हे कधीही सुखदायक होत नाहीत.

परंतु काट्यांनी गच्च भरलेल्या बाभुळवनात एखाद्या वेलीवरचं फूल पुरतं उमलण्यापूर्वीच नष्ट व्हावं, त्याप्रमाणे सुडाच्या विचारांनी भरलेल्या त्यांच्या अंतःकरणात हा विचार कोठल्या कोठे लुप्त होऊन जात असे; त्यामुळे डॉक्टरांनी जर यदाकदाचित अचलाशी लग्न केलं तर ती सुखी होईल किंवा नाही याची क्षिती त्यांना राहिली नव्हती- नव्हे, तिचं सुख पणाला लावूनच त्यांचे सारे बेत चालले होते.

आजचा बेतही त्यापैकीच एक होता.

डॉक्टरांना अर्थात या गोष्टीची जाणीव नसल्यामुळे ते आश्चर्य करतच त्यांच्या बंगल्यावर गेले. बंगल्यासमोर टांगा थांबताच गॅलरीत वाट बघत असलेले दादासाहेब एकदम खाली आले आणि डॉक्टरांच्या हातातील बॅग घेत त्यांना म्हणाले, "Doctor, I am very glad you have come." ("डॉक्टर, तुम्ही आल्याबद्दल मला फार आनंद होतो.")

या अनपेक्षित स्वागतानं तर त्यांचं आश्चर्य अधिकच दुणावलं. एखाद्या व्यक्तीकडून आपल्या कल्पनेपेक्षा निराळी वागणूक घडली म्हणजे माणूस त्या व्यक्तीकडे ज्या आविर्भावाने बघतो, त्याप्रमाणे डॉक्टरांनी दादासाहेबांच्या चेहऱ्याकडे बघितलं; परंतु विधात्यानं साऱ्या खलपुरुषांच्या ठिकाणी आपले खरे भाव अव्यक्त

ठेवण्याचं कौशल्य दिलं आहे की काय कुणास ठाऊक! डॉक्टरांना त्यांच्या मुद्रेवर कोणताही भाव दृग्गोचर झाला नाही.

त्यामुळे दादासाहेबांच्या वरच्या दिवाणखान्यात बसल्यानंतरदेखील डॉक्टर आश्चर्य करत राहिले की, एखादी किमया घडून त्यायोगानं दादासाहेबांचा मूळ स्वभाव पार बदलून तर गेला नाही?

परंतु थोड्याच वेळात अशा गोष्टी घडत गेल्या की, त्यायोगानं डॉक्टरांचं आश्चर्य हळूहळू कमी होत जाऊन त्याची जागा संतापानं घेतली.

दिवाणखान्यातील एका खुर्चीवर बसल्यानंतर दादासाहेबांनी त्यांच्याशी बोलण्यास सुरुवात केली.

"काय डॉक्टर आज भारी उकडतंय ना?"

"होय."

"मी तुम्हाला आणायला मोटार धाडणारच होतो; परंतु मोटारीचा 'पाटा'च नादुरुस्त झाला आहे."

"छे! तशी काही जरुरी नव्हती. माझ्याजवळ आज पेट्रोल नव्हतं! नाहीतर मी माझीच मोटार आणली असती."

"वा! तुम्हाला पेट्रोलची टंचाई भासते वाटतं? मला केव्हाही सांगत चला, मी पेट्रोल धाडून देत जाईन; कारण कोणत्याही पंपावर आम्हाला पेट्रोल मिळतं! त्याशिवाय का त्यांचा 'काळा बाजार' चालणार आहे? तेव्हा तशी पंचाईत तुम्ही पडू देऊ नका."

"छे! मला फारशी गरज पडतच नाही. माझ्या कूपन्सवर मिळणारं पेट्रोल मला पुरेसं होतं!"

हा मामुली संवाद चालू असताना डॉक्टरांचं लक्ष दिवाणखान्यातील शृंगाराकडे लागलं होतं. दिवाणखाना तसा छोटाच होता; त्या मानानं त्यामध्ये ज्या सुंदर वस्तूंचा भरणा केला होता त्याचा उपयोग दिवाणखान्याची एकंदर सजावट खुलवण्यापेक्षा ती कमी करण्याकडेच अधिक होत होता. चार भिंतींच्या कडांना अगदी ओळीनं ज्या खुर्च्या मांडण्यात आल्या होत्या; त्यामुळे त्या दिवाणखान्याला एखाद्या फर्निचरच्या दुकानाचं स्वरूप आलं होतं. त्याचप्रमाणे भिंतीवर जी नाना प्रकारची चित्रं दाटीनं लावण्यात आली होती, त्यामध्ये तर कलात्मक दृष्टीचा पूर्ण अभाव दिसत होता. किंबहुना ती जशी मिळाली तशी जागा बघून टांगली असावीत असं वाटत होतं. दादासाहेब ज्या खुर्चीवर बसत, त्याच्या समोर दाराच्या वरच्या बाजूला गव्याची दोन भली मोठी शिंगं टांगलेली होती आणि त्यांच्या मध्यभागी त्यांचा फोटो लावलेला होता. तो फोटो त्यांच्या तरुणपणातला असावा; तरीदेखील त्यांचं जाडं आणि चपटं नाक, भालप्रदेशावरील उंचवटे, डोळ्यांखालील काळी वर्तुळं आणि डोक्यावरचं

टक्कल या साऱ्या गोष्टी हुबेहूब आता आहेत तशाच त्या फोटोतही दिसत होत्या.

विशेषतः डॉक्टरांचं लक्ष भिंतीवरच्या एका चित्रावर स्थिर झालं आहे हे बघताच दादासाहेब म्हणाले, "तुम्ही बघता ते चित्र व्हेनिसच्या एका मोठ्या चित्रकारानं काढलेलं आहे."

"असं का? कुठून पैदा केलंत?" त्या चित्रावरची नजर न काढताच डॉक्टरांनी विचारलं,

"अहो आम्हाला काय तोटा? आम्ही पोलीस खात्यातील माणसं कोणतीही गोष्ट कधी विकत घेत नसतो! हे जे चित्र आहे, त्या चित्राचा मालक मोठा चित्रकार होता. बहुतेक प्रत्येक देशाचं एक चित्र त्यानं आपल्या संग्रहात ठेवलं होतं; पण पुढे स्वारी एकदा आमच्या तावडीत सापडली. त्याच्या घराची झडती झाली; परंतु पंचनामा करण्यापूर्वीच मी हे चित्र लांबवलं."

एवढं बोलून दादासाहेब काही काळ थांबले आणि नंतर एखाद्या वृद्ध सेनापतीनं आठवण करून आपण तरुणपणी मारलेल्या लढाईच्या हकिगती मोठ्या अभिमानानं सांगाव्यात, त्याप्रमाणे त्यांनी पुढे सांगण्यास सुरुवात केली. त्यांच्या टेबलावर पेपरवेटसाठी उपयोगात येत असलेला एका नग्न स्त्रीचा संगमरवरी पुतळा हातात घेऊन ते म्हणाले, "हा पुतळादेखील मी त्याच दिवशी त्या चित्रकाराच्या झडतीत पैदा केला. एकदा एका शिकाऱ्याकडे तपासासाठी जाण्याचा प्रसंग आला. त्याला संकटातून सोडून देण्याचं अभिवचन दिलं म्हणून त्याने आमची मूठ चांगली दाबलीच; पण शिवाय ही दोन गव्यांची शिंगं आवडल्यावरून त्यांनी मला ती बहाल केली आणि हा 'वॉटरमन' फाउंटन पेन परवा अफरातफरीची जी मोठी केस झाली ना, त्यातली ही मिळकत. अहो, आमच्या पोलीस खात्यात आम्हाला घरबसल्या सर्व गोष्टी मिळतात." असं म्हणून दादासाहेबांनी असं भारदस्त हास्य केलं की, त्या योगानं त्यांचं सर्व शरीर गदगदून हललं आणि त्यांच्या शुभ्र दातांची बनावट कवळी डॉक्टरांना स्पष्ट दिसली.

दादासाहेबांचं बोलणं चालू असताना डॉक्टर मनात म्हणत होते, 'खरोखर किती भयंकर माणूस आहे हा! या असल्या गोष्टी अभिमानानं सांगण्यात याला काहीच कसं वाटत नाही? आणि हे असले लोक गुन्हेगारांचा तपास करून त्यांना शिक्षेला पात्र ठरवणार! वास्तविक त्या गुन्हेगारांपेक्षाही हे लोक खरोखर भयंकर होत. जगात यालाच जर न्याय म्हणायचं असेल तर जग अजून रानटी अवस्थेतच आहे असं म्हटलं पाहिजे.' डॉक्टरांचे हे विचार चालू असतानाच दादासाहेबांनी पुढे बोलण्यास सुरुवात केली, "आणि डॉक्टर..."

त्यांचं पुराण कधीच संपणार नाही अशी भीती वाटून त्यांना पुढे बोलू न देता डॉक्टर म्हणाले, "दादासाहेब, पेशंट कुठे आहे तो लवकर मला दाखवा. मला

ताबडतोब परत जायचं आहे.''

''अहो, घाई कसली? जाता येईल!''

आपली कन्या फार आजारी असताना तिचा पिता ज्या प्रकारची वागणूक करेल तशी दादासाहेबांची वागणूक दिसेना. वास्तविक प्रथम मुलीची प्रकृती दाखवून नंतर या अशा गप्पागोष्टी करायच्या; ते सोडून दादासाहेबांनी असा धिमेपणा का दाखवावा हेच त्यांना कळेना. दादासाहेबांचा आपल्याला येथे आणण्यात दुसरा काही डाव तर नाही ना? हा विचार त्यांच्या मनात जो जो स्थिर होत गेला, तो तो त्यांची तशी खात्री पटू लागली. शिवाय जर पुष्पमाला आली तर तिला बसवून ठेवण्यास त्यांनी महादूला बजावलं होतं; त्यामुळे येथे अधिक वेळ काढणं त्यांना असह्य वाटू लागलं.

ते दादासाहेबांना पुन्हा म्हणाले, ''मला खरंच काम आटोपून लवकर जायचं आहे!''

''अहो, पण निदान चहा तर घ्याल ना. फार उकडत होतं म्हणून ताबडतोब चहा सांगितला नाही आणि तुम्हाला आमचं हे पेय बहुधा चालत नसेल.''

असं म्हणून त्यांनी त्यांच्या टेबलावर असलेल्या मद्याच्या बाटलीकडे अंगुलीनिर्देश केला.

''मी पुन्हा येईन कधीतरी चहाला; आता काही नको.''

''वा! असं कसं होईल? आता आणवतो चहा! अग अचला, - ए ताई, चहा आणतेस ना डॉक्टरांना?''

हे ऐकून डॉक्टरांच्या आश्चर्याला पारावार राहिला नाही.

एकूण अचला आजारी नाहीच तर!

त्यांचा संताप इतका अनावर झाला की, एकदम त्या ठिकाणाहून उठून निघून जावं असं त्यांना वाटू लागलं. इतक्यात अचला चहाचे दोन कप ट्रेमध्ये घेऊन बाहेर आली. तिनं एक कप डॉक्टरांच्या समोर ठेवला आणि दुसरा कप ती दादासाहेबांना देणार इतक्यात ते म्हणाले, ''ताई, मला आज चहा नको. भारी उकडतं आहे; मी माझं पेय घेतो. तूच इथे बसून डॉक्टरांबरोबर चहा घे.''

असं म्हणत त्यांनी टेबलावरचा ग्लास जवळ ओढला आणि त्यामध्ये मद्य ओतलं.

चहाच्या कपाला स्पर्शही न करता डॉक्टरांनी विचारलं, ''तुम्ही मला इथे कशासाठी बोलावलंत?''

दादासाहेबांनी मद्याचा एक घोट घेऊन म्हटलं. ''साऱ्या गोष्टी नक्की करण्यासाठी! डॉक्टर, खरंच ती आजारी आहे! आणि तिचा आजार तुमच्याशिवाय बरा होणार नाही.'' असं म्हणून त्यांनी थोडंसं हास्य केलं; परंतु डॉक्टरांवर त्याचा काहीच परिणाम झाला नाही.

त्यांचा संताप जरी अनावर झाला होता तरी तो सावरून ते अगदी शांतपणानं म्हणाले, "दादासाहेब, कृपाकरून पुन्हा तुम्ही माझ्या वाटेला जाऊ नका. मी पूर्वीच तुम्हाला एकदा उत्तर दिलं आहे."

"तुम्ही कुठे गुंतला आहात का डॉक्टर?"

या प्रश्नानं आतापर्यंत मोठ्या प्रयासानं दाबलेला डॉक्टरांचा संताप उफाळून वर आला आणि त्या भरात ते म्हणाले, "तुम्हाला काय करायच्या आहेत या चौकश्या? मी दुसरीकडे गुंतलो असेन अगर नसेन!"

"But I know you are! Elle est Jolie?"

परंतु त्यांचा तो शेवटचा फ्रेंच उच्चार न कळल्यामुळे डॉक्टरांनी त्यांच्याकडे गोंधळून बघितलं. पुन्हा त्यांनी त्यांना तोच प्रश्न केला,

"Elle est Jolie?"

आणि थोडा वेळ थांबून ते म्हणाले, "अरे खरंच की, तुम्हाला फ्रेंच येत नाही, नाही का? "But is she pretty?"

"मला वाटत नाही की, तुमचा त्याच्याशी काही संबंध असेल असं!"

"वा! संबंध आहे म्हणून तर विचारतो. आमच्या अचलापेक्षा ती सुंदर असेल तर प्रश्न निराळा; पण मला माहीत आहे ती मुलगी! पुष्पमालाच की नाही तिचं नाव? ती आमच्या अचलापेक्षा सुंदर नाही खास!"

दादासाहेबांनी पुष्पमालेचं नाव उच्चारताच डॉक्टरांनी त्यांच्याकडे चमकून बघितलं. तिच्या प्रेमाचा त्यांना पुरता प्रत्यय आला नसतानादेखील दुसऱ्याच्या तोंडून त्याचा झालेला उच्चार ऐकून त्यांना मनातल्या मनात मनस्वी समाधान वाटलं. ज्या प्रेमासाठी माणसाचा जीव आतुर झालेला असतो त्याचा प्रत्यक्ष उच्चार जगाच्या तोंडातून निघाल्यानंतर ज्या उत्कट आनंदाच्या तंद्रीत माणूस गर्क होऊन जातो त्या अवस्थेचा अनुभव डॉक्टरांना येऊन ते काही काळ आपोआपच गप्प बसले.

परंतु त्यांना आपलं बोलणं पटलं आहे असं वाटून दादासाहेब त्यांना ते अधिक पटवण्याच्या इराद्यानं म्हणाले, "बोला डॉक्टर, गप्प का? पुष्पमालेपेक्षा अचला सुंदर असताना तुम्ही तिच्याशी का लग्न करत नाही?"

"तो माझा प्रश्न आहे!"

"तो तुमचा एकट्याचा प्रश्न नाही. माझ्या मुलीच्या आयुष्याचा विचार करा."

"दादासाहेब, का उगाच माझ्या नादी लागता? मला तुमच्या मुलीशी लग्न करणं कदापिही शक्य होणार नाही."

तरीदेखील सामोपचाराचा अखेरचा प्रयत्न म्हणून दादासाहेब म्हणाले, "डॉक्टर, बोला किती पैसे दिले म्हणजे तुम्ही माझ्या अचलाशी लग्न कराल?"

हे बोलणे ऐकल्यानंतर डॉक्टरांच्या मुद्रेवर जे विकार उमटले ते विचारात न

घेता दादासाहेब पुढे म्हणाले, “बोला, आकडा सांगा, बघा लगेच चेक देतो! कितीचा देऊ? पाच हजार? दहा हजार?” असं म्हणून भराभर आकडे बोलत त्यांनी चेकबुक हातात घेतलं.

डॉक्टरांनी अगदी तुच्छतापूर्वक त्या चेकबुककडे एक कटाक्ष टाकला आणि म्हटलं, “दादासाहेब, नुसत्या पैशांनी जन्माचे संबंध साधता येत नसतात!”

परंतु आपला भयंकर अपराध केलेल्या व्यक्तीला नुसते तत्त्वज्ञानात्मक विचार सांगण्यापेक्षा, त्याच्या वर्मी लागेल असा शाब्दिक वार करण्याची माणसाला जी अनावर इच्छा होते ती होऊन डॉक्टर म्हणाले, “आणि लोकांचे गळे कापून मिळवलेले पैसे मला हवेत कशाला?”

त्यांच्या कल्पनेप्रमाणे दादासाहेबांना तो वार असह्य होऊन ते खुर्चीवरून उठले आणि डॉक्टरांच्या अंगावर धावून जाण्याचा त्यांनी आविर्भाव केला आणि म्हणाले, “मी - मी लोकांचे गळे कापून पैसे मिळवले? काय? - काय हलकटासारखं बोलता?...”

परंतु त्यांचं हे बोलणं ऐकण्यापूर्वी डॉक्टर केव्हाच जिना उतरून खाली निघून गेले होते. लगेच त्यांच्या पाठोपाठ अचला गॅलरीत जाऊन उभी राहिली.

त्या वेळी सृष्टीनंदेखील केवढं विराट स्वरूप धारण केलं होतं ! सारे ढग एकत्र गोळा होऊन आकाश फाटल्याप्रमाणे पर्जन्यवृष्टी होत होती. विजांच्या कडकडाटांनी तर नुसत्या कानठळ्या बसत होत्या आणि तेजानं डोळे दिपून जात होते आणि या दृश्याच्या भीतीनंच की काय कोणास ठाऊक वायू इकडेतिकडे, वाट फुटेल त्या दिशेला भरगतीनं सैरावैरा धावत सुटला होता. जणू काही परमेश्वरानं पंचमहाभुतांना पृथ्वीवर नंगा नाच घालण्यासाठीच मोकाट सोडून दिलं होतं.

बंगल्याचं फाटक उघडून डॉक्टर बाहेर पडणार इतक्यात आकाशात मेघांचा भयंकर कडकडाट होऊन विद्युल्लतेचा एक तेजोगोल आकाशातून इतक्या झपाट्यानं पुढे सरकला की, त्या योगानं काळ्याकुट्ट ढगांच्या साऱ्या कडा उजळल्या आणि त्या दृश्यानं क्षणभर साऱ्यांच्याच वृत्ती जागच्या जागी स्थिर होऊन गेल्या.

खचित कोठेतरी ती विद्युल्लता पडली असली पाहिजे!

ते बघून अचला ओरडून डॉक्टरांना म्हणाली, “डॉक्टर, बाहेर पडून तुम्ही कुठे जाणार? का आपला जीव निष्कारण धोक्यात घालता? ती बघा, वीज आकाशातून खाली कोसळते आहे! माझी शपथ आहे तुम्हाला! परत फिरा! डॉक्टर, या ना परत!”

परंतु त्यांनी तिचे हे शब्द ऐकले नाहीत किंवा एकदाही मागं वळून दृष्टिक्षेप टाकला नाही. नाकासमोर दृष्टी ठेवून जणू काही ते एखाद्या मोठ्या दिग्विजयासाठी निघाले होते. चालताना त्यांना पावसाच्या धारा सपासप लागत होत्या; परंतु असल्या

संकटांना न जुमानणाऱ्या एखाद्या वीर पुरुषाप्रमाणे त्यांची वृत्ती बनली होती.

खरोखर याहीपेक्षा संकटग्रस्त मार्गावरून त्यांच्या पुढील आयुष्याचा प्रवास होणार होता.

ते परत फिरत नाहीत हे बघून अचला पळत दादासाहेबांच्या जवळ आली आणि काकुळतीनं त्यांना म्हणाली, ‘‘दादा, तुम्ही तरी सांगा त्यांना परत फिरायला! बाहेर आकाश बघा नुसतं फाटलं आहे. बोलवा त्यांना परत! खरंच बोलवा ना!’’

यावर ते काही बोलणार तोच त्यांना एकदम अगदी गळल्याप्रमाणे वाटू लागलं. आपल्या पायातील शक्ती एकाएकी नष्ट झाल्याचा भास होऊन ते मटकन खुर्चीवर बसले आणि त्यांनी आपलं मस्तक टेबलावर टेकलं.

आपल्या उभ्या आयुष्यात त्यांनी कधीही पराभव सहन केला नव्हता आणि विशेषतः त्यांच्या आयुष्याचा तो काळच असा होता की, त्या वेळी त्यांना पराभवाचा धक्का सहन करणं शक्यच नव्हतं.

ते लगेच जागचे उठले आणि मोठ्यांदा ओरडून त्यांनी आपल्या गड्यास हाका मारण्यास सुरुवात केली.

‘सद्या, ए सद्या...’

त्यांचा गडी सदू नेहमीच्या अदबीनं त्यांच्या समोर येऊन उभा राहिला. त्याला बघताच ते म्हणाले, ‘‘अरे, माझं फाउंटन पेन कुठे आहे?’’

‘‘साहेब, मला काय माहीत?’’

‘‘पुन्हा तोंड करून वर बोलतोस? तुला माहीत नाही?’’

यावर तो काही बोलणार इतक्यात अचलाच म्हणाली, ‘‘दादा, ते बघा! तुमच्या टेबलावरच तर आहे!’’

‘‘असं का? काय रे सद्या, तुला एवढंसुद्धा दिसत नाही?’’

आणि पेन हातात घेऊन ते म्हणाले, ‘‘तुम्ही सारे आता माझ्यासमोरून निघून जा. अचला तूसुद्धा!’’

आणि नंतर त्यांनी एक कागद घेऊन त्यावर लिहिण्यास सुरुवात केली.

‘‘श्रीयुत भाऊसाहेब पराडकर नगर, यांस –

सा.न.वि.वि...’’

बराच वेळ ते एकसारखे लिहीत होते. लिहिणं संपल्यानंतर ते मनाशी म्हणाले, ‘मी गळेकापू काय? मग तुझाच गळा कापायला मला भीती कुठली?’

त्यांचं लिहिणं जेव्हा संपलं तेव्हा पाऊस नुकताच थांबला होता आणि ढगांमध्ये काही फटी पडून सूर्याची अखेरची कोवळी किरणं त्यांच्या मुखावर पडली होती. त्या मंद प्रकाशातदेखील एक प्रकारच्या आसुरी समाधानाचं तेज त्यांच्या मुद्रेवर स्पष्ट दिसत होतं.

त्यांच्या या कृष्णकृत्यामुळे ज्या व्यक्तींचे जीव धोक्यात जाणार होते, त्यांना त्याची कल्पना असणं शक्यच नव्हतं; परंतु स्वतः दादासाहेबांनादेखील त्याची जाणीव होती की नाही कुणास ठाऊक!

आतापर्यंत केवळ कल्पनेतच वावरत असलेला खलपुरुष प्रत्यक्षात उतरून त्यानं आपल्या खलकृतीला आरंभ होता एवढी गोष्ट मात्र खरी!

८

दुसऱ्या दिवशी दुपारी ठरल्याप्रमाणे पुष्पमाला डॉक्टरांकडे गेली, तेव्हा तिला कळलं की, तिला बसायला सांगून डॉक्टर काही कामासाठी बाहेर गेले आहेत. महादूनं सांगितलेला हा निरोप ऐकून तिला बरं वाटलं; कारण कुमारच्या भेटीसाठी ती अत्यंत उत्सुक झाली होती आणि डॉक्टरांच्या पश्चातच आपल्याला त्याची भेट अगदी निवांतपणानं मिळू शकेल या विचारानं ती बरीच खूश झाली; परंतु एकदम कुमारच्या खोलीत जाऊन त्याची भेट घेणं इष्ट होणार नाही असं वाटून ती काही वेळ जागच्या जागीच उभी राहिली.

काहीतरी युक्ती काढून आपण त्याच्या खोलीत गेलं पाहिजे हा विचार तिच्या मनात येतो न येतो तोच महादू तिला म्हणाला, ''बसा ना! डॉक्टर येतीलच आता. वाटल्यास तोपर्यंत रेडिओ ऐकत त्या खोलीत बसा.''

कुमारच्या खोलीत जाण्यासाठी ही युक्ती आपल्यालाच प्रथम कशी सुचली नाही याचे आश्चर्य करतच ती त्या खोलीकडे गेली आणि खोलीत एकदम प्रवेश न करता खोलीच्या दाराशी थबकून उभी राहिली.

आत रेडिओवर त्या वेळी निरनिराळ्या गाण्यांच्या रेकॉर्ड्स वाजत होत्या आणि त्यांच्या स्वरलहरींनी खोलीचं सारं वातावरण भरून गेलं होतं. रेडिओशेजारी एक खुर्ची मांडलेली होती आणि आत प्रवेश केल्यानंतर आपण त्याच खुर्चीवर बसायचं हेही

तिनं मनाशी ठरवलं होतं. ती ज्या ठिकाणी उभी होती, तेथून तिला अजून कुमारचा चेहरा दिसत नव्हता. मात्र, कॉटवरच्या उशीवर त्याच्या हाताचा जो पुढचा भाग दिसत होता, त्यावरून तो तेथे झोपला असावा एवढंच फक्त समजण्याजोगं होतं. त्यानं आपलं उसं खिडकीच्या बाजूला केलं होतं याचं तिला आश्चर्य वाटलं; कारण तसं झोपलं असताना भिंतीवर लावलेल्या दोन-तीन कॅलेंडर्सशिवाय दुसरं काहीच दिसण्याजोगं नव्हतं. उलट खिडकीच्या विरुद्ध दिशेकडे उसं करून झोपल्यानंतर खिडकीतून आकाशाचा जो भाग माणसाच्या दृष्टिपथात येई, त्याच्याकडे बघून केवढी करमणूक होण्याजोगी होती! निदान ती आजारी असताना आकाशाच्या त्या भागाकडे बघून नाना प्रकारचे विचार करण्यात वेळ कसा निघून जात असे हे तिचे तिलाही कळत नसे.

आतासुद्धा तिची नजर त्या खिडकीकडे गेली. त्या खिडकीच्या दोन गजांमध्ये चिमणीचं एक जोडपं बसलं होतं. काही वेळानं त्या जोडप्यापैकी एक पक्षी उडून गेला आणि नंतर राहिलेल्या त्या चिमणीनं कावऱ्याबावऱ्या नजरेनं इकडेतिकडे बघितलं; आपली चिमुकली चोच खाली करून आपल्या पोटामध्ये खुपसली; मग तिनं डोकं वर करून मोठ्या दीनपणानं आकाशाकडे बघितलं आणि नंतर ती भुर्रकन उडून गेली.

पुष्पमालेच्या मनात विचार आला की, आपली जर अशी स्थिती झाली तर आपलं कसं होईल? आपल्याला अशी विरहावस्था सहन होईल का? यापेक्षा आयुष्यात आपल्याला प्रेमाचा लाभ झाला नाही तरी चालेल; परंतु तो लाभ होऊन प्रेमाचं वैफल्य मात्र आपल्याला खचित सहन होणार नाही.

वास्तविक असा विचार करण्याचं तिला काहीच कारण नव्हतं. कारण ज्या प्रेमाचा तिला अजून लाभही झाला नव्हता, त्याच्या विफलतेविषयी विचार करण्याची तिला काय जरुरी होती?

तिला कॉलेजातील एका प्रसंगाची आठवण झाली. तिच्या कॉलेजात त्या दिवशी 'घटस्फोट' या विषयावर चर्चा होती. कॉलेजमधील साऱ्या मुलींनी चर्चेमध्ये भाग घेतला होता. अखेरीस ज्या बाईंना अध्यक्षस्थान देण्यात आलं होतं त्यांनी समारोपादाखल केलेल्या भाषणात म्हटलं होतं, "ज्या मुलींनी या चर्चेमध्ये भाग घेऊन भाषणं केली, त्यांची अजून लग्नदेखील झालेली नाहीत; तेव्हा घटस्फोटाविषयी विचार करण्याचा त्यांना काय अधिकार आहे?"

या प्रसंगाची स्मृती येऊन तिनं आपल्या मनाला तसाच प्रश्न विचारला की, अजून आपल्याला ज्या प्रेमाचा लाभही झालेला नाही त्या प्रेमाच्या विफलतेविषयी विचार करण्याचा आपल्याला काय अधिकार आहे?

आणि मग ती फार वेळ त्या ठिकाणी उभी राहिली नाही. तिनं लगेच खोलीत

प्रवेश केला.

तिला बघताच एखाद्या स्वप्नाप्रमाणे कुमार तिच्याकडे बघत राहिला. आपल्या प्रिय व्यक्तीच्या चिंतनात बराच काळ घालवल्यानंतर ती व्यक्ती जेव्हा खरोखरच समोर येऊन उभी राहाते, तेव्हा माणूस प्रथम त्या गोष्टीच्या सत्यतेविषयी असाच साशंक बनतो.

तिच्याकडे आश्चर्यानं बघत कॉटवरून अर्धवट उठत तो म्हणाला, ''तुम्ही इथे?''

''हो. मी डॉक्टरांकडे आले होते.''

''मला वाटलंच! तो असं का म्हणाला हे पुष्पमालेला कळलं नाही. किंबहुना त्याच्या त्या उद्गारांकडे तिचं लक्षही नव्हतं. तो कॉटवरून उठण्याचा प्रयत्न करत आहे हे बघून ती म्हणाली,

''छे, छे! तुम्ही उठू नका. तुम्ही आजारी आहात हे विसरलात वाटतं?''

असं म्हणून तिनं त्याच्या कॉटकडे जाण्याचा आविर्भाव केला; परंतु तो पुन्हा पूर्ववत कॉटवर पडलेला बघून ती रेडिओशेजारच्या खुर्चीवर जाऊन बसली.

त्याच्या कपाळाला बांधलेली पट्टी बघून तिला वाटलं, त्याच्याजवळ जावं आणि त्याला किती लागलं आहे हे बघावं; परंतु तिनं आपली ती इच्छा मनातल्या मनात दाबून टाकली.

ती नुसतीच त्याच्याकडे बघते आहे असं पाहून तो तिला म्हणाला, ''माझं एक काम करता?''

तिनं फक्त प्रश्नार्थक मुद्रेनं त्याच्याकडे बघितलं.

मग तो म्हणाला, ''तेवढा रेडिओ बंद करता का?''

''का? त्रास होतोय?''

''त्रास नाही; पण ती बंगाली गाण्याची रेकॉर्ड लागली आहे ना, ते ऐकवत नाही. हे बंगाली संगीत ऐकलं की, माणसाच्या मनाला एक प्रकारची हुरहूर वाटू लागते. आपल्या प्रिय व्यक्तीचा विरह झालेला आहे असा भास होतो. त्यांच्या संगीताचा गुणच असा आहे की, ते ऐकून माणसाला काहीतरी हवंहवंसं वाटतं. तुम्हाला नाही असं वाटत?''

शेवटचा प्रश्न विचारून त्यानं उत्तराच्या अपेक्षेनं तिच्याकडे बघितलं; परंतु पुष्पमालेचं त्याच्या बोलण्याऐवजी तो बोलताना त्याच्या मुद्रेवर जे भाव प्रकट होत होते तिकडे लक्ष असल्यामुळे, तिला त्याचा प्रश्न कळलाच नाही. म्हणून उत्तर देण्याऐवजी ती नुसती त्याच्याकडे बघत राहिली. त्यानं तिला पुन्हा तोच प्रश्न विचारला;

''तुम्हाला नाही असं वाटत?''

यावर काहीतरी उत्तर द्यायला हवं म्हणून ती म्हणाली, "हो, मलाही तसंच वाटतं!"

त्याचा प्रश्न न कळताच आपण त्याच्या प्रश्नाला उत्तर दिलं आहे हे त्याच्या लक्षात येऊ नये आणि यापुढे त्यानं त्या विषयावर अधिक प्रश्न विचारू नयेत म्हणून ती चटकन जागची उठली आणि रेडिओ बंद करून तिनं म्हटलं, "भारी उकडतंय बाई आज! किती आभाळ आलं आहे!"

परंतु तिच्या अपेक्षेप्रमाणे तो विषय बंद न होता उलट त्याला पुष्टीच मिळाली. तिच्या बोलण्यावर तो म्हणाला, "हे असं आभाळ आलेलं असावं आणि अशा वेळी हे बंगाली संगीत ऐकावं लागावं; मग तर काही विचारूच नका. माणसाच्या मनात उदास विचार उत्पन्न करण्यात एकमेक एकमेकाला जणू काही पुष्टीच देतात. तुम्हाला नाही का असं वाटत?"

आपल्या मताशी दुसऱ्याचं मत ताडून बघण्याच्या इराद्यानं प्रत्येक वेळी 'तुम्हाला नाही का असं वाटत?' असा प्रश्न विचारण्याची त्याची लकब बघून पुष्पमालेला हसू आलं. ती हसत असलेली बघताच तो म्हणाला, "हसता का तुम्ही? तुम्हाला खरंच नाही का असं वाटत?"

पुन्हा त्याचा प्रश्न ऐकून पुष्पमालेला अधिकच हसू आलं आणि त्यामुळे कुमार अधिकच बुचकळ्यात पडून तिला म्हणाला, "खरंच सांगा ना का हसता ते?"

आपण जर हसण्याचं कारण त्याला सांगितलं तर कदाचित तो आपली ती प्रश्न विचारण्याची लकब सोडून देईल आणि ते आपल्याला आवडणार नाही असा विचार मनात येऊन तिनं आपलं हसणं थांबवलं आणि मग खुर्चीवरून उठत ती म्हणाली, "आता करू का पुन्हा रेडिओ सुरू? ते बंगाली गाण्याचं रेकॉर्ड एव्हाना संपलं असेल."

असं म्हणून ती रेडिओ सुरू करणार इतक्यात तो तिला म्हणाला, "छे, छे! रेडिओपेक्षा आपण गप्पाच मारत बसू ना. नका सुरू करू रेडिओ!"

गप्पा मारण्यासाठी त्यानं रेडिओ बंद ठेवण्यास सांगितला खरा; परंतु बराच वेळ त्यांच्या गप्पांना विषयच मिळेना; कारण ज्या स्नेहाच्या पोटी दोन व्यक्तींमध्ये खुल्या दिलानं संभाषण होण्याचा संभव असतो, तसा स्नेह त्या दोघांमध्ये अजून निर्माण झालेला नव्हता किंवा प्रियकर आणि प्रेयसी या नात्यानं बोलण्याइतकी आपुलकीही उत्पन्न झालेली नव्हती. नुसत्या मित्रत्वाच्या नात्यावर थांबण्यात दोघांच्याही मनाचं समाधान होण्यासारखं नव्हतं आणि प्रियकर व प्रेयसी हे नातं निर्माण होण्यात दोघांनाही त्यांच्या वाटेत काही अडचणी स्पष्ट दिसत होत्या.

पुष्पमालेला वाटत होतं की, कुमारचं जर माधुरीशी लग्न ठरलेलं असेल तर तो आपल्यावर कसं प्रेम करू शकेल? कारण माधुरी आपल्यापेक्षा सर्व दृष्टींनी श्रेष्ठ

आहे. आपलं सौंदर्य तर तिच्या पासंगालाही पुरणार नाही आणि पुरुषांची दृष्टी नेहमीच सौंदर्यासक्त असते, तेव्हा त्या दृष्टीनं विचार केला असता आपल्याला त्याचं प्रेम जिंकता येणं शक्य आहे काय? मग तसा प्रयत्न करा कशाला? आणि मग तो प्रयत्न विफल झाल्यानंतर मनोभंगाच्या ज्या दारुण यातना आपल्या नशिबी येतील, त्या उपभोगा कशाला? प्रेम करून ते विफल होण्यापेक्षा ते न केलेलंच काय वाईट?

परंतु हा विचार मनाशी करताना ती असं गृहीत धरत होती की, प्रेम करणं किंवा न करणं हे जणू सर्वस्वी माणसाच्या हाती आहे. मनाला 'प्रेम कर' असा हुकूम मिळताच ते प्रेम करू लागतं किंवा 'प्रेम आवर' असं म्हणताच मन आपलं प्रेम आवरू शकतं.

आणि कुमारच्या विचारांची दिशा नेमकी याच्या उलट होती. आपला विश्वासू स्नेही म्हणून डॉक्टरांनी त्याला पुष्पमालेबद्दलच्या त्यांच्या साऱ्या भावना सांगितल्या होत्या आणि त्या ऐकून आपण पुष्पमालेचं प्रेम जिंकण्याचा नाद सोडला पाहिजे असंच त्यानं ठरवलं होतं. डॉक्टरांबद्दल मात्र तिच्या मनात कोणत्या भावना आहेत त्या त्याला कळल्या नव्हत्या. तथापि ज्या स्त्रीवर आपला जिवलग मित्र प्रेम करतो आहे त्या स्त्रीवर त्यानं अनुरक्त होणं कितपत इष्ट होतं? हा विचार जरी त्याला सर्वस्वी पटला होता तरी त्याचं मन मात्र दिवसेंदिवस पुष्पमालेकडे खेचलं जात होतं. नाहीतर अगदी अलीकडे माधुरीशी त्याचे पूर्वीचे जे संबंध होते ते आता दुरावत चालले होते त्याचा अर्थ काय? पुष्पमालेजवळ असलेल्या रुमालाबद्दल काही दिवसांपूर्वी त्या दोघांचं भांडण झालं होतं आणि आगगाडीत घडलेल्या प्रसंगी तिच्या हाताला जखम झाली असताना आपण तो रुमाल तिच्या हाताला बांधला, ही खरी परिस्थिती सांगून त्याला माधुरीच्या मनातील शंका सहज दूर करता आली असती; परंतु त्यानं बुद्धिपुरस्सर तसा प्रयत्न केला नाही याचा तरी अर्थ काय? माधुरीबद्दल पहिल्यापासून त्याच्या भावना जरा चमत्कारिक स्वरूपाच्याच होत्या. दोघांचीही घराणी श्रीमंतात मोडत असल्यामुळे बालपणापासून दोघांच्याही घरच्या वडील मंडळींनी त्यांचं पतिपत्नीचं नातं ठरवून टाकलं होतं आणि त्याच नात्याचा पगडा अगदी बालपणापासून त्या दोघांच्या मनावर बसला होता; परंतु माधुरी जरी अत्यंत सुंदर होती तरी एखाद्या पुरुषाला ऐन तारुण्यात एखाद्या स्त्रीबद्दल प्रेम या भावनेचं जे एक प्रकारचं उत्कट आकर्षण वाटतं तसं मात्र माधुरीबद्दल त्याला कधीच वाटलं नव्हतं किंवा तिच्या अप्रतिम सौंदर्याचा पगडाही त्याच्या मनावर कधी बसला नव्हता. या गोष्टीबद्दल विचार करताना त्याला नेहमी असं वाटे, 'माधुरी इतकी सुंदर असताना आपल्याला आकर्षित का करू शकत नाही? की आपल्या वडील मंडळींनी आपलं पतिपत्नीचं जे नातं अगदी बालपणापासून ठरवून टाकलं आहे;

त्यामुळे हे आकर्षण कमी झालं आहे?'

काही असलं तरी त्याला तसं आकर्षण कधीच वाटलं नव्हतं आणि त्याचं ठरलेलं नातंही प्रत्यक्षात उतरण्याचा संभव तरी आता कुठे उरला होता? कारण ज्या संपत्तीच्या आधारावर त्यांची नाती जोडली गेली होती त्या संपत्तीनं कुमारकडे या वर्षात पाठ फिरवली होती. वर्षापूर्वी दम्याच्या विकारानं एकाएकी त्याचे वडील वारले होते आणि साताऱ्याच्या जवळपास असलेली त्यांची मोठी जमीन कर्जापायी विकली गेली होती. कर्ज निवारून जे आठ-दहा हजार रुपये शिल्लक राहिले होते तेच काय ते आता त्याच्या मालकीचे होते. वैभव नष्ट झाल्यामुळे यापुढे साताऱ्यात राहाणं त्याच्या मानी आईला कमीपणाचं वाटलं होतं आणि म्हणून गेल्या वर्षी आपल्या पाच वर्षाच्या लहान कन्येला घेऊन ती कुमारबरोबर पुण्याला आली होती; त्यामुळे आता माधुरीचे वडील त्यांच्या लग्नाला संमती देण्यास फारसे तयार नव्हते. आणि माधुरी जर दुसरीकडे लग्न करायला तयार झाली तर आपल्या तोलामोलाचं एखादं चांगलं स्थळ बघून तिचं लग्न उरकून टाकण्याचीही त्यांची इच्छा होती. अर्थात माधुरी एकदम दुसरीकडे लग्न करण्यास तयार झाली असती किंवा नाही हे सांगणं कठीण होतं. मात्र, हातरुमालाची हकिगत घडल्यापासून तिचे विचार बरेच पालटले होते या गोष्टीची कुमारला पूर्ण कल्पना होती; परंतु नकळत त्याचं मन पुष्पमालेकडे खेचलं गेल्यामुळे तिच्या मनातील अढी काढण्याचा त्यानं मुळीच प्रयत्न केला नव्हता किंबहुना माधुरीचे विचार पालटले तर ते आपल्याला हवेच आहेत या धोरणानं त्याची वागणूक चाललेली होती.

सारांश, पुष्पमाला आणि कुमार आपल्या मनात परस्परांच्या प्रेमप्राप्तीबद्दल जरी साशंक होते तरी एकमेकांचं प्रेम त्यांना अगदी अंतःकरणापासून हवंसं वाटत होतं.

आणि म्हणूनच अशा शंकित मनःस्थितीत त्यांच्यामध्ये मनमोकळेपणानं संभाषण होण्याचा संभव कसा असणार?

तेव्हा साहजिकच जिव्हाळ्याचे विषय सोडून त्यांच्या संभाषणाचा ओघ राजकारणासारख्या रुक्ष विषयाकडे वळला असल्यास नवल नव्हतं.

नुकत्याच झालेल्या हरताळात जी दगडफेक झाली होती, त्यात त्याला दगड लागून कशी खोक पडली ही हकिगत पुष्पमालेनं विचारल्यावरून कुमारनं तिला सांगितली. ती हकिगत ऐकून ती म्हणाली, "खरोखर हरताळाचा तो साराच प्रकार अनिष्ट झाला!"

तिला वाटलं होतं की, आपल्या मताशी त्याचं मत जुळेल - नव्हे, ते जुळावं अशी तिची इच्छा होती.

परंतु तिच्या बोलण्यावर तो म्हणाला, "तुम्ही असं कसं म्हणता? त्यात अनिष्ट काय होतं?"

"काय अनिष्ट नव्हतं? जिथे हरताळाचा पायाच कच्चा, त्या ठिकाणी त्याच्यावर उभारलेली इमारत तरी पक्की कशी असणार?"

संशयित चेहरा करून कुमार म्हणाला, "मला तुमचं बोलणंच कळत नाही. तुम्ही कोणत्या आधारावर हे सारं बोलता आहात?"

यावर रेसिडेन्सीसमोर हरताळाच्या दिवशी त्या मुलांच्या समूहात या चळवळीविरुद्ध तिनं जे मुद्दे मांडले होते तेच कुमारसमोर मांडले आणि ते त्याला कितपत पटले हे अजमावण्यासाठी तिनं त्याच्याकडे बघितलं.

ते ऐकून त्यानं तिला विचारलं, "तुम्हाला जर ही निषेधाची चळवळ पसंत नव्हती तर मग तुम्ही त्यात सामील का झालात?"

"नव्हतेच सामील होणार मी...!"

तो हसून म्हणाला, "मी तेच विचारतो आहे की, तुम्ही का सामील झालात?"

तिला चटकन या प्रश्नाचं उत्तर देता आलं नाही - नव्हे, त्याच्या बोलण्यावर ती जे उत्तर देणार होती ते उत्तर उघड पद्धतीनं द्यावं की नाही असा विचार क्षणभर तिच्या मनात आला. मग तिला वाटलं की, ते उत्तर देऊन बघू तरी त्याच्या आपल्याविषयी काय भावना आहेत त्या!

तिनं उत्तर दिलं, "काही गोष्टी काही माणसांसाठी कराव्या लागतात."

या उत्तरानं तो जरा चपापला; पण ते क्षणभरच! नंतर स्वतःला सावरून त्यानं म्हटलं, "मला माहीत आहे की, या साऱ्या गोष्टी तुम्ही कुणासाठी करता आहात!"

"कुणासाठी?"

"का? माझ्या तोंडून तुम्हाला वदवायचं आहे वाटतं? नाहीतरी स्त्रियांना अशा गोष्टींची भारी आवड असते. ज्या ज्या गोष्टी त्यांना प्रिय असतात त्या लोकांच्या तोंडून ऐकण्यात त्यांना एक प्रकारचं सुख वाटतं."

त्याचं बोलणं ऐकून पुष्पमाला खरोखरच बुचकळ्यात पडली. तिनं ते वाक्य अगदी निराळ्या अर्थानं उच्चारलं होतं आणि त्यावर कुमारनं जे उत्तर दिलं ते सर्वस्वी तिच्या अपेक्षेबाहेरचं होतं; त्यामुळे गोंधळून ती म्हणाली, "तुम्ही हे सारं काय बोलताहात? मला मुळीच अर्थबोध होत नाही!"

कुमार हसून म्हणाला, "खरं वाटेल कुणाला; पण मला डॉक्टरांनी तुमच्याविषयी पुष्कळ गोष्टी सांगितल्या आहेत."

ते ऐकून पुष्पमालेची उत्सुकता आणखी वाढून तिनं चटकन विचारलं, "पुष्कळ म्हणजे?"

"पुष्कळ म्हणजे असं की, पहिल्याप्रथम - पण छे! ते सारं कसं सांगावं हेच मला कळत नाही; पण एवढं मात्र खरं की, त्यांनी तुमच्याबद्दल अशा काही गोष्टी सांगितल्या आहेत, त्या ऐकून तुमच्यासारख्या स्त्रीला अभिमानच वाटला पाहिजे.

एवढं बोलून तो गंभीर झाला आणि पुष्पमाला त्याच्यापेक्षाही अधिक गंभीर झाली.

डॉक्टरांनी त्याला आपल्याविषयी कोणत्या गोष्टी सांगितल्या असाव्यात बरं? आणि कुमारच्या बोलण्यावरून त्या गोष्टीचा जो अंदाज निघण्याजोगा होता तो मोठा विचित्र होता. ज्या भावनेच्या पोटी डॉक्टरांनी त्याला त्या गोष्टी सांगितल्या असाव्यात, ती भावना लक्षात घेऊन कुमारचा गैरसमज झाला असेल तर त्यात काहीच नवल नव्हतं आणि हीच गोष्ट तिला अत्यंत क्लेशदायक वाटत होती.

"मी डॉक्टरांकडे आले होते," या आपल्या बोलण्यावर तो "मला वाटलंच!" असं का म्हणाला हे तिला कळलं. म्हणजे खचित त्याचा गैरसमज झाला होता.

आणि तिला जर त्याचं प्रेम जिंकायचं होतं तर तो गैरसमज दूर करणं हे अत्यंत अगत्याचं नव्हतं काय?

होय. तिला ते अत्यंत अगत्याचं वाटत होतं. त्याबरोबर असाही विचार तिच्या मनात आला की, ज्या एका भावनेमुळे आपल्याला त्याचा गैरसमज दूर करणं अगत्याचं वाटतं, ती भावना जर त्याच्या अंतःकरणात नसेल तर? आणि ती जर नसेल तर त्याचा गैरसमज दूर करण्याची जरुरी काय? पण लगेच ती मनाशी म्हणाली, 'काही असलं तरी डॉक्टरांची आपल्याविषयी जी समजूत झाली असेल ती त्यांच्या मनातून दूर करणं हे मात्र खचित आपलं कर्तव्य आहे; कारण आपण गप्प बसलो तर एका दृष्टीनं त्यांना प्रोत्साहन दिल्यासारखं होणार नाही का? एखाद्या दिवशी आपल्या नकारानं त्यांना जबर धक्का देण्याचा प्रसंग आपल्यावर खचित येणार आहे. त्यापेक्षा आताच त्यांना तशी स्पष्ट जाणीव दिलेली बरी नाही का होणार? त्यांच्या अंतःकरणात प्रेमाचा वृक्ष बहरल्यावर त्याची पाळंमुळं खणून काढणं ही गोष्ट अत्यंत कठीण आणि तितकीच कठोर होणार आहे. कुमारचा गैरसमज जेव्हा तशी वेळ येईल तेव्हा दूर करता येईल. नाहीतरी कुमारच्या प्रेमाचा आपल्याला लाभ झाला नाही तर आपण आपल्या आयुष्यात प्रेमाचा नाद कायमचा सोडणार आहोत. कारण प्रेम ही काही अशी वस्तू खचित नाही की एका ठिकाणी तिची प्राप्ती झाली नाही तर ठिकठिकाणी हिंडून तिचा लाभ करून घेता येईल.'

कुमारला तिच्या या स्तब्धतेचं कारण तर समजलं नाहीच, उलट त्याला त्या स्तब्धतेचं आश्चर्य वाटलं. आपला तितकासा परिचय नसताना आपण ज्या नाजूक विषयावर बोललो ते बोलणं कदाचित तिला बरं वाटलं नसावं अशी त्याची समजूत झाली आणि मग विषय बदलण्याच्या इराद्यानं तो म्हणाला, "एकंदरीत तुम्हाला ही निषेधाची चळवळ पसंत नव्हती तर?"

आपल्या विचारांतून जागं झाल्याप्रमाणे करून तिनं उत्तर दिलं, "होय. मला ती पसंत नव्हती आणि शेवटी जो प्रकार घडला तो पाहून तर माझ्या मताबद्दल माझी अधिकच खात्री झाली. नाहीतरी या संघाच्या मुलांना अशा गर्दीच्या प्रसंगी वेळी-

अवेळी अशी मारामारी करण्याची सवय असतेच.''

या बोलण्यावर मात्र तो एकदम उठून बसला आणि एकदम उसळून का उठला त्याबद्दल तिनं आश्चर्य करण्यापूर्वीच तो म्हणाला, ''तुम्हाला विचारांती तुमचे हे शब्द मागे घ्यावे लागतील. प्रथम ही दगडफेक संघाच्या मुलांनी केली याला काही आधार आहे का? बरं ते गृहीत धरलं तरी त्या मुलांनी आपापसातच मारामारी केली असा तर तुमचा त्यांच्यावर आरोप नाही ना? म्हणजे या मारामारीत एकापेक्षा अधिक पक्ष होते हे सिद्ध झालं आणि पुन्हा मला हे कळत नाही की, एखाद्या संस्थेमधील काही व्यक्तींच्या बेजबाबदार वर्तणुकीबद्दल तुम्ही त्या संपूर्ण संस्थेवर एकदम का घसरता? संघ त्यांना मारामारी करायला शिकवतो? संघाच्या कार्यक्रमात तर कुठे मारामारीचा कार्यक्रम तुम्हाला आढळला नाही ना? परंतु लोकांची नेहमीची पद्धतच अशी असते की, काही बेजबाबदार व्यक्तींची कृती संस्थेच्या अंगावर टाकून खुशाल मोकळं व्हायचं! मग मी विचारतो, काँग्रेससारख्या श्रेष्ठ संस्थेतसुद्धा तिच्या सत्य आणि अहिंसा या तत्त्वांविरुद्ध जर काही व्यक्तींनी वर्तन केलं तर त्यामुळे काँग्रेस या संस्थेची किंमत तुम्हाला कमी करता येईल का? खचित नाही. कोणत्याही संस्थेची किंमत त्या संस्थेतील अविचारी वर्तन करणाऱ्या लोकांपेक्षा त्या संस्थेच्या उच्च तत्त्वांवर अवलंबून असते, ही गोष्ट तुम्ही विसरता कामा नये. तुम्हाला नाही का असं वाटत?''

त्याचं बोलणं आणखी बराच वेळ चालू राहिलं असतं तर ते तिला ऐकत राहावसं वाटलं असतं; परंतु आपल्या बोलण्याच्या अखेरीस त्यानं त्याचा नेहमीचा ठरावीक प्रश्न विचारल्यानंतर त्याचं बोलणं संपलं असं गृहीत धरून ती म्हणाली, ''मला तुमचं बरंच म्हणणं पटलं आणि मी तुमचा अखेरचा मुद्दा अगदी कबूल करते; परंतु तुम्ही ज्या संघाचा एवढा कैवार घेता त्या संघाला तरी अशी मोठी तत्त्वं आहेत काय?''

''हा! अशा मुद्द्यावर या.''

आपण तिच्या पहिल्या बोलण्यावर बराच विजय मिळवला अशा आविर्भावानं तो बोलला आणि हसला. मग काही वेळानं एखादा माणूस मनात आपलं बोलणं जुळवून जसं बोलतो त्याप्रमाणे तो बोलू लागला. तो म्हणाला, ''आज संघाचं संघटना हेच मुख्य ध्येय आहे आणि...''

परंतु त्याला पुढे बोलू न देताच ती म्हणाली, ''संघटना हे ध्येय असूच शकत नाही. तो ध्येयप्राप्तीचा एक मार्ग आहे.''

आपला मुद्दा तिला मोठा बिनतोड वाटला आणि आता आपल्या बोलण्यावर तो काय उत्तर देतो इकडे तिचं लक्ष लागलं. तिचं बोलणं ऐकून तो म्हणाला, ''संघटना ध्येय का नाही होणार? समजा, एखाद्या माणसानं आपल्या आयुष्यात

नुसता पैसा मिळवण्याचं ध्येय ठेवलं तर तुम्ही लगेच म्हणाल, 'छे, पैसा मिळवणं हे ध्येय होऊच शकत नाही. ते एक सुखप्राप्तीचं साधन आहे.' परंतु मी म्हणतो की, एकदा पैसा मिळवण्याचं ध्येय गाठलं म्हणजे त्या अनुषंगानं सुखप्राप्ती आपोआपच येणार नाही का? तसंच संघानं आज संघटना हे ध्येय पुढे ठेवलं आहे. त्या ध्येयापर्यंत संघाची मजल गेली म्हणजे त्या संघटनेच्या जोरावर काय करायचं हे पुढे सहज ठरवता येईल!''

''पण ते प्रथमच का ठरवून ठेवत नाहीत? म्हणजे एकंदरीत तुमची ध्येयं सारखी बदलती राहाणार?''

''हो, मग त्यात बिघडलं कुठे? संस्थेची सारी ध्येयं अगदी प्रथमच निश्चित असावीत असा तरी तुमचा अट्टाहास का असावा?''

''एकूण तुम्हाला आपली ध्येयं निश्चित असल्याचं संतोषाचं सुख कधी मिळणार नाही. नेहमी नवनवीन ध्येयं आणि त्यामुळे मनाला कधीच ध्येयप्राप्तीचा संतोष नाही. कारण एक ध्येय हाती येताच दुसऱ्याची तयारी! म्हणजे संतोषाचं सुख कधीच नशिबी नाही.''

पुष्पमालेच्या या बोलण्यावर तो किंचित हसला आणि पुन्हा आपला चेहरा गंभीर करून म्हणाला, ''संतोषाचं सुख! संतोष हे सर्व सुखाचं साधन आहे असं म्हणतात; पण हे तत्त्वज्ञान खरोखर किती दुबळं आहे! जेव्हा मनुष्याला वाटतं की, आपल्या कर्तृत्वाची इतिश्री झाली तेव्हाच प्राप्त परिस्थितीत तो संतोष मानायला तयार होतो किंबहुना त्याला त्याच्याशिवाय दुसरा मार्गच नसतो; पण ज्याला जगात सारखं पुढं पाऊल टाकायचं आहे तो मनुष्य अखेरपर्यंत असंतोषीच राहिला पाहिजे; कारण असंतोषातूनच प्रगतीचा जन्म होतो. ज्याचा आपल्या स्वतःच्या कर्तृत्वावर विश्वास आहे, तो मनुष्य अखेरच्या घटकेपर्यंत असंतोषीच राहील आणि जी गोष्ट एका माणसाची, तीच संस्थेची!''

एवढं बोलल्यावर बोलण्याचे श्रम वाटून तो एकदम थांबला. पुष्पमालाही त्याच्या बोलण्यावर काही बोलली नाही. एखाद्या सुंदर वस्तूला उपमा शोधण्याची माणसाला जी एक अनावर इच्छा होते ती होऊन पुष्पमाला मनात म्हणाली, 'खरोखर, किती सुंदर बोलतात हे! यांचं बोलणं कसं आहे बरं?'

चटकन तिला उपमा सुचेना; परंतु ती जेव्हा सुचली तेव्हा तिला वाटलं, आपली उपमादेखील किती समर्पक आहे! एखादं सुंदर चित्र सोनेरी चौकटीत बसवल्यानंतर किती सुंदर दिसतं? अगदी तसं आहे यांचं बोलणं! नेहमी सुंदर सुंदर विचार तत्त्वज्ञानात्मक चौकटीत बसवण्याची यांची कला कुणाला मोह पाडणार नाही? हे खरोखर किती सुंदर लेखक होतील!

आणि शेवटचा विचार तिला मनात ठेवता येईना म्हणून तिनं तो त्याला

बोलूनही दाखवला. ती म्हणाली, ''तुम्ही खरोखर फार सुंदर लेखक व्हाल.''

त्यानं हसून उत्तर दिलं, ''झालो असतो तर केव्हाही अभिमानच वाटला असता. परंतु मनात जे विचार येतात ते कागदावर टिपणं ही कला साधी खासच नाही. वाटल्यास तुम्ही प्रयत्न करून बघा. आपण जमिनीवर सांडलेला पारा गोळा करायला जातो. आपल्याला प्रथम वाटतं किती सोपं काम आहे? पण येतो का तो पारा एकदम हातात? अगदी तस्सं असतं या सुंदर विचारांचं! त्यांना तुम्ही कागदावर उतरवण्याचा प्रयत्न केलात की ते चटकन निसटून जातात. नाहीतरी चांगल्या वस्तू कधी एकदम हातात येतात?''

असं म्हणून त्यानं आपल्याकडे काही एका विशिष्ट अभिप्रायानं नजर टाकली की तो नुसता आपल्याला भासच झाला हेच तिला ठरवता येईना.

यावर काहीतरी बोलायला पाहिजे म्हणून ती म्हणाली, ''तुम्ही काही म्हणा; पण तुम्ही खरोखरच चांगले लेखक व्हाल याबद्दल माझी खात्री आहे.''

तिचं बोलणं ऐकून त्यानं म्हटलं, ''नुसती इच्छाच करायची झाली तर चांगले लेखक त्यांच्या लिखाणामधून जो नायक रंगवतात तो नायक होणं मला जास्त आवडेल.'' असं म्हणून तो मनापासून हसला.

त्याचं हसणं ओसरल्यानंतर ती त्याला म्हणाली, ''परवाच्या हरताळाच्या दिवशीचं तुमचं ते वर्तन बघून माझी ही खात्री झाली की, तुम्ही नायक व्हायलाही योग्य आहात आणि त्याच दिवशी कशाला? तुमची आणि माझी ज्या दिवशी आगगाडीत प्रथम गाठ पडली तेव्हापासून तुमच्या कर्तबगारीबद्दल माझी खात्री झाली आहे. माणसाच्या अंगी अशी कर्तबगारी असावी हे त्याचं केवढं भाग्य! मला जर अशी कर्तबगारी दाखवण्याची संधी मिळाली तर मी स्वतःला मोठी भाग्यवान समजेन आणि खरं म्हणजे त्या हरताळाच्या दिवशी मी जरी त्याच्याविरुद्ध होते तरी आपल्या हातून काही कामगिरी व्हावी या हेतूनं आणि केवळ तुमच्यासाठी मी त्यामध्ये भाग घेतला.''

बोलण्याच्या भरात ती अखेरचं वाक्य बोलून गेली; मग ते वाक्य बोलणं इष्ट होतं की नाही आणि त्याचा कुमारवर काय परिणाम होतो हे अजमावण्यासाठी ती थांबली आणि तिच्या अपेक्षेप्रमाणे कुमारवर त्या वाक्याचा परिणाम झाल्याशिवाय राहिला नाही; पण कुमारसारखे अत्यंत स्थिर वृत्तीचे जे पुरुष असतात, त्यांच्या मनावर एखाद्या स्त्रीच्या अशा वाक्याचा जरी परिणाम झाला तरी आपल्या तोंडावर किंवा नंतरही बोलण्यात तो परिणाम न दर्शवण्याची खबरदारी ते अवश्य घेतात.

आपल्यावर झालेला परिणाम न दर्शवताच तो तिला म्हणाला, ''तुम्हालादेखील राजकारणाची बरीच आवड दिसते.''

''होय. मला मनस्वी आवड आहे; परंतु तुम्हाला माहीतच आहे की, सध्याच्या

राजकारणाची स्थिती किती प्रतिकूल आहे; त्यात भाग घेणं तरी कसं शक्य आहे? तुम्हीच सांगा!''

''माझं खरं मत तुम्हाला सांगू? परिस्थितीच्या प्रतिकूल वादळामध्ये एखाद्या स्थितप्रज्ञाप्रमाणे स्थिर राहण्यातच माणसाच्या कर्तृत्वाची परीक्षा होते. एखाद्या पाचोळ्याप्रमाणे परिस्थितीच्या वाऱ्याबरोबर वाहात जाण्यात माणसाच्या आयुष्याची इतिकर्तव्यता खासच नाही, तेव्हा राजकारणाची परिस्थिती प्रतिकूल असली म्हणून बिघडलं कुठे?''

यावर पुष्पमाला म्हणाली, ''हे जरी खरं असलं तरी प्रथम कोणी मार्गदर्शक नको का?''

''मी काही कोणी मोठा नाही, तेव्हा तुमचा मार्गदर्शक होण्याची माझी लायकी नाही; परंतु केवळ साथीदार म्हणून मी तुम्हाला मार्गदर्शन करू शकेन. तुमच्यासारख्या स्त्रीचा मार्गदर्शक होण्यात मला केवढा आनंद वाटेल! निदान तुमच्यामुळे मीसुद्धा राजकारणात स्थिर होईन. आपल्यामागं आपलं कौतुक करणारी एक तरी व्यक्ती आहे ही जाणीव माणसाला केवढा उत्साह प्राप्त करून देते नाही? तुम्हाला नाही असं वाटत?''

आता मात्र पुष्पमालेला त्याचा तो विशिष्ट प्रश्न ऐकून आपलं हसू आवरता येईना आणि त्यानं हसण्याचं कारण विचारल्यानंतर तेही लपवता येईना. तिनं हसण्याचं कारण सांगितल्यावर तो म्हणाला, ''मला आता माझी ती सवय सोडलीच पाहिजे; परंतु मला ती इतकी जडली आहे की, ती सोडणं मला फारच कठीण जाईल. तुम्हाला नाही असं वाटत?''

अगदी नकळत नेहमीच्या सवयीप्रमाणे त्यानं तो प्रश्न विचारल्यानंतर पुष्पमालेची हसता हसता मुरकुंडी वळली. तिच्याबरोबर कुमारनंही मनसोक्त हसून घेतलं.

हसणं संपल्यावर पुष्पमाला त्याला म्हणाली, ''मग आपलं ठरलं तर तुम्ही मला राजकारणाचे धडे द्यायचे. मग ही शिकवणी केव्हा सुरू करणार? आणि एक विसरलेच की! या शिकवणीची फी किती?''

''फी फार आहे! पण ती आता नाही सांगणार! शिकवणी संपल्यानंतर सांगेन.''

हे बोलणं ऐकल्यावर त्या बोलण्यातील अभिप्रेत अर्थ लक्षात घेऊन पुष्पमाला खूप लाजली आणि आपलं लाजणं त्याच्या लक्षात येण्यापूर्वीच समोरच्या घड्याळाकडे बघून ती चटकन उठत म्हणाली,

''जाते मी आता.''

''इतक्या लवकर?''

''वा! म्हणजे कमाल झाली! किती वेळ मी बसले कल्पना आहे का?''

''छे! बिलकुल नाही. जणू काही दोन तास घड्याळ बंद होतं असाच भास

झाला. बरं, आता पुन्हा भेट? पुढच्या रविवारी माझ्या घरी याल? मी पुढच्या रविवारपर्यंत नक्की घरी जाईन.''

पुष्पमालेच्या मनात आलं, अनायासे त्याच्या घराचं नाव निघालं आहे तर ओघानंच त्याला घरची हकिगत विचारावी; परंतु तो विचार तिनं मनातल्या मनात दाबून टाकला. यापुढे त्याचा आणि आपला निकटचा संबंध येणार आहे आणि हळूहळू आपल्याला त्याच्या घरची माहिती मिळेल, तेव्हा आताच उतावीळपणा करण्यात अर्थ नाही असा विचार करून ती गप्प बसली. तिनं त्याच्या घराबद्दल एकही प्रश्न विचारला नाही. ती फक्त एवढंच म्हणाली, ''अवश्य येईन. किती वाजता येऊ? दुपारी दोन वाजता येईन; पण तुमच्या घराचा पत्ता काय?''

घराचा पत्ता विचारून तिनं त्याचा निरोप घेतला.

खोलीच्या बाहेर जाताना ती मनाशीच म्हणाली, ''छे, छे! आपण या माणसाबद्दल उगाच संशय घेता कामा नये. माधुरीचं आणि त्याचं दुसरंच काहीतरी नातं असेल. नाहीतर इतक्या आपुलकीनं तो आपल्याशी बोललाच नसता. आज नाहीतर उद्या, आपण त्याचं प्रेम खचितच जिंकू. आता डॉक्टरांच्या मनात आपल्याविषयी झालेला गैरसमज दूर करायचा एवढंच आपलं काम शिल्लक उरलं. त्यांना त्यामुळे दुःख होईल ही गोष्ट खरी! परंतु त्याला आपला काही इलाज आहे का? एवढी गोष्ट मात्र खरी की, जर एखाद्या पुरुषाचं प्रेम जिंकायचं असेल तर स्त्रीनं दुसऱ्या एखाद्या पुरुषाशी नुसत्या संभाषणाचे संबंधदेखील ठेवता उपयोगी नाही. डॉक्टरांना आता स्पष्टच सांगायचं की...''

एका व्यक्तीनं दवाखान्यात प्रवेश केला आणि त्या व्यक्तीला बघताच ज्या प्रश्नाचं नक्की उत्तर मिळण्याबद्दल तिला उत्कंठा लागून राहिली होती त्या प्रश्नाचं उत्तर तिला एकदम मिळालं. कुमारचं प्रेम जिंकण्याची खात्री बाळगून ती केवढ्या मोठ्या अभिमानानं आणि आनंदानं त्याच्या खोलीच्या बाहेर पडली होती! आणि त्या व्यक्तीच्या दर्शनानं तिच्या त्या साऱ्या आशा-आकांक्षाचा चक्काचूर झाला होता! हरित तृणाच्या रम्य पृष्ठभागावरून प्रवास करून गेल्यानंतर कल्पना नसताना पायांना एकदम तप्त भूमीचा स्पर्श व्हावा त्याप्रमाणे तिची स्थिती झाली. पहिल्या प्रेमाचा पूर्ण प्रत्यय आणि लगेच त्याची विफलता आपल्याशिवाय दुसऱ्या कोणत्याच स्त्रीच्या वाट्याला आली नसेल असं तिला वाटू लागलं. विजेचं बटण बंद केल्यावर एखाद्या खोलीतील उजेड नष्ट होऊन त्या ठिकाणी जसा काळोख पसरतो त्याप्रमाणे तिच्या अंतःकरणात काळोख पसरला. तिच्या डोळ्यांसमोर अंधारी आली आणि आपल्या अंगात एकही पाऊल पुढे टाकण्याची शक्ती आहे असं तिला वाटेना.

ज्या व्यक्तीच्या दर्शनानं एका क्षणात तिची ही अवस्था झाली त्या व्यक्तीचं नाव 'माधुरी'!

*

दवाखान्यातून बाहेर पडून ती जेव्हा रस्त्याला लागली, तेव्हा तिनं मनाशी एक निश्चय केला आणि त्या निश्चयाचं परोपरीनं पालन करण्याबद्दल आपल्या मनाला तिनं अनेकदा बजावलं; परंतु कुमारवर तिचं इतकं अंतःकरणपूर्वक प्रेम जडलं असताना आपल्या निश्चयाचं पालन करणं तिला शक्य होतं का?

९

माणूस एखाद्या गोष्टीचा मनःपूर्वक प्रयत्न करत असला आणि त्यात त्याला दोन-तीन निराशेचे तडाखे बसले म्हणजे त्याला वाटू लागतं की, ती गोष्ट आपल्या नशिबीच नाही. वास्तविक असा सिद्धान्त काढण्यास त्याच्या जवळ काहीच आधार नसतो. कारण दोन-तीन वेळा निराशेचे तडाखे बसल्यानंतरदेखील त्या गोष्टीत आपल्याला यश मिळणारच नाही कशावरून? हा विचारच त्याच्या मनाला शिवत नाही; कारण निराशेनं त्याचं मन आधीच हळुवार झालेलं असतं आणि त्यामुळे त्या गोष्टीत आणखी प्रयत्न करून पुन्हा निराशेचं दुःख पदरी घेण्याऐवजी त्या गोष्टीचा प्रयत्न न केलेलाच बरा असं त्याला वाटू लागतं आणि अखेरीस आपल्या नशिबी ती गोष्ट नाही हा सिद्धान्त काढून माणूस पुन्हा त्या प्रयत्नाच्या वाटेला जात नाही.

डॉक्टरांच्या दवाखान्यातून बाहेर पडल्यानंतर पुष्पमालेच्या मनाची अगदी हीच अवस्था झाली होती.

कुमारचं प्रेम प्राप्त करून घेण्याचा तिनं मनःपूर्वक प्रयत्न केला होता; परंतु दोन-तीन वेळा तिच्या वाट्याला निराशाच आली होती. आगगाडीत प्रथमदर्शनीच तिच्या मनावर मोहिनी टाकून तिच्या बेशुद्धावस्थेत तो तिच्यापासून दूर गेला होता. पुढे हरताळाच्या दिवशी तो तिला जसा अचानक दिसला होता तसाच अचानक तिच्या दृष्टीसमोरून अदृश्य झाला होता. नंतर

आदल्या दिवशी तो डॉक्टरांच्या दवाखान्यात रुग्णशय्येवर पडला आहे एवढी माहिती मिळूनदेखील ती त्याची भेट घेऊ शकली नव्हती आणि आज त्याच्या प्रेमाचा प्रत्यय येतो न येतो तोच माधुरीचं विघ्न तिच्या मार्गात तिला स्पष्ट दिसू लागलं होतं.

या साऱ्या गोष्टी विचारात घेऊन तिनं मनाशी निश्चय केला की, यापुढे आपण त्याच्या प्रेमाचा नाद सोडून द्यायला हवा आणि नुसता प्रेमाचाच नव्हे तर त्याच्या सहवासाचाही नाद आपण सोडून द्यायचा! कारण ज्या सहवासाची परिणती सुखात होणार नाही तो सहवास हवा कशाला? तो सहवासही नको; त्या सहवासापासून उत्पन्न होणारा मोहही नको; मोहापासून उत्पन्न होणारं प्रेम नको आणि अखेरीस विफल प्रेमाच्या त्या यातनाही नकोत.

आपले हे विचार मनाशी दृढ करतच तिनं आपल्या रेसिडेन्सीच्या खोलीत प्रवेश केला. खोलीत आल्यानंतर एकदम तिला थकवा आल्यासारखं वाटू लागलं आणि नुसतं बसण्याचीही ताकद तिच्या अंगात उरली नाही. तिनं खोलीचं दार लावून घेतलं आणि पातळ न बदलताच कॉटवर अंग टाकून दिलं आणि डोळे मिटून ती स्वस्थ पडून राहिली.

मनुष्य जेव्हा मनाशी एखादा निश्चय करतो तेव्हा त्या उत्साहाच्या भरात आपण तो निश्चय पार पाडू शकू किंवा नाही याचा तो क्वचितच विचार करतो. मग उत्साह मावळला आणि तो विचार करू लागला की, त्याला त्या निश्चयाचं पालन करण्यामध्ये एक-एक अडचणी दिसू लागतात. कुमारच्या प्रेमाचा नाद सोडायचा, त्याचा सहवासही सोडायचा वगैरे निश्चय करणं सोपं होतं; परंतु त्या निश्चयाचं पालन करणं तिला शक्य होतं का?

बराच वेळ विचार करूनदेखील तिला ते शक्य वाटेना.

त्याच्या प्रेमाचा नाद सोडायचा ही गोष्ट आपल्याला वाटते तितकी सोपी खचितच नाही; परंतु आपल्या नुसत्या एकतर्फी प्रेमाचा काय उपयोग होणार? त्याचं प्रेम जर माधुरीवर बसलं असेल आणि ते बसणं अगदी साहजिकच आहे; कारण माधुरीसारख्या असामान्य सौंदर्यावर कोणत्या पुरुषाचं प्रेम बसणार नाही? - तर आपल्यावर तो काय म्हणून प्रेम करेल?

तिच्या डोळ्यांसमोर त्याची दोन-तीन वाक्यं उभी राहिली.

"तुमच्यासारख्या स्त्रीचा मार्गदर्शक होण्यात मला केवढा आनंद वाटेल!

निदान तुमच्यामुळे मी राजकारणात स्थिर होईन. आपल्या मागं आपलं कौतुक करणारी एक तरी व्यक्ती आहे ही जाणीव माणसाला केवढा उत्साह प्राप्त करून देते नाही का?"

मग या वाक्यांचा अर्थ काय? की सारेच पुरुष स्त्रियांशी बोलताना प्रथम असं

गोड गोड बोलतात आणि निष्कारण त्यांच्यावर मोहिनी टाकून अखेरीस त्यांची निराशा करतात?

छे, छे! माझे कुमार तसे नाहीत!

"माझे कुमार" हे शब्द उच्चारल्यानंतर ती स्वतःशीच दचकली. कारण तसं म्हणण्याचा तिला काय अधिकार होता? तो खरंच तिचा होता का?

तिच्या डोळ्यांसमोर त्याची ती वाक्यं पुन्हा उभी राहिली. तो तिचा नव्हता तर मग त्या वाक्यांचा काय अर्थ होता?

"तुमच्यासारख्या स्त्रीचा मार्गदर्शक होण्यात मला केवढा आनंद वाटेल!..."

हे असलं बोलणं फक्त प्रियकरच प्रेयसीशी बोलू शकतो का? या बोलण्यातून प्रेमाशिवाय दुसरा साधा अर्थ निघतच नाही का? आणि तसा जर निघत असेल तर मग दुसऱ्या कोणत्या गोष्टीमुळे ती त्याला 'माझे कुमार' असं संबोधू शकणार नाही?

आणि जेव्हा तिला तशी शक्यता वाटेना तेव्हा तिला मनस्वी वाईट वाटलं. ती त्याच्या प्रेमाचा त्याग करायला तयार झाली होती. ती गोष्ट अत्यंत अवघड आणि दुःखदायक होती हे तिलाही कळत होतं; परंतु परिस्थितीच तशी होती आणि त्यापुढे मान तुकवण्याचा तिनं निश्चय केला होता; पण त्याच्या प्रेमाचा त्याग करताना तिला कुमारला 'माझे कुमार' असं म्हणण्याचं समाधान हवं होतं; परंतु आता तेही मिळणार नव्हतं आणि हीच गोष्ट तिला अत्यंत तापदायक वाटत होती. विशिष्ट परिस्थितीमुळे एखाद्या पुरुषाचं आपल्यावर प्रेम असूनदेखील त्याला त्या प्रेमाचा स्वीकार करता न येणं ही गोष्ट निराळी आणि एखाद्या पुरुषाचं की, ज्या पुरुषावर स्त्रीनं आपल्या अंतःकरणाचं सारं अनन्यत्व जडवलं आहे, त्या पुरुषाचं प्रेमच न मिळणं ही गोष्ट वेगळी! आणि कोणत्याही स्त्रीला ही दुसरी गोष्ट काही अंशी अपमानास्पद वाटत असते.

पुष्पमालेलाही ती तशीच वाटली.

जगात कोणत्याही पुरुषाचं प्रेम आपल्याला जिंकता येणार नाही का?

आयुष्यामध्ये मनुष्य एखाद्या गोष्टीमध्ये पराभूत झाला म्हणजे त्याला वाटतं की, आपल्या साऱ्या आयुष्यात आपल्याला त्या गोष्टीमध्ये कधीच यश मिळणार नाही आणि मग तो मनाशीच त्या पराभवाची छाननी करू लागतो.

ती मनाशी म्हणाली, 'ज्या गोष्टीवर मुख्यत्वेकरून पुरुषाचं सारं प्रेम अवलंबून असतं, ते सौंदर्य आपल्यामध्ये नाही. निदान ज्या स्त्रीशी आपल्या प्रेमाचा विरोध उत्पन्न झालेला आहे, त्या स्त्रीइतकं सौंदर्य तरी खचित नाही आणि त्याच्या जोडीला सौंदर्याचा कमीपणा भरून काढण्याजोगी संपत्तीही नाही. माधुरीजवळ या दोन्ही गोष्टी आहेत; तेव्हा तिनं जर ही प्रेमाची शर्यत जिंकली तर त्यात नवल ते काय? किंबहुना ही शर्यत तरी कशी होणार? कारण शर्यतीसाठी ती खेळणाऱ्यांमध्ये सारखेपणा तरी

असावा लागतो. माधुरी आणि आपल्यामध्ये असा कोणता सारखेपणा आहे?'

तिच्या मनानं ही गोष्ट मान्य केली खरी! परंतु या गोष्टीतील सत्य तिच्या अंतःकरणाला बोचल्यावाचून राहिलं नाही.

आणि समजा, कुमारचं जरी तिच्यावर प्रेम असलं तरी त्याचं आणि माधुरीचं आधीच लग्न ठरलं असताना त्यामध्ये तिनं विघ्न उत्पन्न करणं इष्ट होतं का?

ती स्त्री होती आणि स्त्रीला आपल्या प्रेमाचा भागीदार मुळीच खपत नाही याची तिला जाणीव होती. आपला आणि त्याचा सहवास अगदी नवथर असतानाही त्याच्या प्रेमाचा मोह सोडणं आपल्याला किती कठीण वाटत आहे? मग माधुरीचं आणि त्याचं अगदी पूर्वीपासून प्रेम असेल तर त्याचा त्याग करणं तिला किती कठीण जाईल याची तिला पुरेपूर कल्पना होती.

आणि त्यामुळे तिनं केलेला निश्चय तिच्या मनात अधिकच दृढ झाला.

बस्स! आपण त्याच्या प्रेमाचा नाद सोडायचा!

तिनं त्याच्या प्रेमाचा नाद सोडायचा असं म्हणण्यापेक्षा तिला तो सोडावा लागणार होता; म्हणजे तिला आपल्या प्रेमात माघार घ्यावी लागणार होती.

या विचाराची सत्यता जेव्हा तिला पटली तेव्हा तिच्या डोळ्यांत अगदी नकळत आसवं गोळा झाली; कारण आतापर्यंत तिच्या आयुष्यात तिला कधीच माघार घ्यावी लागली नव्हती. भाऊंची आधीची तीन-चार अपत्यं एकामागून एक वारल्यामुळे पुढे झालेल्या सर्व मुलींचे त्यांनी खूप लाड पुरवले. त्यातून पुष्पमालेच्या पाठीवर त्यांना बरेच दिवस अपत्य न लाभल्यामुळे लाडांचा सारा भर तिच्यावरच होता. पुढे तिच्या वडील बहिणींची लग्नं झाली आणि त्यानंतर तिच्या पाठीवर दोन भाऊ झाले. भाऊंचं उतारवय झाल्यामुळे त्यांना त्या दोन्ही मुलांच्या शिक्षणाची काळजी वाटे; परंतु पुष्पमाला नेहमी त्यांना म्हणे, "भाऊ, तुम्ही काळजी करू नका. मला तुम्ही मुलगाच समजा. मी लग्न न करता जन्मभर तुमच्याजवळ राहून माझ्या भावांचं शिक्षण करीन."

त्या वेळी ती मॅट्रिकच्या वर्गात होती आणि त्या वेळचे तिचे हे उदात्त विचार बघून भाऊंचं तिच्यावर केवढं प्रेम जडलं होतं! परंतु लग्न न करता आपल्या भावांचं शिक्षण करण्याची जबाबदारी तिच्यावर पडू नये अशी एक घटना पुढे लवकरच घडली. तिचे चुलते मोठे वकील होते आणि त्यांचं निपुत्रिक निधन झाल्यामुळे त्यांची छोटीशी इस्टेट भाऊंकडे आली होती. मग तिला आपल्या भावांच्या शिक्षणासाठी अविवाहित राहाण्याचं काय कारण होतं?

आणि त्या वेळी आपल्या भावांच्या शिक्षणासाठी आनंदानं अविवाहित राहायला तयार असलेल्या पुष्पमालेवर आज अविवाहित राहाण्याचा प्रसंग आला होता आणि तोसुद्धा अगदी निराळ्या तऱ्हेनं! प्रेमात पराभव झाला म्हणून!

एक वेळ स्त्री दुसरा कोणताही पराभव आनंदानं सहन करेल; परंतु प्रेमातील पराभव सहन करण्याचा तिच्यावर प्रसंग आला म्हणजे तिला पराभवाचं दुःख झाल्यावाचून राहात नाही.

परंतु ही घटना दुःखद असली तरी ती बदलू थोडीच शकणार होती? या परिस्थितीपुढे मान तुकवण्याखेरीज तिला दुसरं गत्यंतरच उरलं नव्हतं.

मनुष्य एकदा परिस्थितीच्या कोंडीत सापडला म्हणजे ती कोंडी फोडून त्या परिस्थितीवर मात करण्याची त्याला मनस्वी इच्छा होते.

या परिस्थितीवर मात करायची म्हणजे तिनं काय करायला हवं होतं? कुमारपेक्षा सर्व दृष्टीनं चांगला असा दुसरा एखादा प्रियकर तिला मिळवता आला असता तर तिनं परिस्थितीवर मात केली असं म्हणता आलं असतं का? कारण ही गोष्ट तिला अगदी शक्य होती - नव्हे, तिला तसा प्रियकर पूर्वीच लाभला होता. डॉक्टर सतीश हे कुमारपेक्षा कोणत्या दृष्टीनं खालच्या प्रतीचे होते? आणि त्यांनी निरनिराळ्या तऱ्हेनं तिच्याविषयीचं आपलं प्रेम वेळोवेळी व्यक्त केलं होतं. अशा स्थितीत त्यांच्या प्रेमाचा स्वीकार करून तिला त्या परिस्थितीवर विजय मिळवता आला असता का?

तिला तसं वाटेना; कारण अंतःकरणापासून जी गोष्ट प्रिय मानली होती, ती तिला मिळणार नव्हती. मग त्याच्यापेक्षा शतपटीनं श्रेष्ठ अशी दुसरी एखादी गोष्ट मिळण्याची शक्यता असताना त्याची पर्वा तिनं काय म्हणून करावी?

माणसानं तुलनात्मक दृष्टीनं प्रेम करायचं म्हटलं तर त्या प्रेमाचा कधीच अंत होणार नाही. कारण जगात एका व्यक्तीपेक्षा दुसऱ्या अनेक व्यक्ती चांगल्या ठरू शकतील. मग त्या प्रेमात कुठली स्थिरता राहाणार? आणि ज्या प्रेमाची अंतःकरणाला कुठेतरी खरीखुरी आस लागली आहे, त्या प्रेमाच्या प्राप्तीतच माणसाचं खरं सुख सामावलेलं असतं.

सारांश, कुमारखेरीज दुसरा चांगला प्रियकर लाभण्याने तिला सुख मिळणार नव्हतं आणि या प्रेमात आलेला कमीपणा आणि झालेली मानहानी या गोष्टी त्यामुळे थोड्याच टळणार होत्या?

या परिस्थितीवर विजय मिळवण्याचा तिच्याजवळ एकच मार्ग होता, तो म्हणजे कुमारचं प्रेम जिंकणं हा होय! परंतु ही गोष्ट एक तर तिला शक्य वाटत नव्हती आणि शक्य असली तरी इष्ट तर खासच वाटत नव्हती.

त्यामुळे अशा स्थितीत तिनं काय करावं हे तिचं तिलाच कळेना. उलटसुलट विचार करून जेव्हा एखाद्या प्रश्नाचा कोणताच निर्णय लागत नाही तेव्हा माणसाच्या मनाला जी एक प्रकारची शून्यावस्था प्राप्त होते ती तिच्या मनाला आली आणि ती अगदी स्वस्थ पडून राहिली.

खोलीचं दार वाजलं म्हणून तिला कॉटवरून उठणं भागच होतं; नाहीतर तशा स्थितीत ती अजून किती वेळ पडून राहिली असती कुणास ठाऊक!

तिनं दार उघडून बघितलं. तिला बाहेर कोणीच दिसलं नाही. गॅलरीत जाऊन तिनं आजूबाजूला बघितलं; तरीही जेव्हा तिला कोणी दिसेना तेव्हा तिला जरा आश्चर्य वाटलं.

आपल्याला दार वाजल्याचा नुसता भास तर नाही झाला? की कोणीतरी थट्टा म्हणून दार वाजवून पळून गेलं?

अशा प्रकारे तिची थट्टा करणारी रेसिडेन्सीत कुमुद वैद्य नावाची एकच मैत्रीण होती; पण तिच्या खोलीकडे नजर जाताच त्या खोलीला कुलूप असल्याचं तिला आढळलं.

कदाचित वाऱ्यानं दार वाजलं असावं असा विचार तिच्या मनात येतो न येतो तोच तिची नजर सृष्टीच्या त्या वेळच्या स्वरूपाकडे गेली.

बाहेर केवढा सोसाट्याचा वारा सुटला होता! आणि पावसानं तरी केवढं थैमान घातलं होतं! ती प्रलयकालाची तर वृष्टी नव्हती ना?

बाहेर सृष्टीनं हे एवढं उग्र स्वरूप धारण केलं असून आपल्याला त्याचा काहीच कसा पत्ता नाही? इतकी का आपली वृत्ती अंतर्मुख बनली होती? प्रेमाचा प्रभाव इतका का श्रेष्ठ आहे की त्याच्या चिंतनात माणसाच्या साऱ्या वृत्ती बधिर व्हाव्यात?

आणि खरोखरच आतापर्यंत तिला बाहेरच्या कोणत्याच गोष्टीचा पत्ता लागला नव्हता. इतकी ती आपल्या विचारात गढून गेली होती. पावसाला थोडी थोडी सुरुवात झालेली फक्त तिला कळली होती; परंतु त्या वेळी गॅलरीत उभं राहून जेव्हा तिनं समोर बघितलं तेव्हा कॉलेजच्या इमारतीचे छोटे कळस भयंकर पावसामुळे तिला मुळीच दिसत नव्हते. समोरच्या कारंजाचं पाणी काठोकाठ भरून जोरानं वाहून जात होतं; अतिवृष्टीमुळे कॉलेजच्या आवारात लांबच लांब एक भलं मोठं तळंच उत्पन्न झाल्याचा भास होत होता आणि समोरच्या कॉलेजच्या हॉटेलमधील विजेचे दिवे मैलभर लांबीवरून जसे दिसावेत तसे अगदी अंधूक दिसत होते.

तिनं वर बघितलं. पर्जन्याच्या रूपानं सारं आकाशच जणू काही पृथ्वीवर कोसळत आहे आणि आपल्या घराचा आधार तुटून संकटात सापडलेल्या त्या जलधारांना वारा एखाद्या खलपुरुषाप्रमाणे मन मानेल तिकडे हिंडवीत आहे असा तिला भास झाला.

इतक्यात तिच्या कानठळ्या बसण्याइतका भयंकर गडगडाट झाला आणि समोरच्या क्षितिजावरून एक भला मोठा तेजाचा गोळा इकडून तिकडे सरकला आणि अदृश्य झाला. त्या योगानं मेघांच्या साऱ्या कडा उजळल्या आणि सर्व सृष्टीवर क्षणभर चकचकाट होऊन तिचे डोळे दिपून गेले.

खचित कोठेतरी वीज कोसळली असावी!

तिनं आपले दोन्ही हात कानांवर ठेवले आणि क्षणभर आपले डोळे मिटून घेतले. तिनं पुन्हा डोळे उघडले तेव्हा पावसाचा जोर थोडा कमी झाला होता; परंतु वाऱ्याला अजून विसावा घेण्याची इच्छा दिसत नव्हती. आता तिला कॉलेजच्या इमारतीचे छोटे कळस अंधूकसे दिसू लागले होते आणि मौज अशी की, कॉलेजच्या इमारतीच्या आडोशाला एक गाय आपल्या पाडसाला खेटून उभी होती, जी आतापर्यंत तिला दिसली नव्हती; तीही आता तिला दिसू लागली.

पर्जन्याच्या त्या अविरत धारांत आपल्या पाडसाच्या समवेत केवढ्या मोठ्या समाधानानं ती त्या ठिकाणी उभी राहिली होती. कोणत्याही संकटात ती त्याचा सांभाळ करणार होती आणि ते लहानसं वासरूदेखील किती निर्भयपणे आपल्या आईच्या अंगाखाली विसावलं होतं!

ते दृश्य बघून पुष्पमाला मनाशी म्हणाली, 'आपल्या मायेची पाखर कोणावर तरी घालावी हाच सृष्टीतील साऱ्या जिवांचा मुख्य हेतू नव्हे काय? मग मी कुणावर अशी पाखर घालू? भाऊंच्याखेरीज आजपर्यंत मी कोणावरच अंतःकरणपूर्वक प्रेम केलेलं नाही; परंतु त्यांचं प्रेम तरी मला जन्मभर कसं लाभणार? आणि नुसत्या त्या तसल्या प्रेमानं माझ्या मनाचं समाधान होईल का? पण छे, छे! आपण आता दुसऱ्या कोणत्याच प्रेमाचा विचार करता कामा नये. आपल्या नशिबात आता दुसऱ्या प्रकारचं प्रेम नाही.'

तिचे हे विचार चालू असतानाच पुन्हा विजेचा कडकडाट झाला; त्यामुळे घाबरून ते समोरचं वासरू आपल्या आईला अधिकच बिलगलं आणि त्या गाईनं त्याच्या अंगावर आपली जीभ फिरवून जणू काही त्याला निर्धास्तपणाचं आश्वासन दिलं.

तिला ते दृश्य बघवेना. कारण अशा प्रकारचं सुख तिच्या आयुष्यात तिला मिळणार नव्हतं आणि त्या वात्सल्यपूर्ण दृश्यानं त्या दुःखाची तिला अधिकच जाणीव करून दिली.

त्याच सुमारास वाऱ्यामुळे तिच्या अंगावर पावसाचे बरेच तुषार येऊन तिच्या अंगावर काटा उभा राहिला. तिनं खोलीत जाऊन पुन्हा दार लावून घेतलं.

तिनं कॉटवर आपलं अंग टाकलं, तेव्हा बाहेर पुन्हा पावसाची जोराची सर सुरू झाली होती. पुष्पमालेच्याही डोक्यात पुन्हा तेच विचार सुरू झाले आणि त्या विचारांच्या अखेरीस अनुमानंही तीच निघाली.

बराच वेळ विचार करून तिच्या मनावर एक प्रकारची गुंगी आली आणि त्यातच तिचा डोळा लागला.

दारावर कुणीतरी थाप मारल्याचा आवाज झाल्यामुळे ती जागी झाली खरी;

परंतु पुन्हा वाऱ्यानंच दार वाजलं असावं अशी समजूत करून ती जागची उठली नाही. फक्त ती डाव्या कुशीवरून उजव्या कुशीवर वळली आणि तिनं पुन्हा आपले डोळे मिटून घेतले.

परंतु पुन्हा दारावर थाप मारल्याचा आवाज आला आणि तिच्या नावानं तिला कुणीतरी हाक मारलेली ऐकू आली, तेव्हा ती लगेच उठली आणि तिनं दार उघडलं आणि बाहेर आलेल्या व्यक्तीकडे बघताच तिला वाटलं की, आपण एक स्वप्नच बघत आहोत.

कारण त्या वेळी बाहेर माधुरी आली होती आणि फक्त स्वप्नातच दिसावं असं तिचं लावण्य त्या वेळी दिसत होतं. भीतीमुळे एखादं बालक आपल्या मातेला बिलगावं त्याप्रमाणे तिचं तलम पातळ तिच्या अंगाला बिलगलं होतं; त्यामुळे तिच्या सौंदर्याला जो उठावदारपणा आला होता तो केवळ अवर्णनीय होता. एरवी वाऱ्यामुळे तिच्या विशाल भालप्रदेशावरून इतस्ततः रुळणाऱ्या केसांच्या काही बटा पावसानं भिजल्यामुळे तिच्या भालप्रदेशालाच चिकटल्या होत्या आणि अति परिश्रमामुळे जसे ओढलेले दिसावेत त्याप्रमाणे तिचे निळे डोळे त्या वेळी दिसत होते; त्यामुळे तिच्याकडे बघून नुकताच आपला जलविहार संपवून श्रांत झालेल्या एखाद्या लावण्यसंपन्न वनदेवतेला तर आपण बघत नाही ना असा भास पुष्पमालेला झाला.

आपण बराच वेळ माधुरीकडे टक लावून बघत आहोत या गोष्टीचा विचित्रपणा जेव्हा तिच्या ध्यानात आला, तेव्हा ती थोडी पुढे सरकली आणि माधुरीला म्हणाली, "एवढ्या पावसातून आलीस? इतक्या पावसांतून यायचं काही अडलं होतं का? किती भिजलीस बघ! आता चटकन पातळ तरी बदल."

यावर काहीसुद्धा न बोलता माधुरी आत आली आणि पातळ न बदलताच खुर्चीवर जाऊन बसली. तिच्या पातळातून अजून पाणी ठिबकत होतं आणि त्यामुळे खोलीत बरंच ओलं झालं.

तिच्याकडे आश्चर्यानं बघून पुष्पमाला म्हणाली, "अगं, हे काय वेड्यासारखं? पातळ बदलायचं नाही वाटतं? ऊठ आणि आधी ते ओलेतं सोड पाहू! आजारी का पडायचं आहे?"

हे ऐकून जणू काही स्वतःशीच माधुरी म्हणाली, "खरंच, मला वेड लागलं तर किती बहार येईल? आणि त्याहीपेक्षा मी आजारी पडले तर किती चांगलं होईल!"

"का आजारपणाची हौस आली आहे वाटतं?"

"नुसत्या आजारपणाचीच नव्हे तर त्या आजारपणात माझा शेवट झाला तरी मला हवा आहे."

तिच्या बोलण्याचा काहीच भावार्थ न समजल्यामुळे पुष्पमाला म्हणाली,

"अगं, इतक्यातच मरण्याची तुला इच्छा का झाली?"

"जगण्यासारखं काही नाही म्हणून!"

ही असं का बोलते आहे? हिचं डोकं ठिकाणावर आहे ना? काय झालं आहे हिला?

तिच्या बोलण्यानं अधिकच बुचकळ्यात पडून पुष्पमालेनं म्हटलं, "का? जगण्यासारखं काही नसायला काय झालं? परमेश्वरानं चांगलं रूप दिलं आहे. त्याच्या जोडीला खूप संपत्ती आहे आणि ज्या गोष्टीचा स्त्रीला अभिमान वाटतो अशा प्रेमाचा लाभ तुला झालेला आहे. मग..."

परंतु तिचं बोलणं ऐकून घेण्यापूर्वीच आपला स्वर खूप उंच करून माधुरी म्हणाली, "प्रेमाचा लाभ! असं बोलताना तुला काहीच कसं वाटत नाही? माझ्यापासून ते हिरावून घेऊन वर मला हिणवतेस काय?"

आपल्यावर एखाद्या व्यक्तीनं निष्कारण आरोप केला असताना माणूस जसा चिडून बोलतो त्याप्रमाणे पुष्पमाला म्हणाली, "उगाच भलतंसलतं काही बोलू नकोस. तुझ्या बोलण्याला काही सुमार?"

"तू कोणती गोष्ट करायला सुमार ठेवला आहेस, म्हणून मी बोलायला सुमार ठेवू?"

"कोणती बेसुमार गोष्ट केली मी? स्पष्ट का नाही बोलत?"

"स्पष्ट बोलायला मला कोणाची भीती आहे? कुमारचं तुझ्यावर प्रेम जडलं असल्याखेरीज का त्यांनी तुला रुमाल दिला? का त्यांनी माझ्यापासून खरी हकिगत लपवून ठेवली? म्हणे आगगाडीत मी तिच्या जखमेला हा रुमाल बांधला! जसं काही खरंच वाटेल कुणाला! बरं, त्यांचं एक असो; पण तुलाही त्यांच्या प्रेमाचा स्वीकार करताना काहीच कसं वाटलं नाही? पुरुषांची गोष्ट नेहमी वेगळी असते. आम्ही स्त्रियाच वेड्या असतो. मोठ्या विश्वासानं त्यांच्यावर प्रेम करतो; त्यांना आमचे म्हणतो; त्यांच्यासाठी वाटेल तो त्याग करायला तयार होतो; पण मोठ्या सफाईनं ते आम्हाला फसवतात; पण तू तर स्त्रीच्या भावना जाणू शकतेस. का - का तू त्यांच्या प्रेमाचा स्वीकार केलास?"

हे सारं बोलणं ऐकून पुष्पमाला काकुळतीनं म्हणाली, "अगं खरंच, मी त्यांच्या प्रेमाचा स्वीकार केला नाही. तू असं का म्हणतेस? उलट..."

तिला मध्येच थांबवून माधुरी म्हणाली, "काही बोलू नकोस! माझी ऐकण्याची इच्छाच नाही. मला साऱ्या गोष्टी कळून चुकल्या आहेत; पण एक लक्षात ठेव की, मी सहजासहजी असा पराभव सहन करणार नाही. पुन्हा त्यांचं प्रेम माझ्याकडे खेचून घेईन. माझ्यात तेवढी धमक खासच आहे आणि त्यांचं तुझ्यावर तरी खरं प्रेम आहे असं समजतेस काय? त्यांना मोह पाडण्याइतकं सौंदर्य तुझ्याजवळ आहे की संपत्ती

आहे? काय आहे तुझ्याजवळ? पुरुष एखाद्या स्त्रीच्या सहवासात काही काळ आला तरी तिच्यावर मोहित होतो, तसा तो तुझ्यावरही झाला असेल; परंतु पुरुषांची दृष्टी नेहमी सौंदर्यासक्त असते आणि त्याचा तर तुझ्याजवळ पूर्ण अभाव आहे. असं असताना त्यांचं प्रेम जिंकण्याच्या नादी तू लागतेस तरी कशी? कर्तृत्ववान पुरुषाचं प्रेम जिंकायला अंगात तशीच लायकी असावी लागते.''

माधुरीचं हे बोलणं ऐकताना पुष्पमालेच्या अंतःकरणावर केवढे घाव बसत होते! त्यातून अखेरचा घाव तर तिला अगदी असह्य झाला.

ती मनाशी म्हणाली, 'अरेरे! माधुरी, तुला असलं बोलणं बोलून काय मिळालं? माझ्या अंतःकरणाला तू केवढी जखम केलीस? मला स्त्रीच्या भावना कळत का नव्हत्या? आणि त्यासाठीच मी केवढा त्याग करायला तयार झाले होते? आणि तू हे सारं बोललीस ते केवळ तुझ्या सौंदर्याच्या आणि संपत्तीच्या जोरावरच ना? पण या साऱ्या गोष्टी दैवाधीन आहेत. दुर्दैवानं त्या माझ्याजवळ नसतील; परंतु मनुष्यकृत सौंदर्य आणि संपत्ती या गोष्टी जगात नसतातच का? आणि माणूस त्यांवर मोहित होऊच शकत नाही का? परंतु या गोष्टींनासुद्धा जगात किंमत असते हे मी तुला दाखवीन. या गोष्टींच्या जोरावरच मी माझी लायकी सिद्ध करीन आणि अखेरीस कुमारचं प्रेम जिंकून दाखवीन.'

हे आपले विचार उघडपणे बोलून दाखवावेत - नव्हे, याहीपेक्षा अधिक कठोर पद्धतीनं तिला बोलावं असा मोह पुष्पमालेला झाला; पण तो क्षणभरच! दुसऱ्याच क्षणी ती उठून खोलीबाहेर निघून गेली.

जाताना तिच्या मनात आलं की, ज्या गोष्टीच्या उच्चारामुळे आपण माधुरीला हीन लेखलं त्या गोष्टीचा उच्चार आपण करायचा का? मग आपल्या मनाचा मोठेपणा तो काय राहिला?

आणि खरोखरच आपल्या मनाचा मोठेपणा अखेरपर्यंत न सोडण्याचा तिनं निश्चय केला. कुमारचं प्रेम जिंकून दाखवण्याची प्रतिज्ञा तिनं मनाशी केली होती खरी; परंतु ते जिंकून त्या प्रेमाचा उपभोग ती थोडाच घेणार होती? आपली लायकी सिद्ध करून दाखवण्याच्या इराद्यानं ती त्याचं प्रेम जिंकून दाखवणार होती आणि आपल्या मनाचा मोठेपणा कायम ठेवण्याच्या हेतूनं ती अखेरीस माधुरीला त्याच्या स्वाधीन करणार होती.

हे विचार चालू असताना ती शून्य दृष्टीनं समोर बघत होती. पाऊस नुकताच थांबला होता आणि पश्चिमेकडील आकाश थोडं थोडं मोकळं होऊन सूर्याची अखेरची कोवळी किरणं कॉलेजच्या भव्य इमारतीवर पडली होती; परंतु तिच्या दृष्टीला यापैकी काहीच दिसत नव्हतं. कुमारचं प्रेम जिंकायचं हा एकच विचार तिच्या मनात त्या वेळी उभा होता.

ते प्रेम जिंकण्यासाठी लागणारं सौंदर्य तिच्याजवळ नव्हतं, संपत्ती तर मुळीच नव्हती.

मनुष्यकृत सौंदर्याच्या आणि संपत्तीच्या जोरावर ती त्याचं प्रेम जिंकणार होती आणि अखेरीस ते जिंकण्याची आपली लायकी सिद्ध झाल्यानंतर आपल्या मनाचा मोठेपणा दाखवण्यासाठी माधुरीला त्याच्या स्वाधीन करणार होती.

कुमारच्या प्रेमाचा नाद सोडायचा हा तिचा पूर्वीचा निश्चय आता कोठल्या कोठे लुप्त होऊन गेला होता. कुमारचं प्रेम जिंकण्याबद्दल माधुरीकडून जणू काही तिला एक नवीन आव्हानच मिळालं होतं आणि तिनं त्याचा स्वीकार करण्याचं ठरवलं होतं.

खोट्या अभिमानाच्या भरात ती भलतंच काही करणार नव्हती ना?

१०

कॉलेजचे तास संपवून पुष्पमाला रेसिडेन्सीकडे जायला निघाली, तेव्हा वाटेतच तिला कुमुद वैद्य भेटली. पुष्पमालेकडे आश्चर्यानं बघत ती म्हणाली, "अय्या! परत चाललीस इतक्या लवकर?"

"हो. तास संपले. मग काय करायचं? पण तुला एवढं आश्चर्य कसलं वाटलं?"

"आश्चर्य न वाटेल तर काय? आज आपल्या कॉलेजमध्ये चार वाजता डिबेटिंग आहे. ते सोडून जर तू परत चाललीस तर त्याचं आश्चर्य नको का करायला?"

"हात्तीच्या! एवढंच ना!"

"हात्तीच्या नको करूस. एरवी मी तुला तसं म्हटलं नसतं; पण आज डिबेटिंगचा विषय कोणता आहे माहीत आहे ना?"

"माहीत असूनसुद्धा उपयोग होणार नाही; कारण मला येता येणार नाही."

"का? काही महत्त्वाचं काम आहे वाटतं? पण माझी खात्री आहे की, जर तू विषयाचं नाव ऐकलंस तर महत्त्वाची कामं सोडून तू डिबेटिंगला हजर राहाशील."

डाव्या हातातील आपली पुस्तकं सावरून उजव्या हातानं कुमुदचा दंड धरत पुष्पमालेनं म्हटलं, "सांग तरी असा कोणता विषय आहे तो!"

कुमुदनं तिच्याकडे रोखून बघत म्हटलं, "तूच ओळख की! अगदी तुझ्या आवडीचा आहे."

तिच्या दंडाला जोरानं हेलकावा देत पुष्पमाला लटक्या रागाचा बहाणा करून म्हणाली, "हे काय गं कुमुद! असे उखाणे नको घालूस! सांग की लवकर!"

आपल्या दंडावरचा तिचा हात आपल्या हातात घेऊन कुमुद म्हणाली, "अगं, हो पण! मी सांगणारच आहे तुला. आज आपल्या कॉलेजमध्ये 'प्रेमोत्तर विवाह की विवाहोत्तर प्रेम?' या विषयावर चर्चा होणार आहे. आता सांग की, तुझं महत्त्वाचं काम सोडून तुला डिबेटिंगला आलंच पाहिजे किनई!"

पुष्पमालेच्या चेहऱ्यावर एकदम गंभीरपणाची छटा उमटली. आतापर्यंत बोलताना तिची नजर कुमुदच्या चेहऱ्यावर स्थिर झाली होती; परंतु आपल्या अंतःकरणातील विकार लपवण्याच्या इराद्यानं माणूस ज्याप्रमाणे दुसऱ्या माणसाची नजर चुकवतो त्याप्रमाणे तिनं ती चुकवली; परंतु दुसऱ्याच क्षणी डाव्या हातात धरलेली पुस्तकं उजव्या हातात घेऊन आणि कुमुदच्या नजरेला नजर देत तिनं म्हटलं, "छे! मला येता येईलसं दिसत नाही."

"पण का ते तरी सांगशील किनई!"

पुष्पमाला हसून म्हणाली, "एकतर मला या विषयात गोडी नाही; कारण मला प्रेमोत्तर विवाह करायचा नाही किंवा विवाहोत्तर प्रेमही करायचं नाही आणि शिवाय..."

परंतु तिचं वाक्य पुरं होण्यापूर्वीच हेटाळणीच्या स्वरात कुमुद म्हणाली, "मग काय आजन्म; आमरण, कडकडीत, जळजळीत...."

तिच्या तोंडावर हात ठेवल्याचा आविर्भाव करत पुष्पमालेनं म्हटलं, "हं, हं! पुरे! अंगात 'ब्रह्मचारी' संचारला आहे वाटतं?"

"हो! सहवास कुणाचा आहे? पण ते काही नाही; काही झालं तरी तुला आलंच पाहिजे."

पुष्पमाला गंभीरपणानं म्हणाली, "तुझ्यासाठी तरी मी खचित आले असते; पण मला आज दुपारी नानांनी घरी बोलावलं आहे. पहिला तास संपला, त्या वेळीच मला त्यांचा निरोप आला की, कॉलेज सुटल्यानंतर घरी येऊन जा म्हणून."

कुमुदनं आश्चर्यानं विचारलं, "नानांनी तुला घरी बोलावलं आहे?"

आणि खरोखर कुमुदला आश्चर्य वाटावं अशीच ती गोष्ट होती. कारण नाना कधीच मुलींना घरी बोलावत नसत. गेली पंचवीस वर्षे कॉलेजमध्ये ते अध्यापनाचं काम करत होते; परंतु अभ्यासाच्या निमित्तानं म्हणा अगर इतर कोणत्या अन्य कारणानं म्हणा, त्यांनी मुलींना आपल्या घरी बोलावल्याची उदाहरणं फारच थोडी होती. साऱ्या पुण्यात 'कडक ब्रह्मचारी' अशी त्यांची ख्याती होती आणि त्या पदवीला साजेसंच त्यांचं वर्तन असे. आपल्या ब्रह्मचर्याची फाजील जाणीव ठेवून

मात्र ते कधीच वागले नाहीत. कॉलेजमध्ये मुलींशी ते अत्यंत मनमोकळेपणानं बोलत असत. इतके की, त्या कॉलेजमधील मुलींशी बोलण्यात पटाईत असलेले एक प्रोफेसरदेखील त्यांच्यापुढे फिके पडत. आपलं ब्रह्मचर्य टिकवण्याकरिता आपल्याला विशेष श्रम पडत आहेत असं मात्र त्यांच्या वागणुकीवरून कधीच दिसलं नाही. ते जरी कुणाशीही इतकं मनमोकळेपणानं बोलत असले तरी त्यांच्या चेहऱ्यावरून ओसंडणारं तेज आणि त्यांच्या डोळ्यांतील विलक्षण प्रखरता बघून त्यांच्याशी बोलणाऱ्या कोणाही व्यक्तीला त्यांच्याविषयी एक प्रकारचा भीतियुक्त आदर वाटत असे आणि त्यांच्याविषयी वाटणारा हा आदर फक्त कॉलेज विश्वातच नव्हे तर कॉलेजबाहेरच्या लोकांनादेखील वाटे. नानांनी पंढरीची वारी कधीच चुकवली नाही. आषाढी-कार्तिकीला वारकरी पंथात सामील होऊन दिंड्यांबरोबर ते जेव्हा पंढरपूरला जात, तेव्हा कॉलेजमधील आपला अध्यापकाचा दर्जा ते कोठल्या कोठे विसरून जात. आपण सारी परमेश्वराची लेकरं आहोत आणि त्यामुळे त्याच्या दर्शनाला जाताना आपण सारे समान पातळीवरच आहोत असं ते मानत. पंढरपुरात त्यांची ज्ञानेश्वरीवरची प्रवचनं आणि भजनं-कीर्तनं ऐकून सारे वारकरी अगदी मंत्रमुग्ध होऊन जात. कॉलेजमध्येदेखील ते तत्त्वज्ञान हा विषय शिकवीत. कोणतंही तत्त्वज्ञान सांगताना ते त्याच्याशी इतके तद्रुप होऊन बोलत की, प्रत्येक ऐकणाऱ्याची खात्री होई की, ते नुसतीच पोपटपंची करत नसून, ते सारं तत्त्वज्ञान त्यांच्या अंगी पुरेपूर भिनलं आहे.

सारांश, कॉलेजमध्ये आपल्या अध्यापन कौशल्यावर आणि बाहेरच्या जगात आपल्या शीलाच्या सामर्थ्यावर ते सर्वांच्या आदराचा विषय होऊन बसले होते.

नानांचा आणि भाऊंचा फार जुना स्नेह! परंतु पुण्यात दोन वर्षं राहूनदेखील पुष्पमाला त्यांच्या घरी भाऊंचा काही निरोप घेऊन गेली होती तीसुद्धा एकदाच! तेव्हा त्यांनी तिला घरी बोलावल्याचा निरोप ऐकून कुमुदला मनस्वी आश्चर्य वाटलं असल्यास नवल नव्हतं.

एखाद्या गोष्टीचं आश्चर्य वाटावं आणि लगेच त्या आश्चर्याचं कारण सापडावं, म्हणजे माणूस ज्या प्रकारची चर्या करतो त्याप्रमाणे आपली चर्या करून तिनं म्हटलं, "मी सांगू, तुला नानांनी कशाला घरी बोलावलं असेल ते?"

पुष्पमालेनं प्रश्नार्थक मुद्रेनं तिच्याकडे बघितलं.

मग कुमुद म्हणाली, "तू बी.ए.ला मराठी घेतलंस हे त्यांना कदाचित आवडलं नसेल. वास्तविक इंटरला लॉजिकचं पहिलं बक्षीस तुला मिळालं असताना तू बी.ए.ला फिलॉसॉफी घेऊन पहिला नंबर मिळवावास असं त्यांना वाटलं असेल. आणि त्यासाठीच तुझी चांगली कानउघाडणी करण्याकरिता त्यांनी तुला बोलावलं असेल!"

असं म्हणून कुमुदनं आपल्या उजव्या हाताचा पंजा अशा काही तऱ्हेनं हवेतून फिरवला की, जणू काही नानांचं हे असं करणं आपल्याला अगदी पुरेपूर पसंत आहे, असं तिला दाखवायचं होतं.

तिचा तो आविर्भाव बघून पुष्पमाला हसली; पण लगेच गंभीर होऊन ती म्हणाली, ‘‘छे! तुझा अंदाज अगदी चुकीचा आहे. त्याबद्दल ते मला पूर्वीच बोलले आहेत आणि अशा बोलण्यासाठी ते मला घरी कशाला बोलावतील?’’

‘‘हो! तेही खरंच आहे. बरं, पण उगाच कशाला तर्ककुतर्क हवेत? तू आपली त्यांच्या घरी जाऊन ये कशी!’’

‘‘मी जाणारच आहे आणि म्हणूनच मी म्हटलं की, मला डिबेटिंगला येता येणार नाही.’’

‘‘हो. तेही खरंच आहे; पण मी तुला एक सांगू? आता वाजले आहेत पावणेचार! चारला आपलं डिबेटिंग सुरू होईल. तू असं कर, थोडा वेळ डिबेटिंगला थांब; कारण आपली कालिंदी गोखले आज ‘प्रेमोत्तर विवाह’ या बाजूनं बोलणार आहे. तिचं तेवढं भाषण ऐक आणि मग जा नानांकडे! अं?’’

पुष्पमाला विचारात पडलेली बघून कुमुदनं तिचा हात धरून तिला ओढतच म्हटलं, ‘‘हं! उगाच विचार नको करूस. एवढ्या साध्या गोष्टीत गं कसला विचार करायचा? चल, आपण आताच डिबेटिंगच्या हॉलमध्ये जाऊन बसू.’’

यावर आपला हात तिच्या हातातून सोडवीत पुष्पमाला म्हणाली, ‘‘वा, गं वा! नेहमी आपलं खरं करायची तुला भारी खोड आहे कुमुद! मी येते डिबेटिंगला; पण प्रथम मला हे जाळीचं पातळ बदललं पाहिजे; कारण थोडा वेळ डिबेटिंगला बसून मी लगेच उठून परस्पर नानांकडे जाईन आणि नानांकडे जायचं म्हणजे हे जाळीचं गोल पातळ चालेल का तूच सांग?’’

कुमुदला तिचं म्हणणं पटून तिनं तिला पातळ बदलण्यासाठी खोलीकडे जाण्यास परवानगी दिली.

*

कालिंदीचं भाषण संपल्यावर पुष्पमाला डिबेटिंग हॉलमधून बाहेर पडली, तेव्हा तिच्या मनात कालिंदीच्या भाषणातील एक वाक्य सारखं घोळत होतं. एखाद्या खानदानी गवयानं तानांची एकसारखी आतषबाजी करावी; परंतु पुन्हा गाण्यातील प्रमुख सुरावर येऊन थांबावं, त्याप्रमाणे कालिंदी भाषण करताना आपल्या बाजूचे निरनिराळे मुद्दे मांडून पुन्हा एका वाक्यावर येऊन थांबायची. ते वाक्य म्हणजे, ‘ज्या व्यक्तीबरोबर आपलं सारं आयुष्य घालवायचं ती व्यक्ती आपल्याला संपूर्णपणे अनोळखी असून कसं चालेल? अनोळखी नावाड्याच्या हाती बोटीची सारी सूत्रं

दिल्यानंतर तो आपली बोट पैलतीराला नेऊन लावीलच याचा भरवसा काय?'

कालिंदीच्या याच वाक्यावर तिचा विचार चालला होता. कालिंदीनं हे वाक्य जेव्हा प्रथम उच्चारलं, तेव्हा सभागृहात टाळ्यांचा एकच कडकडाट झाला होता. त्या वेळी पुष्पमाला मनात म्हणाली होती की, या वाक्यात एवढ्या टाळ्या वाजवण्याजोगं असं काय आहे? एखाद्या भावनेच्या आहारी जाऊन वक्ता असं काही बोलला म्हणजे त्याला टाळ्या मिळतातच.

तिनं त्या वेळी मुद्दामच टाळ्या वाजवल्या नव्हत्या आणि तिचं ते वर्तन बघून पलीकडच्या एका मुलीनं तिच्याकडे रोखून बघितलं होतं, त्याकडेही तिनं दुर्लक्ष केलं होतं; परंतु मौज अशी की, जे वाक्य तिला मघाशी साधं वाटलं होतं, तेच तिला आता अर्थपूर्ण वाटू लागलं.

कारण त्या परिस्थितीचा तिच्या आयुष्यात तिला अनुभव येत होता. कुमार आणि डॉ. सतीश या दोन व्यक्ती तिच्या आयुष्यात अगदी नव्यानं आल्या होत्या. त्यांच्या परिचयाचा तिच्या स्वतःच्या आयुष्यावर मोठाच परिणाम होत होता. कुमारपेक्षाही डॉ. सतीश तिच्या अधिक सहवासात आले होते आणि कालिंदीनं म्हटल्याप्रमाणे तिच्या ओळखीचा जोडीदार तिला मिळणं अगदी सहज शक्य होतं. परंतु मौज अशी की, त्यांची जन्माची सोबत मिळत असूनही तिला ती नको होती. त्यांच्या प्रेमाबद्दल विचार करायला तिचं मन तयार नव्हतं आणि कुमारच्या प्रेमाचा विचार करूनही त्याचा उपयोग होणार नव्हता. सारांश, कालिंदीनं म्हटल्याप्रमाणे नुसता ओळखीचा जोडीदार मिळूनही तिचं भागणार नव्हतं. त्याचबरोबर माणसाच्या आयुष्याच्या प्रवासाला त्याच्या आवडीचा जोडीदार हवा याबद्दल तिची खात्री पटली; परंतु तिच्या स्वतःच्या आयुष्यात ही गोष्ट शक्य होती का?

तिच्या आयुष्यात असा काही चमत्कारिक प्रसंग निर्माण झाला होता की, एका प्रेमाकडे पाठ करून ती चालली होती आणि दुसऱ्या प्रेमाच्या पाठीमागे ती धावत होती आणि अखेरीस ज्या प्रेमाची तिला आस लागली होती ते प्रेम मिळाल्यानंतर त्या प्रेमाचा स्वीकार करणं तिला शक्य होतं का? खचितच नाही. नुसतं प्रेमसाफल्याचं समाधान तिला हवं होतं. ते प्रेम जिंकण्याचं माधुरीकडून तिला आव्हान मिळालं होतं.

या गोष्टीबद्दल गेल्या आठ दिवसांत जेव्हा जेव्हा तिनं विचार केला होता, तेव्हा तेव्हा तिला अशी एक शंका येऊ लागली होती की, आपण खरोखर कुमारच्या प्रेमाच्या पाठीमागे आहोत की आपला अहंकार कायम टिकवण्याच्या मागे आहोत? अर्थात तिच्याजवळ या प्रश्नाचं उत्तर नसे. मात्र, आपल्या आयुष्यात आपल्या प्रेमाची झालेली चमत्कारिक स्थिती बघून तिला त्याबद्दल परमावधीचं दुःख होई; कोणत्याही स्त्रीच्या आयुष्यात प्रेमाच्या बाबतीत असला चमत्कारिक प्रसंग निर्माण झाला नसेल

असं तिला वाटे.

आताही आपल्या विचारांच्या शेवटी तिला तसंच वाटलं. या विचाराच्या अखेरीस तिचे विचार नेहमी थांबत, तसे ते आताही थांबले. तिनं एक मोठा सुस्कारा टाकला आणि नानांच्या घराचं फाटक ओलांडून ती आत गेली.

फाटक ओलांडून ती जेव्हा आत गेली, तेव्हा तिची नजर तेथील बागेकडे गेली. तिचं स्वरूप बघून त्या बागेवर कधीच माळ्याचा हात फिरला नसावा असं तिला वाटलं. त्या बागेत वाटेल तशी मन मानेल त्याप्रमाणे झाडं उगवली होती आणि त्यामुळे तेथील प्रसन्नता पारच नष्ट झाली होती.

ती मनात म्हणाली, ''नानांना त्या बागेची मशागत करायला कुठली सवड आली आहे?''

ती पुढे चालत गेली, तेव्हा त्यांच्या बंगल्याचा पुढचा दरवाजा बंद असलेला तिला दिसला. ते बाहेर गेले असावेत अशी शंका मनात येताच तिचं लक्ष त्यांच्या पाटीकडे गेलं आणि ती आपल्या मनाशीच हसली; कारण त्या पाटीवर त्यांच्या नावाखाली 'आहेत' आणि 'नाहीत' या अक्षरांना आळीपाळीनं झाकणारी पट्टीच नव्हती. ती मनात म्हणाली, 'नाना म्हटलं तर आहेत, म्हटलं तर नाहीत.'

परंतु असल्या गोष्टीवर अधिक विनोद करण्याच्या मनःस्थितीत ती थोडीच होती? तिनं लगेच आपला हात कॉलबेलच्या बटणाजवळ नेला आणि बेलचं बटण दाबलं.

''कोण आहे? दार उघडंच आहे.'' असा नानांचा आवाज आतून येताच दार लोटून ती आत गेली, तेव्हा तिला नाना बाहेर जाण्याच्या तयारीत असलेले दिसले. त्यांच्याकडे बघत तिनं विचारलं, ''बाहेर निघालात?''

''हो. मला वाटलं, बहुतेक तुम्ही येणार नाही; कारण ...''

पण त्यांना पुढे बोलू न देताच पुष्पमाला म्हणाली, ''तुमचा निरोप आल्यानंतर मी येणार नाही असं कसं होईल?''

यावर हसून नाना म्हणाले, ''आज कॉलेजात तुमच्या आवडत्या विषयावर डिबेटिंग होतं. ते सोडून तुम्ही येणार नाही असं मला वाटलं आणि म्हणूनच मी बाहेर निघालो होतो.''

''मग मी तुमच्या महत्त्वाच्या कामात अडथळा आणला म्हणायचा!''

''छे, छे! मुळीच नाही. माझं बाहेर काहीच महत्त्वाचं काम नव्हतं. मात्र, तुमच्याशी जे काम आहे ते फार महत्त्वाचं आहे.''

असं म्हणून नानांनी आपल्या डोक्याचा पांढरा खादीचा रुमाल खुंटीवर ठेवला आणि अंगातला कोट काढला.

त्यांचं बोलणं ऐकून पुष्पमालेचं कुतूहल अधिकच वाढलं.

नानांचं महत्त्वाचं काम आहे तरी कोणतं? आपण बसल्यानंतर नाना कदाचित चटकन कामाविषयी बोलण्यास सुरुवात करतील असं तिला वाटलं होतं; परंतु नानांनी निराळंच बोलणं काढलं. ते म्हणाले, ''माझ्याजवळ बसायला खुर्च्या नाहीत म्हणून तुम्हाला कदाचित संकोच वाटत असेल; पण आमची ही पेशवाई बैठक आम्हाला ठीक वाटते.''

पुष्पमाला मनात म्हणाली, 'याच बैठकीवर काय; पण मी जमिनीवरदेखील बसेन; पण माझ्याशी काय महत्त्वाचं काम आहे ते सांगा.'

कारण नानांचा साधेपणा नुसता बैठकीच्या बाबतीतच नव्हे तर विद्युतप्रकाश सोडून समईवर वाचण्यापर्यंत गेला होता हे का तिला माहीत नव्हतं?

त्यांच्या ओठांच्या हालचालीकडे तिचं लक्ष लागलं होतं.

प्रथम मनाशी विचार केल्यासारखं करून आपली नजर पुष्पमालेकडे वळवीत त्यांनी म्हटलं, ''मला काल भाऊंचं पत्रं आलं आहे.''

एवढं बोलून ते इतका वेळ थांबले की, पुष्पमालेला वाटलं, हे एकच वाक्य त्यांनी उच्चारलं नसतं तरी चाललं असतं. माणसाचं कुतूहल वाढवून कोणतीही गोष्ट सांगण्याची काही माणसांची जी एक तऱ्हा असते, त्याचा पुष्पमालेला मनस्वी संताप येत असे. नानांबद्दल तिला जरी आदर वाटत होता तरी या वेळी तिला त्यांचाही थोडा राग आला.

काही वेळानं नाना म्हणाले, ''पुष्पाताई, मी तुम्हाला एक प्रश्न विचारू?''

'एक सोडून हजार विचारा; पण लवकर विचारा!' असं म्हणायचं तिच्या मनात फार होतं; परंतु नानांना ती असं थोडंच म्हणणार होती?

त्याऐवजी नानाच तिला म्हणाले, ''हल्ली तुम्ही एका बंगाली डॉक्टरांच्या नादी लागला आहात ही गोष्ट खरी आहे का?''

एखादी अनपेक्षित गोष्ट ऐकल्यानंतर माणूस ज्या प्रकारची चर्या करतो त्याप्रमाणे तिनं केली आणि नानांकडे बघितलं.

नाना पुन्हा तिला म्हणाले, ''मी म्हणतो ती गोष्ट खरी आहे का?''

तिनं पुन्हा नकारार्थी मान हलवून म्हटलं, ''हल्ली एका डॉक्टरांकडे माझं जाणं-येणं आहे ही गोष्ट खरी आहे; पण...''

परंतु तिचं बोलणं पुरं होण्यापूर्वीच नाना घाईनं म्हणाले, ''एकूण भाऊंनी लिहिलं ते खरं आहे तर?''

असं म्हणून त्यांनी लांब सुस्कारा टाकला आणि पुष्पमालेकडे बघितलं. आपल्यावर झालेला एखादा खोटा आरोप नाकारण्यासाठी माणूस ज्याप्रमाणे बोलण्याची घाई करतो तशी घाई करून पुष्पमालेनं म्हटलं, ''छे, छे! ते मुळीच खरं नाही. मी एका डॉक्टरांकडे पुष्कळ वेळा जास्त असते ही गोष्ट खरी असली तरी ते डॉक्टर

बंगाली नाहीत आणि मी त्यांच्या नादी लागले ही गोष्ट तर नक्कीच खरी नाही.''

आपल्या दाट परिचयातल्या एखाद्या व्यक्तीवर आलेला आरोप खोटा ठरला म्हणजे माणसाला जे एक प्रकारचं समाधान होतं ते होऊन नाना म्हणाले, ''तसं नसेल तर मला आनंदच आहे. भाऊंचं मला पत्र आलं, तेव्हा मलाही ते वाचून ही गोष्ट खरी वाटली आणि मलाच नव्हे तर स्वतः भाऊंनादेखील ही गोष्ट खरी वाटली याचं मला आश्चर्य वाटतं; परंतु एवढं मात्र खास की, भाऊंना खोटी का होईना पण ही बातमी सांगणाऱ्यानं त्यांची त्या बाबतीत खात्री केलेली दिसते. नाहीतर भाऊ असं लिहिणार नाहीत. त्यांचा तुमच्यावर केवढा विश्वास आहे!''

आणि मौज अशी की, याच गोष्टीचं तिला वाईट वाटलं. आपल्या प्रेमातील एखाद्या व्यक्तीनं आपल्यावर विश्वास टाकला आणि काही काळानं आपण त्या विश्वासाला पात्र ठरलो नाही, म्हणजे विश्वास टाकणाऱ्या माणसाला ज्याप्रमाणे दुःख होतं, त्याप्रमाणे त्या विश्वासाला आपण पात्र नाही हे कळल्यानंतर त्या दुसऱ्या माणसालाही दुःख होतं. पुष्पमालेची अगदी हीच स्थिती झाली. भाऊंचा तिच्यावर केवढा विश्वास होता! आणि त्या विश्वासाला ती पात्र ठरली नव्हती. तिची त्यात काही चूक होती काय? कोणीतरी तिच्या शीलावर तिला नकळत अंधारात घाव घातला होता. घाव घालणारी व्यक्ती तिला अज्ञात होती; परंतु त्याच्या परिणामाचं दुःख मात्र तिच्या वाट्याला आलं होतं.

त्या विचारानं तिचे डोळे पाण्यानं भरून आले. नानांनादेखील तिच्याबद्दल वाईट वाटलं आणि मोठ्या खेदानं ते पुढे बोलू लागले. तिची दृष्टी अश्रूंनी अंधूक झाल्यामुळे कळकळीनं बोलणारी नानांची मूर्ती तिला दिसली नाही; परंतु त्यांचे शब्द तिला ऐकू येत होते. तिच्या मनात चाललेले विचार ओळखूनच की काय ते तिला म्हणाले, ''पुष्पाताई, या जगात अशी दुष्ट प्रवृत्तीची काही माणसं असतात की, तुम्ही त्यांच्याशी कितीही चांगलं वागा; तुमच्यावर ते काहीतरी वार केल्याखेरीज कधीच राहाणार नाहीत.''

आणि थोडा वेळ थांबून ते पुढे म्हणाले, ''यासाठी तुमच्यासारख्या तरुण मुलींनी एक गोष्ट नेहमी लक्षात ठेवली पाहिजे. आपली वागणूक इतकी काटेकोर हवी की, कोणाला संशयाचा मागमूसदेखील सापडता कामा नये.

आपल्या डोळ्यांच्या कडांना साचलेली आसवं आपल्या हातातील छोट्या रुमालानं पुसून पुष्पमाला म्हणाली, ''मी थोडं बोलू का?''

''अवश्य! मला तुमच्या तरुण लोकांचे विचार ऐकायला मोठी मौज वाटते.'' असं म्हणून नाना थोडेसे हसले.

त्यांच्या बोलण्यानं थोडासा धीर येऊन पुष्पमालेनं म्हटलं, ''एखाद्या पुरुषाबरोबर एखादी स्त्री हिंडली तर त्याचा हे लोक वाईट अर्थच का काढतात? स्त्री-पुरुषांमध्ये

नुसती मैत्री असूच शकत नाही का?''

यावर गंभीर चेहरा करून नाना म्हणाले, ''या बाबतीत खूप विचार करून मी एक मत बनवलं आहे. ते तुम्हाला कदाचित पटायचं नाही. स्त्री-पुरुषांमध्ये निर्हेतुक मैत्री असू शकते हे तुम्हाला तरी पटतं का? प्रथम स्त्रीचा पुरुषाशी जो परिचय होतो तो मैत्रीकरिता होतो हे मला कबूल आहे; परंतु त्या मैत्रीची कालमर्यादा माझ्या हिशेबानं फारच अल्पकाळ टिकते. पुरुषांच्या दृष्टीत प्रथम फरक पडतो आणि पुरुषांच्या दृष्टीत फरक पडल्यानंतर स्त्रीला तसा फरक करावासा वाटतो.''

नाना थांबले तरी पुष्पमाला काही बोलली नाही, तेव्हा नाना म्हणाले, ''मी आपलं माझं मत सांगितलं हो! कदाचित तुम्हाला ते पटायचं नाही. वास्तविक या बाबतीत माझ्यासारख्या ब्रह्मचाऱ्याला मत द्यायचा काहीच अधिकार नाही. खरं किनई?''

या वाक्याच्या शेवटी त्यांनी थोडं हास्य केलं.

परंतु पुष्पमालेला ते मत पटत नव्हतं म्हणून ती थांबली नव्हती तर ते पटलं होतं म्हणून ती थांबली होती.

डॉक्टर सतीशच्या बाबतीत तिलादेखील तोच अनुभव आला नव्हता का? तथापि वादविवादाला रंग चढावा म्हणून तिनं म्हटलं, ''छे, मला तुमचं मत तितकसं पटत नाही. स्त्री-पुरुषांमध्ये नुसती मैत्री असायला काहीच हरकत नाही असं मला वाटतं!''

''असं वाटणं निराळं आणि ती गोष्ट शक्य असणं हे निराळं! मलासुद्धा जगातील माणसं अशी असावीत, तशी असावीत असं वाटतं; परंतु हे वाटणं फक्त वाटणंच राहातं; घडतं मात्र अगदी निराळं!''

परंतु आपला वादविवादाचा पवित्रा कायम राखून पुष्पमाला पुढे म्हणाली, ''नुसतं वाटत नाही तर तशी मैत्री असू शकते याबद्दल माझी खात्री आहे.''

परंतु तो वादविवाद बंद करण्याच्या इराद्यानं नाना म्हणाले, ''तुमच्या खात्रीला धक्का द्यायची माझी इच्छा नाही. हा स्वानुभवाचा प्रश्न आहे. तुम्हाला आयुष्यात तसा अनुभव आला तर तुमचं मत आपोआप बदलेल; परंतु एक गोष्ट मला तुम्हाला सांगितली पाहिजे ती अशी की, तुम्हा तरुणांची काहीतरी कर्तव्यं म्हणून असतात; त्याला तुम्ही जागलं पाहिजे. आपल्या वडिलांना दुःख देणारी गोष्ट करता कामा नये एवढं तरी तुम्हाला पटतं ना? त्यांच्यासाठी तरी आपली मतं बाजूला सारून वागणं हे तुमचं कर्तव्य ठरत नाही का? तुम्हाला भाऊंनी कसं सांभाळलं हे तुम्हाला आठवत नसेल कदाचित. आपली सारी सुखं तुमच्यासाठी त्यांनी बाजूला सारली. वाटेल ती दुःखं तुमच्या सुखासाठी त्यांनी सहन केली आणि आता त्यांनी तुमच्याविषयी काही अपेक्षा बाळगल्या तर त्या पुऱ्या करणं तुमचं कर्तव्य ठरत नाही का? माझी

पुष्पा असं करायची नाही असा तुमच्याबद्दल त्यांना केवढा विश्वास आहे! त्यांच्या विश्वासाला अपात्र ठरणार तुम्ही? त्यांचा विश्वासघात करणार तुम्ही? कर्तव्यभ्रष्ट होणार तुम्ही?''

नानांच्या तोंडातून एक-एक शब्द बाहेर पडत होता आणि पुष्पमालेच्या डोळ्यांत एक-एक अश्रू जमा होत होता. ते बोलत असताना त्यांच्या प्रत्येक शब्दाला ती नकारार्थी मान हलवत होती.''

आणि ती जेव्हा त्यांच्या घराबाहेर पडली, तेव्हा एका मंत्राचा उच्चार करतच ती रस्त्याला लागली, 'छे, छे! भाऊ, वाटेल ते झालं तरी तुम्हाला ज्या योगानं दुःख होईल अशा गोष्टी मी माझ्या आयुष्यात करणार नाही.'

तिला तिची प्रतिज्ञा आठवली. त्यांना वाटेल त्या मार्गानं सुख देण्याची तिची प्रतिज्ञा नव्हती का? आणि ती प्रतिज्ञा पाळायची म्हणजे त्यांना दुःख देणारी कोणतीही गोष्ट करणं तिला शक्य नव्हतं.

तिच्या आजारपणापासून ती नेहमी डॉक्टर सतीश यांच्याबरोबर हिंडता-फिरताना दिसे. ही गोष्ट भाऊंना ज्या व्यक्तीनं विकृत स्वरूपात कळवली होती, त्या व्यक्तीचं नाव तिला अज्ञात होतं; परंतु त्या गोष्टीचा खरेपणा जमेस धरून त्या योगानं भाऊंना होणाऱ्या दुःखाकडे कानाडोळा करणं तिला शक्य नव्हतं. या बाबतीत खऱ्या गोष्टींचा खुलासा करून भाऊंचा संशय दूर करण्याचंदेखील तिच्या मनात आलं नाही. तिला एवढंच कळत होतं की, कळत किंवा नकळत आपल्या हातून एक गोष्ट घडत आहे. त्या योगानं भाऊंना दुःख होत आहे आणि म्हणून ती गोष्ट आपण पुन्हा करता कामा नये.

डॉक्टर सतीशचा सहवास आपण कायमचा सोडला पाहिजे!

इतके दिवस तिच्या मनात ही गोष्ट असूनदेखील तिला ती करता आली नव्हती. डॉक्टरांच्या मनात तिच्याविषयी जो प्रेमाचा अंकुर उत्पन्न झाला होता तो तर तिला खुडून काढायचा होताच; परंतु त्यांच्या मैत्रीची बंधनं मात्र शिथिल करायची तिची तयारी नव्हती. डॉक्टरांना दुःख न देता हळूहळू त्यांच्यापासून दूर जाण्याचा तिचा बेत होता; परंतु आता प्रत्यक्ष आपल्या पित्याला दुःख देण्याचा प्रसंग तिच्या आयुष्यात निर्माण झाला होता.

आपल्या प्रेमळ पित्याच्या दुःखापुढे ती आता डॉक्टरांच्या दुःखाचा थोडाच विचार करणार होती?

तिनं लगेच ताबडतोब डॉक्टरांकडे जाऊन त्यांना स्पष्ट सांगायचं ठरवलं की, यापुढे मला तुमच्या सहवासात राहाता येणार नाही.

आपण आपल्या पित्याला दुःख देणारी गोष्ट टाळणार या नुसत्या विचाराबरोबरच तिच्या मनाला केवढं समाधान वाटलं!

डॉक्टरांच्या बाबतीत तिनं जो निर्णय घेतला तसाच निर्णय उद्या प्रसंग आला तर कुमारच्या बाबतीत घेणं तिला शक्य झालं असतं का? भाऊंना दुःख होईल म्हणून कुमारचा सहवास तिनं टाळला असता का?

सध्या या प्रश्नांना उत्तर देण्याची जरुरी तिला वाटली नाही आणि ती कुमारच्या सहवासात कायम थोडीच राहाणार होती? ज्या क्षणी त्याचं प्रेम जिंकल्याचं समाधान तिला मिळणार होतं, त्याच क्षणी ती त्याच्यापासून दूर जाणार होती. मग भाऊंना दुःख देण्याचं कारणच काय होतं?

तिच्या विचारांचा शेवट झाला म्हणून नव्हे तर डॉक्टर सतीश यांचा दवाखाना आला म्हणून तिचे विचार थांबले.

दवाखान्यात जेव्हा तिला डॉक्टर दिसले नाहीत तेव्हा ती तडक त्यांच्या बसण्याच्या खासगी खोलीत गेली. त्या वेळी डॉक्टर आपले भट्टीचे कपडे सूटकेसमध्ये भरण्यात गुंतले होते आणि दाराकडे त्यांची पाठ होती.

“मे आय कम इन प्लीज?”

एखादा अनपेक्षित शब्द ऐकल्यानंतर माणूस ज्याप्रमाणे आश्चर्यानं बघतो त्याप्रमाणे पुष्पमालेकडे बघून डॉक्टर म्हणाले, “वा, वा! या की! मी तुम्हाला बोलावणं धाडलंच होतं. महादू भेटला का?”

“छे, बाई! मी आपली सहज आले. म्हटलं आगंतुकपणे तुमच्याकडे यावं!” असं म्हणून पुष्पमाला हसली.

तिला समोरच्या खुर्चीवर बसायला सांगून डॉक्टर हसत म्हणाले, “आपल्या हक्काच्या घरी आगंतुकपणा कसला?”

यावर पुष्पमाला काही बोलली नाही, कारण यापुढे ज्या दिशेनं डॉक्टरांच्या संभाषणाचा ओघ जाणार होता तो तिला थांबवायचा होता. ती डॉक्टरांना निराळंच सांगण्यासाठी त्यांच्या दवाखान्यात आली होती; परंतु काहीतरी बोलणं आवश्यक होतं म्हणून तिनं म्हटलं,

“पण डॉक्टर, मला तुम्ही बोलावणं कशाला धाडलं होतं?”

“तुमची भेट घ्यायला!”

एवढं बोलून डॉक्टर थांबले आणि गंभीर झाले.

पुष्पमालेला त्यांच्या गंभीरपणाचा अर्थ मुळीच कळला नाही. त्यांच्या बोलण्यावर काय बोलावं याबद्दल तिचा विचार चालू असतानाच ते तिला म्हणाले, “खरंच तुमची भेट घ्यायला मी तुम्हाला बोलावलं होतं. कदाचित यापुढे आपली भेट क्वचितच होईल आणि तीसुद्धा तुम्ही मनात आणाल तरच!”

या बोलण्यावर अधिकच बुचकळ्यात पडून पुष्पमालेनं त्यांच्याकडे बघितलं, तेव्हा ते म्हणाले, “मी उद्या पुणं सोडून जातो आहे. कदाचित कायमचं! धनपूर

संस्थानात स्टेट सर्जन म्हणून मला बोलावणं आलं आहे. प्रथम सहा महिन्यांसाठीच त्यांचा माझा करार होणार आहे; परंतु माझं काम पसंत पडलं तर ते मला कायमचं ठेवून घेतील. जागा मोठ्या पगाराची आहे. राहायला संस्थानचा बंगला, त्यांचेच नोकरचाकर; शिवाय दिमतीला नेहमी एक मोटार असा थाट आहे खरा. पण...''

परंतु त्यांचं पुढील बोलणं ऐकण्यापूर्वीच पुष्पमाला म्हणाली, ''वा! मग तर छानच की! म्हणजे एकूण तुम्ही आता बडी माणसं होणार तर! आम्हाला खरोखर आनंद आहे.''

''एरवी मलाही आनंद वाटला असता; कारण सामान्य माणूस आयुष्यात ज्या मुख्य गोष्टींसाठी धडपडतो तो पैसा मला त्या ठिकाणी मिळेल, कीर्ती मिळेल; संस्थानचा भला मोठा पगार मिळणार असल्यामुळे बालपणापासून गरिबांना मदत करण्याची जी महत्त्वाकांक्षा मी बाळगली आहे, त्याची सफलता त्या ठिकाणी होईल; पण फक्त पैसा आणि कीर्ती या गोष्टींवरच माणूस संतुष्ट राहू शकत नाही. त्याच्या अंतःकरणाला कधीकधी या गोष्टीपेक्षाही निराळीच आस लागलेली असते. त्याच्या प्रेमाची काही माणसं असतात. त्यांचा विरह सहन करण्याची वेळ त्याच्यावर आली म्हणजे त्याला मिळणारा पैसा आणि कीर्ती या एरवी विलोभनीय वाटणाऱ्या गोष्टीदेखील त्याला नकोशा होतात.''

एवढं बोलल्यानंतर डॉक्टर थांबले आणि या वेळी मात्र त्यांनी पुष्पमालेच्या बोलण्याची अपेक्षा केली.

त्यांची अपेक्षा जाणूनच की काय पुष्पमाला म्हणाली, ''डॉक्टर, तुमचं म्हणणं अगदी खरं आहे; पण मौज अशी की, माणसाच्या आयुष्यात याच्या उलटच अधिक प्रसंग येतात की, ज्या वेळेला त्याला आपल्या साऱ्या प्रिय माणसांना मुकावं लागतं आणि फक्त आपल्या कर्तव्याकडे धाव घ्यावी लागते.''

तिच्या असल्या बोलण्यानं डॉक्टरांच्या मनात तिच्याविषयी ज्या प्रेमाच्या भावना निर्माण झाल्या होत्या, त्यांना ती आणखी प्रोत्साहन देत होती हे तिला कळत का नव्हतं?

वास्तविक ती डॉक्टरांना सांगायला आली होती की, यापुढे तिला त्यांच्या सहवासात राहाता येणं शक्य नाही; परंतु तिनं विचार केला की, जी गोष्ट आपण करणार होतो ती जर डॉक्टरांच्या कायमच्या जाण्यानं होत असेल तर ती आपण मुद्दाम करण्याची जरुरी आता उरलीच कुठे? त्यामध्ये त्यांना न दुखावता तिचा हेतू आपोआपच साध्य होणार होता; कारण दुसऱ्या दिवशी डॉक्टर कायमचं पुणं सोडून जाणार होते. तेव्हा ती मनात म्हणाली, 'डॉक्टर उद्या जातील, तेव्हा त्यांना आपण जे काय सांगणार आहोत ते सांगून त्यांचं मन उगाच कशाला दुखवा?'

उलट ज्या संकटाला ती स्वतः भ्यायली होती आणि त्यामुळे तिच्या प्रेमळ

पित्याला दुःख झालं होतं ते संकट अशा तऱ्हेनं आपोआपच टळणार म्हणून तिच्या मनाला केवढं समाधान झालं होतं!

आणि त्या समाधानातच पुढे ती सारखी त्यांच्याशी बोलत राहिली. इतकंच नव्हे तर सूटकेसमधील डॉक्टरांचे सारे कपडे बाहेर काढून त्यांच्यावर अव्यवस्थितपणाचा आरोप करून तिनं पुन्हा ते सारे कपडे त्यांच्या सूटकेसमध्ये व्यवस्थितपणे भरून दिले; परंतु डॉक्टरांच्या मनावर तिच्या या वागण्याचा निराळाच परिणाम होत होता याची तिला जाणीव तरी होती का?

वास्तविक त्यांच्या मनात तिच्याविषयी उत्पन्न झालेला प्रेमाचा अंकुर नाहीसा करण्याच्या इराद्यानं ती त्यांच्याकडे आली होती आणि तिला कळत वा नकळत तो अंकुर नाहीसा न होता उलट जास्त बळावत चालला होता.

ती जेव्हा जायला उठली, तेव्हा डॉक्टर तिला म्हणाले, "उद्या प्रथम मी सकाळच्या सातच्या गाडीनं मुंबईला जाणार. त्या ठिकाणी संस्थानच्या दिवाणाशी माझी प्राथमिक बोलणी होतील; नंतर मी नोकरीवर रुजू होईन."

आणि थोडा वेळ थांबून ते म्हणाले, "मग उद्या सकाळी आम्हाला स्टेशनवर पोहोचवायला येणार ना?"

ती हो म्हणणार याविषयी त्यांची खात्री होती आणि ती खरीही ठरली.

यावर डॉक्टर हसून म्हणाले, "मग मी माझी मोटार सकाळी तुमच्याकडे घेऊन येईन."

आणि दुसऱ्या दिवशी सकाळी स्टेशनवर त्यांच्याशी ती इतक्या मनमोकळेपणानं बोलली की, तिच्याविषयी डॉक्टरांनी ज्या अपेक्षा मनात बाळगल्या होत्या, त्या खात्रीनं सफळ होणार याविषयी त्यांना शंका उरली नाही.

गाडी सुरू होण्याची वेळ आली तेव्हा डॉक्टर तिला म्हणाले, "म्हटलं अधूनमधून आठवण ठेवून पत्र पाठवत जा."

यावर पुष्पमाला म्हणाली, "अधूनमधून आठवण ठेवू की अधूनमधून पत्र पाठवू?"

तिच्या या चतुराईच्या बोलण्यावर मनसोक्त हसल्यावर डॉक्टर म्हणाले, "नेहमी आठवण ठेवा; पण अधूनमधून पत्रही पाठवा. वास्तविक रोज जरी तुमची पत्रं आली तरी ती वाचण्याचा मला कंटाळा येणार नाही, कारण त्या ठिकाणी तेवढीच माझी करमणूक होईल. मग पाठवाल ना नेहमी पत्र?"

पुष्पमालेनं होकारार्थी मान हलवली आणि मनात म्हटलं, 'थोडक्यासाठी त्यांना का दुखवा? झालं. संबंध संपला. हो म्हणावं आणि क्वचितप्रसंगी अधूनमधून संयम राखून पत्र पाठवावं आणि जी गोष्ट आपल्याला बोलायला अवघड वाटते आहे ती गोष्ट पुढे पत्रानं करणं आपल्याला सोपं जाईल.'

तिच्या कालपासूनच्या वर्तनात जी गोष्ट आपल्याला हवी आहे ती मिळाल्याचं समाधान डॉक्टरांना झालं होतं, कारण कोणत्याही प्रकारची शंका येण्याचं काही कारणच राहिलं नव्हतं.

गाडी सुटण्याच्या ऐन वेळी डॉक्टरांनी खिशात हात घातला आणि गाडी स्टेशन सोडणार इतक्यात आपल्या खिशातून एक पाकीट काढून ते पुष्पमालेला देत म्हटलं, "ही आमची आठवण ठेवा."

ते पाकीट बंद असतं तर कदाचित तिनं ते त्या ठिकाणी फोडलंही नसतं; परंतु ते उघडंच होतं आणि पत्राऐवजी बाहेरूनच अर्धवट दिसेल असा एक फोटो आत होता. तिनं तो ताबडतोब बाहेर काढला.

किती रुबाबदार होता तो! डॉक्टरांचा विशाल भालप्रदेश जसा होता तसाच फोटोतही आला होता. त्याच्याखाली लिहिलं होतं,

"To my Darling"- (माझ्या प्रेयसीस!)

ते शब्द वाचून तिला केवढा धक्का बसला!

जे संकट टळणार म्हणून ती आतापर्यंत आनंदात होती, ते संकट आज ना उद्या आपल्यावर कोसळणार अशी भीती तिला वाटू लागली.

तिनं फोटोकडे बघितलं आणि आपली नजर वर करून ती त्यांना म्हणणार होती, 'छे, छे! डॉक्टर...!'

- पण तिचं म्हणणं डॉक्टरांना आता थोडंच ऐकू जाणार होतं?

कारण तिनं वर बघितलं तेव्हा गाडीनं स्टेशन सोडलं होतं आणि ती बरीच लांब गेली होती. फक्त डॉक्टरांचा पांढरा रुमाल हवेत फडफडताना तिला दिसत होता.

ती वेड्यासारखी त्या फडफडणाऱ्या रुमालाकडे बघत त्या ठिकाणी कितीतरी वेळ उभी राहिली.

११

दिवसभराच्या परिश्रमानं श्रांत होऊन पुष्पमालेनं अंथरुणावर अंग टाकलं; परंतु तिला झोप लागेना. वास्तविक तिला झोपेची अत्यंत आवश्यकता होती, कारण दिवसभर तिनं मनस्वी कष्ट केले होते. आज ती कुमारबरोबर जवळच्या खेडेगावात संघाचं कार्य करण्याकरिता गेली होती आणि दिवसभर उन्हातान्हातून हिंडल्यामुळे तिला फार कष्ट पडले होते. म्हणून लवकर झोप लागली तर ती तिला हवी होती; परंतु पुष्कळ वेळ प्रयत्न करूनदेखील तिला ती लागत नव्हती. काही कारणानं आपल्या मातेवर रुसलेल्या हट्टी बालकाप्रमाणे निद्रेनं तिच्या जवळ येण्याचं जणू काही अगदी साफ नाकारलं होतं. मग आपल्या बालकाचा रुसवा जाईपर्यंत त्याच्या नादी न लागणाऱ्या मातेप्रमाणे तिनंही निद्रेचा नाद सोडून दिला.

बरीच रात्र झाली होती आणि साऱ्या सृष्टीवर शांततेचं वातावरण पसरलं होतं. रात्रीच्या प्रहरी होणारे चित्रविचित्र आवाज त्या शांततेचा भंग करण्याऐवजी रात्रीच्या निःशब्द वातावरणाचीच अधिक जाणीव करून देत होते. अशा वेळी आपल्या मऊमऊ शय्येवर पडल्या पडल्या आपल्या आयुष्यात भूतकाळी घडलेल्या अगर भविष्यकाळी घडणाऱ्या गोष्टींबद्दल विचार करण्यात माणसाला जो एक प्रकारचा विलक्षण आनंद वाटतो, तो तिला वाटत होता. गेल्या आठ महिन्यांतील इतिहास तिच्या डोळ्यांसमोर उभा राहिला. गेल्या आठ महिन्यांत तिच्या आयुष्यात केवढ्या

विलक्षण गोष्टी घडल्या होत्या!

या अवधीत तिचं कुमारबरोबर किती संघटन वाढलं होतं! सारखं त्याच्याबरोबर हिंडून तिनं संघाचं बरंच कार्य केलं होतं. असं करण्यात कोणत्याही कार्याबद्दल वाटणारी तिची उत्कटता तर होतीच; परंतु त्याशिवाय कुमारच्या सहवासाबद्दल वाटणारं आकर्षण ही गोष्ट प्रामुख्यानं होती. त्याचं प्रेम जिंकण्याबद्दल तिला माधुरीकडून आव्हान मिळालेलं होतं आणि ते जिंकण्याची तिनं प्रतिज्ञा केली होती. त्या प्रतिज्ञेची पूर्तता करण्याचा हाच एक मार्ग तिला वाटला होता. त्या मार्गानं ती गेली होती. त्याचं प्रेम जिंकून ते जिंकण्याची आपली लायकी सिद्ध करून दाखवल्यावर मग माधुरीला आपण त्याच्या स्वाधीन करू अशा वेड्या अपेक्षेनं ती आजपर्यंत वागत आली होती; परंतु आपली ही अपेक्षा कितपत सफल होईल याचा हिशेब तिनं मनाशी कधीच केला नव्हता.

परंतु तिनं तो हिशेब करावा अशाच गोष्टी पुढे झपाट्यानं घडत गेल्या होत्या. कुमारचं आणि तिचं नुसतं संघटनच वाढलं नव्हतं तर त्या संघटनाला आता आकर्षणाचं स्वरूप प्राप्त झालं होतं. कुमार तिच्यावर अनुरक्त झाल्याचं तिला स्पष्ट दिसत होतं.

अशा स्थितीत आपण त्याला माधुरीच्या स्वाधीन करू म्हटलं, तरी आता माधुरी कितपत तयार होईल याबद्दल तिला शंका होती, कारण ती जितकी कुमारच्या निकट सहवासात आली होती तितकीच माधुरी त्याच्यापासून दुरावली होती. पुष्पमालेवरचा तिचा रोष कायमच होता आणि तो प्रकट करण्यासाठी मुद्दाम रेसिडेन्सी सोडून या टर्मला ती गावात जाऊन राहिली होती. तिच्या वडिलांना तिनं कुमारच्या दुसऱ्या प्रेमाची हकिगत कळवली होती; त्यामुळे त्यांनीदेखील संतापून त्याच्या प्रेमाचा नाद सोडून देण्याबद्दल तिला बजावलं होतं. तिला दुसरा श्रीमंत आणि सुंदर पती मिळवून देण्याबद्दल आश्वासन दिलं होतं. स्वतः माधुरीदेखील त्याच्या प्रेमाची अपेक्षा करत नव्हती. स्थिरता हा तिच्या अंतःकरणाचा धर्मच नव्हता; त्यामुळे कुमारवर तिनं जे प्रेम केलं ते इतकं उथळ होतं की, जेव्हा त्या प्रेमाचा त्याग करण्याची तिच्यावर वेळ आली, तेव्हा तिच्या मनाला फारसे क्लेश झाले नाहीत. प्रथम तिनं पुष्पमालेबद्दल अकांडतांडव केलं खरं; परंतु तोसुद्धा स्वभावाचा एक प्रकारचा हट्ट म्हणून! प्रेमाची उत्कटता म्हणून खचित नव्हे!

तेव्हा अशा परिस्थितीत कुमारशी लग्न करणं पुष्पमालेला शक्य होतं का? माणूस कोणत्याही गोष्टीला एकदा तत्त्व म्हणून चिकटला म्हणजे त्या गोष्टीपासून दूर व्हायला तो सहसा तयार होत नाही.

म्हणजे एकूण ती कुमारशी लग्न करू शकत नव्हती आणि माधुरी त्याच्याशी किंवा तो माधुरीशी लग्न करेल याविषयी तिला शंका होती. कुमारचा भावनाप्रधान

स्वभाव तिला पुरेपूर माहीत होता. त्याच्यावर जर प्रेमनिराशेची वेळ आली तर त्याचं सारं आयुष्य फुकट जाईल याची तिला जाणीव होती. आयुष्यभर कोणतं तरी कार्य उत्कटतेनं करण्याची त्याची आकांक्षा तिला ठाऊक होती आणि हे सारं तो एकाच जाणिवेनं करत होता की, आपल्या आयुष्यभर आपल्याला पुष्पमालेची सोबत मिळणार आहे.

आणि ती सोबत देण्याचं जर तिनं नाकारलं तर त्याच्या आयुष्याच्या सर्वनाशाला अप्रत्यक्षपणे ती जबाबदार आहे याची कल्पना तिला आली होती. डॉक्टरांच्या बाबतीत तिनं जी चूक केली तीच चूक कुमारच्या बाबतीत तर ती करत नव्हती ना?

या विचाराबरोबर तिच्या डोळ्यांसमोर तीन महिन्यांपूर्वी घडलेला एक प्रसंग उभा राहिला. त्या वेळी धनपूर संस्थानाशी सहा महिन्यांचा आपला नोकरीचा करार संपवून डॉक्टर सतीश एक महिन्याच्या रजेवर पुण्याला परत आले होते. संस्थानच्या महाराजांना त्यांचं काम फार पसंत पडलं होतं आणि त्यांना संस्थानच्या नोकरीत कायमचं ठेवून घेण्याचा बेत त्यांनी केला होता. डॉक्टरांच्या म्हणण्याप्रमाणे मोठा पगार देण्याचं त्यांनी कबूल केलं होतं आणि त्याबद्दल विचार करायला एक महिन्याचा अवधीही त्यांनी डॉक्टरांना दिला होता.

त्या अवधीत डॉक्टर सतीश पुण्याला आले होते. त्या एक महिन्यात पुष्पमाला त्यांच्याशी पूर्वीइतक्याच मनमोकळेपणानं वागली होती. तसं वागताना तिनं मनाशी पूर्वीचाच हिशेब केला होता. डॉक्टर कायमचं पुणं सोडून धनपूर संस्थानात जाणार होते आणि ते गेल्यानंतर ज्या गोष्टींसाठी ती भीत होती, ती भीती कायमची नष्ट होणार होती.

परंतु ती भीती नष्ट होऊ नये अशी एक घटना डॉक्टर ज्या दिवशी पुणं सोडून जाणार होते त्या दिवशी घडून आली आणि त्या घटनेबद्दलच पुष्पमालेला आता वाईट वाटत होतं.

त्या दिवशी रात्रीच्या गाडीनं धनपूर संस्थानला जाण्यासाठी डॉक्टर पुणं सोडणार होते. पुष्पमाला त्यांना अखेरचा निरोप देण्यासाठी स्टेशनवर गेली होती.

स्टेशनवर लवकर जाऊन तेथेच एकत्र जेवण्याचा त्यांचा बेत होता. त्याप्रमाणे गाडी सुटायच्या कितीतरी आधी ती दोघं स्टेशनवर आली होती.

स्टेशनवरील रेस्टॉरन्टच्या पायऱ्या चढता चढता मागं वळून डॉक्टर एकदम तिला म्हणाले होते, ''हॉटेलमध्ये तुम्हाला मेजवानी देण्याचा प्रसंग यावा याबद्दल मला वाईट वाटतं. वास्तविक घरी मोठ्या थाटाचा बेत झाला असता; पण घर निर्माण करणं आता सर्वस्वी तुमच्याच हातात आहे.''

त्यांच्या या बोलण्यावर पुष्पमालेला उत्तर सुचणं शक्यच नव्हतं; परंतु डॉक्टरांचं बोलणं संपलं तेव्हा त्यांनी रेस्टॉरन्टच्या भव्य दालनात प्रवेश केला होता आणि

तेथील बदललेलं वातावरण बघून तो विषय तिथेच थांबला होता आणि त्या वेळी त्यांना उत्तर देण्याचा प्रसंग तिच्यावर आला नव्हता.

कोपऱ्यातली एका बाजूची जागा बघून ती दोघं बसली तरी पुष्पमालेच्या मनातून अशा प्रश्नाला द्याव्या लागणाऱ्या उत्तराची भीती काही केल्या जात नव्हती.

वेटर जवळ येताच डॉक्टरांनी जेव्हा तिला विचारलं, ''काय घ्यायचं?'' तेव्हा ती आपल्याच विचाराच्या तंद्रीत इतकी गढून गेली होती की, तिनं बावचळून म्हटलं, ''अं? काय?''

डॉक्टरांनी पुन्हा विचारलं, ''तुम्ही काय घेणार?''

''काय म्हणजे? मला जे चालतं तेच मी घेणार! तुम्हाला माहीत आहे की, मी 'तसलं' काही खात नाही.''

डॉक्टरांनी जवळ आलेल्या वेटरला ऑर्डर दिली आणि पुष्पमालेकडे बघून म्हटलं, ''तुम्हाला आमचं खाणं न चालायला काय झालं? उलट असलंच खाणं अधिक पौष्टिक आणि अधिक रुचकर असतं.''

यावर पुष्पमालेनं जरा चिडक्या स्वरातच उत्तर दिलं, ''ते नका सांगू. आमचे पदार्थ जसे काही पौष्टिक आणि रुचकर नसतातच. ज्या लोकांना असले पदार्थ खायचे असतात तेच लोक त्या पदार्थांच्या अंगी नसते गुण चिकटवतात. कुमारचं मतसुद्धा अगदी माझ्यासारखं आहे.''

कुमारचं नाव निघताच डॉक्टरांनी आपला वादविवादाचा पवित्रा एकदम बदलून म्हटलं, ''हा वाद हवा कशाला? ज्याला जे लागेल ते त्यानं खावं.''

''झालं तर!''

एवढं बोलून पुष्पमाला गप्प बसली आणि डॉक्टरांना यापुढे काय बोलावं हे सुचलं नाही. ते तिच्याशी निराळंच बोलणार होते; पण संभाषणाच्या सुरुवातीलाच त्यांच्या बोलण्यात कडवटपणा आला होता; परंतु आज ते तिला आपल्या मनातील साऱ्या गोष्टी उघड करून दाखवणार होते, कारण तो त्यांचा शेवटचा निरोप होता. आता धनपूरला गेल्यानंतर पुन्हा पुण्याला येण्याचा प्रसंग त्यांच्यावर कदाचित येणार नव्हता.

बराच वेळ आपल्या मनाशी विचारांची जुळणी करून ते म्हणाले, ''बरं पुष्पाताई, आता तुम्ही आमच्या धनपूरला केव्हा येणार?''

यावर पुष्पमाला हसून म्हणाली, ''वा! केव्हाही. नेत असाल तर आतासुद्धा! आपल्याला काय कुठेतरी सुट्टी घालवायची; मग असल्या आग्रहाच्या निमंत्रणाचा स्वीकार करायला काय हरकत आहे?''

''आता यालच; पण मी म्हणतो कायमचं तिकडे चला.''

''म्हणजे माझ्यासाठी तिकडे नोकरी शोधून ठेवली आहे वाटतं?''

“छे, छे! नोकरी कसली? दुसऱ्या तऱ्हेनं तिकडे कायमचं येता येणार नाही वाटतं?”

या बोलण्यानंतर डॉक्टरांनी पुष्पमालेकडे तिच्या उत्तराच्या अपेक्षेनं जी नजर टाकली तिकडे तिला बघता आलं नाही. आपण जणू काही खाण्यातच गर्क झालो आहोत असं दाखवून ती गप्प बसली.

आपलं बोलणं ती मुकाट्यानं ऐकून घेते आहे अशी मनाची समजूत करून घेऊन डॉक्टर पुढे म्हणाले, “खरंच, तुम्ही धनपूरला कायमच्या राहायला आलात तर किती बहार येईल. आपल्याला राहायला सुंदर बंगला आहे. दोन्ही बाजूला दोन प्रकारच्या बागा आहेत. परसात तुळस, औदुंबर वगैरे जुन्या प्रकारची पवित्र झाडं लावली आहेत तर पुढचं अंगण अगदी आधुनिक तऱ्हेच्या फुलझाडांनी सजवलेलं आहे. आमचा जो माळी आहे त्याचा हा उद्योगच होऊन बसला आहे की, एखादं जुन्या प्रकारचं झाड दिसलं की, ते परसात लावायचं आणि आधुनिक प्रकारचं झाड दिसलं की, ते पुढच्या अंगणात लावायचं. माळी बघून तुम्ही मोठ्या खूश व्हाल. शिवाय माझ्या दिमतीला सुंदरशी मोटार आहे. मोटारीतून खूप दूरदूर भटकावं, संध्याकाळी घरी यावं तर रेडिओ माझी वाट बघत असलेला दिसतो; परंतु एवढी सुखाची साधनं हाताशी असली तरी त्या गोष्टींमध्ये काहीतरी न्यून आहे असं वाटतं आणि ते न्यून तुम्ही आलात म्हणजे भरून निघेल याबद्दल मला खात्री आहे. तीच एक आशा धरून मी पुण्याला आलो आहे आणि जाताना ती सफल झाल्याचं आश्वासन तुमच्याकडून मला हवं आहे. द्याल का तुम्ही मला ते आश्वासन?”

शेवटचं वाक्य बोलताना त्यांचा स्वर भावनाविवश झाला होता.

त्यांच्या या बोलण्यावर पुष्पमालेनं त्यांच्याकडे न बघताच जेव्हा नकारार्थी मान हलवली, तेव्हा ते म्हणाले, “छे, छे! असं नाही म्हणू नका; त्यामुळे माझी केवढी निराशा होईल याची तुम्हाला कल्पना नाही.”

“डॉक्टर, मला माफ करा. या बाबतीत मला तुमची निराशा करावी लागेल.”

पुष्पमालेनं हे शब्द कसेतरी तोंडातून बाहेर काढले आणि ती जागेवरून उठली.

ती उठलेली बघून डॉक्टरांनी तिचा हात धरून तिला खाली बसवत म्हटलं, “माझी अशी निराशा करून एकदम जाऊ नका. मी जी आशा मनात धरली होती ती वावगी तर नव्हती ना? मग तुम्हाला तिचा स्वीकार का करता येऊ नये? की तुमचं दुसऱ्या कोणावर प्रेम बसलं आहे? मला माहीत आहे की, तुमचा ओढा कुमारकडे आहे; परंतु त्याचं एका सुंदर स्त्रीशी लग्न ठरलेलं असताना तो तुमच्याशी लग्न करेल असं तुम्हाला वाटतं का? मग माझी इच्छा तुम्ही विचारात का घेत नाही! सांगा - सांगा ना...!”

त्यांच्या बोलण्यातील कुमारचा उल्लेख ऐकून तिचा स्वाभिमान जागृत झाला.

तिला त्याचं प्रेम जिंकायचं होतं ही गोष्ट ती विसरली नव्हती. त्यांना काहीच उत्तर न देता रेस्टॉरन्टमध्ये टांगलेल्या एका चित्राकडे पाहात ती गप्प बसली. त्या चित्रातील एका युवतीची नजर युद्धावर निघालेल्या आपल्या प्रियकराला डोळ्यांत आसवं आणून निरोप देत होती. त्या चित्रावर निळा प्रकाश पडल्यामुळे ते अधिकच खुलून दिसत होतं. ते चित्र बघण्यात ती इतकी गढली होती की, वेटरनं येऊन त्यांचं टेबल केव्हा साफ केलं हेही तिला कळलं नाही किंवा डॉक्टरांनी उच्चारलेले शब्दही तिला ऐकू आले नाहीत.

जेव्हा आपल्या बोलण्याच्या अखेरीस डॉक्टर म्हणाले, "तुम्ही बोलत का नाही?" तेव्हा ती म्हणाली,

"डॉक्टर, तुमच्याविषयी मला जो आदर वाटतो तो कायम टिकवायचा असेल तर सध्या तुम्ही मला हा प्रश्न विचारू नका."

"मग केव्हा विचारू?"

"मला तेही सांगता येणार नाही. जर माझ्या आयुष्यात तशीच वेळ आली तर तुमच्या प्रश्नाचं तुम्हाला हवं तसं उत्तर मला देता येईल. कदाचित तशी वेळ कधीच येणार नाही."

"तुम्ही माझी केवढी निराशा केलीत याची तुम्हाला कल्पना नाही." एवढं बोलून डॉक्टर उठले आणि जवळ आलेल्या वेटरच्या तबकात नोटा टाकून धाडधाड रेस्टॉरन्टचा जिना उतरून खाली आले. त्यांच्यामागून राहिलेले पैसे घेऊन वेटर धावत आला तिकडे त्यांनी लक्ष दिलं नाही. त्यांचं सामान घेतलेल्या हमालाच्या अंगावर एकदम ओरडून ते म्हणाले, "ए हमाल, चलो!"

खांबाला टेकून झोप घेत असलेला हमाल डोळे चोळत चोळत चटकन उठला आणि त्यानं गाडी येण्याच्या दिशेकडे नजर टाकली आणि तो आश्चर्यानं म्हणाला, "साहेब, अजून गाडी आली नाही."

डॉक्टर ओरडून म्हणाले, "ते तुला काय करायचं आहे? तू सामान घे!"

बिचारा हमाल मुकाट्यानं सामान घेऊन त्यांच्या मागोमाग चालू लागला.

तिकीट कलेक्टरच्या हातात त्यांनी तिकीट दिलं, तेव्हा तो म्हणाला, "तुमचं जाणं रहित झालेलं दिसतं आहे. तुम्हाला रिफंड मिळू शकेल."

"तुम्हीच घ्या रिफंड." या डॉक्टरांच्या बोलण्यावर त्यानं त्यांच्याकडे जी आश्चर्ययुक्त नजर फेकली तिच्याकडे डॉक्टरांचं लक्षही नव्हतं. त्यांनी स्टेशनच्या भव्य आवारातूनच एका टॅक्सीवाल्याला हाक मारली आणि म्हटलं,

"चलो टिळक रोड!"

टिळक रोडला त्यांच्या दवाखान्यासमोर जेव्हा मोटार थांबली, तेव्हा पुष्पमाला डॉक्टरांच्या बरोबर खाली उतरू लागली.

ते बघून डॉक्टर म्हणाले, "छे, छे! तुम्ही खाली उतरू नका. तुम्हाला आता माझ्याकडे येता येणार नाही. जेव्हा तुमच्या मनात माझ्याविषयी आदराऐवजी प्रेम निर्माण होईल त्याच वेळी तुम्ही माझ्याकडे या."

त्यानंतर पुन्हा जेव्हा पुष्पमाला त्यांच्याकडे गेली, तेव्हा मोठ्या विचित्र स्थितीत तिला डॉक्टर दिसले होते. टेबलावर त्यांच्यासमोर एक काचेचा ग्लास ठेवून ते बाटलीतील मद्य त्या ग्लासात ओतत होते. त्यांना अलीकडेच हे व्यसन जडलं होतं हे तिला माहीत होतं.

ते मद्य घेत असताना ती म्हणाली, "डॉक्टर, ही गोष्ट तुम्ही करता ती बरी आहे असं तुम्हाला वाटतं का?"

यावर तिच्याकडे भेदक नजरेनं बघत ते म्हणाले होते, "पुष्पाताई, शिकाऱ्यालाच तत्त्वज्ञानाच्या गोष्टी सुचतात."

त्यांचं हे बोलणं ऐकून तिला बालपणी बघितलेल्या 'एकच प्याला' या नाटकाची आठवण झाली. कोणत्या बरं निराशेमुळे सुधाकरानं पहिला दारूचा घोट घेतला होता?

आपल्या स्मृतीला ताण देऊन ती त्या प्रसंगाची आठवण करू लागली असतानाच डॉक्टर तिला म्हणाले, "तुम्ही माझ्याकडे आज का आलात? एवढंच शिकवण्यासाठी का? मी तुम्हाला सांगितलेलं आठवत नाही का, ज्या वेळी माझ्याविषयी आदर नाहीसा होऊन तुम्हाला माझ्याविषयी प्रेम वाटू लागेल त्याच वेळी तुम्ही माझ्याकडे या."

ती तेथून उठून निघून गेली. त्यानंतर पुन्हा ती त्यांच्याकडे गेली नव्हती. धनपूरचे दिवाण त्यांच्याकडे जाऊन आल्याचं तिला कळलं होतं. धनपूरला येण्याबद्दल त्यांनी डॉक्टरांना नाना प्रकारांनी विनवलं होतं. अखेरीस ते म्हणाले, "डॉक्टर, तुमच्या करिअरचा विचार तुमच्या मनात कसा येत नाही हे मला कळत नाही."

तेव्हा डॉक्टर विषण्णपणे हसून म्हणाले होते, "दिवाणसाहेब, खरं सांगू? ज्या गोष्टीसाठी करिअरचा विचार करायचा ती गोष्टच गेली. आता फक्त ते दुःख विसरण्यासाठी दारू प्यायची आणि दारू पिण्यासाठी पैसा मिळवायचा. बस्स, एवढंच! हीच माझी करिअर!"

त्यानंतर डॉक्टरांविषयी कोणतीही माहिती काढण्याचा प्रयत्न तिनं बुद्धिपुरस्सर टाळला होता, कारण त्यांच्याविषयी आता चांगल्या गोष्टी ऐकू येणार नाहीत याबद्दल तिला खात्री होती.

परंतु तो प्रयत्न टाळला म्हणून त्यांच्या विषयीचे विचार तिला थोडेच टाळता येण्याजोगे होते?

त्यामुळे तीन महिन्यांपूर्वी घडलेला सारा प्रसंग डोळ्यांसमोर आता उभा राहिला.

त्यांच्या या अवस्थेला ती कारणीभूत होती ही गोष्ट तिला नाकबूल करता येण्याजोगी नव्हती. तिनंच त्यांना अप्रत्यक्षपणे उत्तेजन दिलं नव्हतं का?

परंतु ही गोष्ट करून त्याबद्दल वाटणाऱ्या दुःखापेक्षा दुसऱ्या एका गोष्टीबद्दल दुःख करण्याची वेळ तिच्यावर आज ना उद्या येणार होती. ते दुःख यापेक्षाही सहस्रपटीनं मोठं करणं तिला भाग होतं.

ती गोष्ट म्हणजे कुमारलादेखील याप्रमाणेच निराश करण्याचा प्रसंग तिच्यावर येणार होता.

या गोष्टीबद्दल अनेकदा विचार करूनदेखील तिला एकच उत्तर सापडलं होतं. ते म्हणजे माधुरीला त्याच्या स्वाधीन करायचं आणि आपण त्याच्या प्रेमाचा त्याग करायचा. तो त्याग करताना तिला दुःखाची पर्वा करून चालणार नव्हतं.

या गोष्टीवर गेले कित्येक दिवस तिनं विचार केला होता आणि आज त्याच विचारांमुळे तिला झोप लागत नव्हती.

मध्यरात्र उलटून गेली होती. मावळत्या चंद्राचा मंद प्रकाश साऱ्या पृथ्वीवर पडला होता; समोरच्या खिडकीतून तिला पर्वतीचं देवालय गतकालच्या आठवणीप्रमाणे अगदी अंधूक दिसत होतं.

तिला झोप येईना म्हणून ती बाहेर गॅलरीत येऊन उभी राहिली, तेव्हा चंद्र पश्चिम क्षितिजावर टेकला होता आणि हळूहळू त्याचं बिंब कमी कमी होत चाललं होतं. अखेर ते पूर्ण क्षितिजाखाली गेलं आणि साऱ्या पृथ्वीवर एकदम अंधार पसरला. पुष्पमालेच्या मनात आलं, 'आपल्याही आयुष्यात एकदम असाच अंधार निर्माण होणार आहे का?'

त्याच वेळी रेसिडेन्सीच्या आवारात एक कुत्रं मोठ्यांदा रडल्याचा आवाज तिला ऐकू आला. तिला तो अपशकून वाटून ती मनात म्हणाली, 'छे, हे लक्षण काही ठीक दिसत नाही.'

आत येऊन ती जरी आपल्या अंथरुणावर पडली तरी तिच्या मनातून ही अपशकुनाची कल्पना काही केल्या जाईना. ती पुनःपुन्हा मनाशी म्हणत होती, 'हे लक्षण काही ठीक दिसत नाही.'

१२

मोठ्या गजबजलेल्या शहरातून माणसानं काही काळ दूर जावं आणि पुन्हा त्या शहरात परत येऊन बघावं तर त्या शहराचं स्वरूप समूळ बदललेलं दिसावं, म्हणजे माणसाला जसा आश्चर्याचा धक्का बसेल तसा धक्का कुमारला बसला होता. संघाच्या कामाकरिता फक्त चार दिवसच तो पुण्याबाहेर गेला होता आणि परत पुण्याला येऊन बघतो तो त्या ठिकाणी चार दिवसांपूर्वीचं पुणं मुळीच शिल्लक राहिलं नव्हतं. एखादी अगदी अनपेक्षित गोष्ट बघितल्यानंतर त्या गोष्टीतील सत्यता न पटल्यामुळे माणूस त्याचा खरेपणा जसा पुनःपुन्हा ताडून बघतो, त्याप्रमाणे त्यानंही घडलेल्या गोष्टीबद्दल आपल्या मनाची खात्री करून घेतली. त्याच्याबरोबर असलेल्या पुष्पमालेला त्यानं प्रथम रेसिडेन्सीतील तिच्या खोलीत पोहोचवलं आणि नंतर साऱ्या पुण्यातून तो हिंडला. ठिकठिकाणाहून माहिती गोळा केली आणि त्या चार दिवसांची सारी वर्तमानपत्रं एका वाचनालयात जाऊन त्यानं वाचून काढली. मग त्याची खात्री पटली की, त्यानं ऐकलेल्या गोष्टी खरोखरच घडल्या होत्या. प्रत्येक वर्तमानपत्रात त्यानं त्याच त्याच हकिगती वाचल्या होत्या.

देशातील सारे काँग्रेस पुढारी पकडले गेले होते आणि साऱ्या प्रांतिक काँग्रेस कमिट्या बेकायदेशीर ठरवल्या गेल्या होत्या. महात्मा गांधींना ९ ऑगस्टला भल्या पहाटे अटक करून पुण्याला आणलं होतं आणि त्या बातमीनं साऱ्या देशात

असंतोषाची लाट उसळून प्रतिपक्षाशी जणू काही युद्ध करण्यासाठी सारा देश चवताळून उठला होता आणि आपला हा क्षोभ दर्शवण्यासाठी ठिकठिकाणी निदर्शनं चालू होती, स्टेशनला आगी लावण्यात येत होत्या, टेलिफोनच्या तारा तोडण्यात आल्या होत्या, सरकारी मोटारींना आगी लागत होत्या, मुंबईला एक ट्राम उलथवण्यात आली होती. त्याशिवाय या चार दिवसांत कित्येक अत्याचार घडले होते.

ज्या प्रमाणात साऱ्या देशानं आपल्या पुढाऱ्यांच्या अटकेबद्दल आपला क्षोभ दर्शवला होता, त्याच प्रमाणात तो क्षोभ दाबून टाकण्यास सरकारनं मुळीच मागेपुढे बघितलं नव्हतं. सरकारी अधिकाऱ्यांनी ठिकठिकाणी लाठीमार केला होता आणि कित्येक ठिकाणी गोळीबार करण्यासही कमी केलं नव्हतं. जणू काही देशातील जनता आणि राजसत्ता यांच्यामध्ये अधिकृत युद्ध पुकारलं गेलं होतं आणि जो तो पक्ष युद्धात सर्व काही क्षम्य असतं या जाणिवेनं वागत होता.

या सर्व गोष्टी वाचून आणि ऐकून कुमारच्या मनात मनस्वी गोंधळ उडाला. सारा देश क्रांतीच्या उंबरठ्यावर उभा होता आणि क्षणाचाही विचार न करता त्या क्रांतीमध्ये सामील होण्याचा जणू काही तो प्रत्येकाला आदेश देत होता.

अशा वेळी नेमकं आपलं कर्तव्य कोणतं याबद्दल त्याच्या मनात संभ्रम उत्पन्न झाला; किंबहुना कार्याकार्यांचा विचार करण्याची ती वेळ होती का? क्षणाचाही विलंब न करता त्यानं त्या क्रांतीत सामील व्हायला हवं होतं.

आणि याच प्रश्नाचा विचार करत तो घरी आला. तो घरी आला, तेव्हा बरीच रात्र झाली होती आणि त्याची आई आपला स्वयंपाक उरकून स्वयंपाकघरात काहीतरी काम करत बसली होती. स्वयंपाकघरात डोकावून त्यानं म्हटलं, "आई, मला भूक नाही. मला जेवायचं नाही."

आणि पाठ वळवून तो जाणार इतक्यात आई म्हणाली, "अरे हे काय? आलास केव्हा? आणि भूक नसायला काय झालं? डोकंबिकं दुखतं आहे का?"

"हो, बरंच दुखतंय. मी माडीवर जाऊन पडतो." आणि तो तडक माडीवर जाऊन आपल्या कॉटवर पडला. त्याचं ते चमत्कारिक वागणं बघून त्याची आई लगेच त्याच्या पाठोपाठ वर आली आणि त्याच्या डोक्याला हात लावून म्हणाली,

"किती तापलंय डोकं! तू किनई आताशा आपल्या प्रकृतीची मुळीच काळजी घेत नाहीस. सारखा उन्हातान्हातून हिंडतोस. कसलं एवढं संघाचं कार्य करत असतोस कुणाला ठाऊक! म्हणे एक वर्ष संघाला दिलंय; पण इकडे प्रकृती किती खालावली याची कल्पना आहे का?"

आणि त्याच्या डोक्यावरचा हात काढून थोड्या वेळानं तिनं म्हटलं, "कुमार, खरंच चार दिवस तू पुण्यात नव्हतास ते बरं झालं. सरकारनं गांधींना पकडलं तेव्हापासून लोकांनी नुसता उच्छाद मांडला आहे. पुण्यात कितीदा तरी गोळीबार

झाला. आनंदाश्रमाजवळ गोळीबार झाला, तेव्हा वर गॅलरीत एक गर्भारशी बाई उभी होती; त्या गोळीनं तिचा प्राण घेतला. तुझ्या कॉलेजसमोर गोळीबार झाला. त्यातही म्हणे एक मुलगा ठार झाला. त्या दिवशी तू इथं नव्हतास म्हणून मला किती समाधान वाटलं. नाहीतर...''

परंतु ज्या गोष्टीचं त्याच्या मातेला समाधान वाटलं, त्याच गोष्टीबद्दल नेमकं कुमारला असमाधान वाटलं. सारा देश सरकारशी दोन हात करायला उठला असताना आपण त्यापासून अलग असावं याच गोष्टीचा त्याला कमीपणा वाटला.

एकूण देशाच्या क्रांतीत सामील होण्याची त्याला उत्कट इच्छा होती तर!

अजूनही वेळ गेली नव्हती. देशात स्वातंत्र्यसंग्राम चालूच होता. अजूनसुद्धा त्याला त्याची इच्छा पूर्ण करणं शक्य होतं.

हा विचार जेव्हा त्याच्या मनात आला, तेव्हा तो स्वतःशीच थोडासा बिचकला. देशाच्या क्रांतीत सामील व्हायचं म्हणजे आपली मतं सोडायची. आपल्या पक्षाच्या पुढाऱ्यांचे संदेश आणि इशारे विसरायचे आणि आंधळेपणानं ज्या संग्रामाला कोणीही नेता नाही अशा संग्रामात उडी घ्यायची!

माणसाला आपल्या डोळ्यांसमोर एखादा नवीन मार्ग दिसला म्हणजे त्या मार्गानं जाण्यापूर्वी त्या मार्गानं जाणं योग्य आहे किंवा नाही याची छाननी तो मनाशी करू लागतो.

तशी छाननी केल्यानंतर कुमारला त्या मार्गानं जाणं योग्य वाटेना. ८ ऑगस्टच्या ठरावात काँग्रेसने 'चालते व्हा' हे वाक्य उच्चारून अखेरचं बंड पुकारलं होतं आणि काँग्रेस कार्यकर्त्यांची तशी पूर्वसूचना नसतानादेखील जणू काही अगदी पूर्वसंकेतानुसार सारा देश त्या बंडात सामील झाला होता आणि मौज अशी की, ज्या कार्यकर्त्यांनी हे बंड पुकारलं होतं त्या काँग्रेस कार्यकर्त्यांपैकी त्या बंडाची सूत्रं चालवण्याकरिता एकही कार्यकर्ता मागे उरला नव्हता. अशा वेळी कोणालाही निश्चित मार्गाची कल्पना नव्हती. बंडात सामील व्हायचं एवढंच फक्त त्यांना कळत होतं. अशा स्थितीत कुमारसारख्या सुबुद्ध तरुणानं केवळ सारी जनता बंडात सामील झाली, तेव्हा आपलंही तेच कर्तव्य आहे असं मानून चालण्यासारखं नव्हतं. बंडात सामील होण्यापूर्वी आपला मार्ग निश्चितपणे आखूनच त्यानं पुढं पाऊल टाकायला हवं होतं. हिंदुमहासभेच्या राजकारणावर त्याचा विश्वास होता, तेव्हा साहजिकपणे त्या संस्थेची सूत्रं त्या वेळी ज्या थोर पुढाऱ्यांच्या हाती होती, त्यांचा आदेश त्यानं विचारात घेणं आवश्यक होतं.

स्वातंत्र्यवीर सावरकरांनी काँग्रेस पुढाऱ्यांच्या अटकेनंतर ताबडतोब एक पत्रक काढून त्यात ''हिंदुस्थानला ब्रिटनच्या बरोबरीचा आणि स्वतंत्र दर्जा असल्याचं घोषित करावं,'' असा ब्रिटनला स्पष्ट इशारा देऊन म्हटलं होतं, ''अखेर अटळ

अशा घटना घडल्या आहेत. काँग्रेस पक्षातील महात्मा गांधींसह सर्व पुढाऱ्यांना अटक करून कारावासात घालण्यात आलं आहे. ते ज्या राष्ट्रप्रेमानं हे कष्ट काढत आहेत, त्या बाबतीत हिंदुमहासभानिष्ठ आणि सर्वसामान्य हिंदु जनता यांची त्यांना सहानुभूती आहे. अशा स्थितीत सर्वसामान्य हिंदूंनी आणि हिंदुसभानिष्ठांनी काय धोरण स्वीकारायला हवं याचं अधिकृत दिग्दर्शन २९ ऑगस्टला दिल्लीमध्ये भरणाऱ्या हिंदुमहासभेच्या कार्यकारिणी सभेत करण्यात येईल.''

म्हणजे एकूण सावरकरांच्या म्हणण्याप्रमाणे २९ ऑगस्टपर्यंत कोणत्याही निश्चित मार्गाची वाट बघणं जरुरीचं होतं; परंतु देशाच्या इतिहासातील तो क्षणच असा होता की, उत्साहाची लाट साऱ्या देशभर पसरली होती आणि काही काळ वाट बघितली तर कदाचित ती लाट ओसरून, गेलेली संधी पुन्हा येणार नव्हती. प्रत्येक देशाच्या आयुष्यात अशा काही संधी येतात की, त्या वेळी जुलमी राज्य उलथंपालथं होऊन देशात नवीन सुसंघटित राज्य निर्माण होण्यासाठी त्यांचा उपयोग केला जातो; परंतु या संधीचा जर फायदा घेतला गेला नाही तर आधीच जुलमी असलेल्या राज्याचे पाश अधिक आवळले जाण्याचा संभव असतो. हिंदुस्थानातील हा स्वातंत्र्य-संग्राम अशा प्रकारचा तर नव्हता ना?

परंतु 'संग्राम' हा शब्द मनासमोर येताच एका थोर पुढाऱ्यानं संग्रामाची केलेली व्याख्या कुमारला आठवली. ज्या लढ्यात आपल्या पक्षापेक्षा प्रतिपक्षाची अधिक हानी होते, तोच संग्राम!

मग हा संग्राम तसा होता का? रूळ उखडले जात होते, तारा तोडल्या जात होत्या, शाळांना आगी लावण्यात येत होत्या. या गोष्टींमध्ये प्रतिपक्षाची हानी होत होती का?

त्याला तसं वाटेना!

मग तसं जर नाही तर केवळ एक लाट उसळली म्हणून आपणही त्यात सामील व्हायचं? आपलं व्यक्तिमत्त्व विसरायचं? आपली मतं बाजूला सारायची? आणि अविचार करायचा?

'अविचार' हा शब्द त्यानं मनाशी पुनःपुन्हा उच्चारला आणि तो ज्या कारणांमुळे उच्चारला, तो सारा प्रसंगच त्याच्या डोळ्यांसमोर उभा राहिला.

ज्या एका थोर व्यक्तीवर त्यानं आपल्या हृदयाचं अनन्यत्व जडवलेलं होतं व ज्या व्यक्तीनं घालून दिलेल्या मार्गानं तो आतापर्यंत गेला होता, त्या व्यक्तीचा तो मृत्युप्रसंग होता. कित्येक वेळा तत्त्वापेक्षा केवळ काही व्यक्तींच्या व्यक्तिमत्त्वावर गाडा हाकला जातो आणि त्या एका व्यक्तीकडेच देशातील भावनाप्रधान तरुणांची अंतःकरणं खेचली जातात. अगदी प्रथम कुमार संघात सामील झाला तो संघाची सारी तत्त्वं पटली म्हणून नव्हे, तर डॉ. हेडगेवार यांच्या अलौकिक व्यक्तिमत्त्वावर

मोहित होऊनच! प्रथम त्यांची मुद्रा त्याला किंचित उग्र वाटे आणि त्यामुळे अगदी पहिल्यापासून तो जरा त्यांच्यापासून दूर राही; परंतु पुढे थोड्या दिवसांतच त्याला कळून चुकलं की, त्यांच्या मुद्रेवर दिसणारा उग्रपणा खरा नसून ज्या पवित्र कार्याला त्यांनी स्वतःला वाहून घेतलं होतं, त्या पवित्र कार्याचं उग्र तेजच त्यांच्या मुद्रेवर नेहमी विलसत होतं आणि पुढे जेव्हा तो त्यांच्या अधिक निकट सहवासात येत गेला, तेव्हा त्याची आणखी खात्री पटत गेली की, विश्वाला आपलं उग्र स्वरूप दाखवून त्याला जीवन देणाऱ्या भास्कराचीच उपमा फक्त त्यांना शोभण्यासारखी आहे. १९४० मध्ये पुण्यातील ओटीसीच्या कॅम्पच्या वेळी त्यांच्या सहवासात राहाण्याची एकही संधी त्यानं सोडली नव्हती. कॅम्प संपूवन डॉक्टर जेव्हा नागपूरला परत निघाले, तेव्हा इतर अनेक कार्यकर्त्यांबरोबर तो त्यांना स्टेशनवर पोहोचवण्यास गेला होता. गाडी सुटण्यापूर्वी पुष्कळ लोकांबरोबर त्यांचं बोलणं चाललं होतं. गाडी सुटायला अगदी थोडा अवधी असताना एका बाजूला उभ्या असलेल्या कुमारला जवळ बोलावून डॉक्टर म्हणाले होते, ''अरे, तुझाच तेवढा निरोप घ्यायचा राहिला. तू अगदी बाजूला का उभा होतास?''

त्यावर कुमारनं अर्धवट मोठ्यांदा म्हटलं होतं, ''आपल्याशी मोठे कार्यकर्ते बोलत उभे होते, तेव्हा म्हटलं मी कशाला मध्ये येऊ?''

यावर त्याला आपल्या अगदी कुशीत घेऊन जवळ उभ्या असलेल्या एका वयोवृद्ध कार्यकर्त्याला ते म्हणाले होते, ''भाऊराव, कुमारचा हा विनय बघितला का? तो स्वतःला मोठा कार्यकर्ता मानायला तयारच नाही; पण लक्षात ठेवा, तुमच्यामध्ये हा छोटा वीरच आहे बरं का? याची किंमत तुम्ही ओळखली नसेल तर सांगतो. आणि...''

परंतु त्याच्या स्तुतीपर ते करत असलेलं भाषण विनयानं थांबवण्याच्या इराद्यानं त्यांना पुढे बोलू न देता तो म्हणाला, ''डॉक्टर, आता पुन्हा दर्शन केव्हा?''

त्याचा तो प्रश्न ऐकून काहीशा विषण्णपणानं हास्य करून ते म्हणाले होते, ''आता मला पुनःपुन्हा प्रवास सहन होत नाही. उत्कट इच्छा असली तरी पुष्कळ वेळा शरीर काम करू देत नाही आणि पुनःपुन्हा कशाला यायचं? तुमच्यासारखी तरुण मंडळी या वयात तयार झालेली बघितली म्हणजे इकडे येण्याची जरुरी वाटत नाही. आपल्या कामावर निष्ठा ठेवून काम करत जा म्हणजे झालं. एखादी व्यक्ती फार दिवस का टिकत असते? शेवटी माणसाला तत्त्वाचीच कास धरावी लागते. आम्ही आज आहोत आणि उद्या...''

एवढं बोलल्यानंतर त्यांचा कंठ दाटून त्यांना पुढे बोलता आलं नव्हतं. त्यांनी आपली अश्रुपूर्ण नजर समोर स्टेशनवर भव्य इमारतीकडे लावली होती. अगदी गाडी सुटण्याच्या वेळी ते त्याला म्हणाले होते, ''तू एकदा नागपूरला ये!''

यावर त्यानं 'हो' म्हटलं होतं.

आणि त्यांचं शेवटचं बोलणं अल्पावधीत खरं ठरून इतक्या लवकर त्याला नागपूरला जावं लागेल हे त्याच्या स्वप्नातही नव्हतं. मात्र, त्यांच्या आजारपणाची तार येताच, क्षणाचाही विलंब न करता तो नागपूरला गेला होता.

तो जेव्हा त्यांच्या बंगल्यावर गेला, तेव्हा रात्रीचे दहा वाजून गेले होते. बाहेरच्या व्हरांड्यात सारी मंडळी चिंताक्रांत बसलेली दिसत होती. त्यावरून डॉक्टरांचा आजार साधा नव्हता हे त्यानं ताबडतोब ओळखलं. तो आत जाणार इतक्यात व्हरांड्यात बसलेल्या गृहस्थानं त्याला जवळ बोलावलं आणि म्हटलं, "इतक्यात आत जाऊ नका. आत डॉक्टरांचं लंबर पंक्चर करण्याचं काम चालू आहे."

थोड्याच वेळात स्वतः डॉक्टर हरदास बाहेर आले आणि म्हणाले, "लंबर पंक्चर केलं खरं; परंतु लक्षणं काही ठीक दिसत नाहीत."

डॉक्टरांचं हे बोलणं ऐकताच साऱ्यांनी आशा सोडली आणि आपणास निदान डॉक्टर हेडगेवारांचं अंत्यदर्शन झालं पाहिजे या हेतूनं जो तो त्यांच्या रुग्णशय्येभोवती जाऊन बसू लागला. कुमारही अगदी त्यांच्याजवळ जाऊन बसला.

लंबर पंक्चर केल्यानंतर तेथून पाण्याची धारच सुरू झाली होती आणि त्या वेदना त्यांना असह्य होत होत्या. त्यांनी दोन्ही हातांनी आपलं तोंड झाकलं होतं आणि त्यांच्या डोळ्यांतून एकसारखे अश्रू वाहात होते. फक्त शारीरिक व्यथांचीच परमावधी होऊन ते अश्रू स्रवत होते काय? की आयुष्यभर आपल्या जिवाचं रान करून जोपासलेल्या आपल्या कार्याची स्थिती आपल्यानंतर काय होईल याच्या आशंकेनं त्यांच्या हृदयात त्या वेळी डोंब उसळला होता? वाचा केव्हाच गेली होती; त्यामुळे नुसत्या कल्पनेशिवाय या गोष्टी कळणं शक्यच नव्हतं. त्यांच्याशी संभाषण करण्याच्या केवढ्या आशेनं कुमार नागपूरला आला होता! आपल्याला बघितल्यानंतर डॉक्टर विचारतील, "अरे, तू मध्येच इकडे कसा?"

मग आपण म्हणू, "तुम्हाला भेटावंसं वाटलं म्हणून!"

यावर डॉक्टर आपल्याला त्यांची नेहमीची गोड हाक मारून म्हणतील, "कुमार, माणसानं इतकं व्यक्तिनिष्ठ असता कामा नये. तू माझं कार्य कर म्हणजे माझी भेट झाल्यासारखीच आहे."

परंतु त्याची ही सारी मनोराज्यं नष्ट झाली होती. डॉक्टर आपल्याशी यापुढे कधीही बोलणं शक्य नाही याबद्दल त्याची खात्री झाली, कारण प्रकृतीचं लक्षण ठीक दिसत नव्हतं. रात्री अकराच्या सुमारास ताप वाढण्यास सुरुवात झाली. दर दोन तासांनी एक-एक डिग्री ताप वाढू लागला. मध्यरात्र उलटून गेल्यानंतर त्यांचा चेहरा बराच गंभीर आणि शांत दिसू लागला. आता आपली इहलोकाची यात्रा लवकरच संपणार या निश्चितीनं एखाद्या महात्म्यानं शांतपणानं त्याच्या तयारीस लागावं

त्याप्रमाणे जणू काही ते तयारीस लागले होते; परंतु काय चमत्कार? एकदम गाढ निद्रेतून दचकून जागं झाल्याप्रमाणे हात वर करून जवळ असलेल्या कुमारचा हात धरून त्यांनी म्हटलं, "अरे, तू कोण?"

कुमारनं म्हटलं, "मी कुमार नाही का? डॉक्टर मला ओळखलं नाहीत?"

"अरे, असं कसं होईल; पण तू इकडे कसा? माझ्या आजारपणाची बातमी तुला कोणीतरी दिलेली दिसते. त्याशिवाय तू येणार नाहीस; पण वेड्या, एखाद्या व्यक्तीसाठी का आपलं कार्य सोडून यायचं असतं? आम्ही आता जाणार! माझं कार्य सांभाळ आणि कुमार, तुला एक सांगून ठेवतो. तू फार भावनाप्रधान आहेस. एखादे वेळेस भावनेच्या भरात अविचारानं आपल्या कार्याबाहेरचं कृत्य करू नकोस. अविचार..."

बोलण्याचे अत्यंत श्रम झाल्यामुळे एकदम त्यांना मूर्च्छा आली; त्यानंतर अखेरपर्यंत ते बेशुद्धावस्थेतच होते.

शेवटी ती रात्र. अखेर तो काळदिवस उगवला. पहाटे १०६ डिग्रीपर्यंत ताप चढला. डॉ. हरदासांना आणण्यात आलं; परंतु अंतिम काळ समीप आल्याचं त्यांनी सांगितलं. डॉक्टरांना ऊर्ध्व लागला होता आणि त्यामुळे त्यांना आत्यंतिक वेदना होत होत्या. त्यांना भयंकर घरघरही लागली होती. निर्दय काळाचं ते क्रूर कर्म डोळ्यांनी बघणं अशक्य होतं. सुमारे अर्धा तास ऊर्ध्व चालू होता; पण त्यानंतर थोड्या वेळातच त्यांचं प्राणोत्क्रमण झालं. ज्यानं हिंदुसंघटनेसाठी आपल्या आयुष्याचा एक तपाच्या वर काळ वेचला आणि हिंदुराष्ट्राचं वैभव स्वतःच्या डोळ्यांनी बघण्यासाठी अनंत तळमळ बाळगली, तो देह एकाएकी अचेतन झाला आणि आकाशातून कल्पना नसताना एकदम वीज कोसळावी त्याप्रमाणे एकदम सारं वातावरण त्या वार्तेनं हादरून गेलं.

ज्या कार्यासाठी त्यांनी आपल्या पवित्र देहाचं रान केलं होतं, त्यांच्या अचेतन देहाला अखेरचा अग्नी देण्यासाठी संघस्थानासारखं पवित्र स्थानच शोधून काढलं होतं. संघस्थानावर मोठा मंडप उभारून त्या खाली चिता रचण्यात आली होती. चितेवर त्यांचा देह ठेवल्यानंतर त्या महात्म्याच्या अचेतन देहाला अखेरचा प्रणाम करण्यापूर्वी संघाची धीरगंभीर प्रार्थना म्हणण्यात आली. त्या प्रार्थनेतील,

'पतत्वेष कायो नमस्ते नमस्ते'

हा चरण जेव्हा उच्चारला गेला, तेव्हा कुमारला आपला हुंदका आवरला नव्हता. डॉक्टरांनी या कार्यासाठी खरोखरच आपला देह अर्पण केला नव्हता का?

नंतर जेव्हा तो नागपूरहून पुण्याला आला, तेव्हा कितीतरी दिवस त्याची वागणूक वेड्यासारखीच होत होती. पुनःपुन्हा डॉक्टरांचे शब्द त्याला आठवत, "अरे, व्यक्ती नेहमी का परत येत असते? शेवटी माणसाला एखाद्या तत्त्वाचीच

कास धरावीच लागते.''

मग आपल्या दुःखाला पायबंद घालून त्यानं डॉक्टरांचं कार्य जोरानं चालवलं होतं. त्या कार्यावर अगदी अंधश्रद्धा ठेवून तो वागला होता.

आणि आज त्या कार्याकडे एकाएकी पाठ करून दुसऱ्या कार्याकडे त्याचं मन धाव घेत होतं. त्याचं मन धाव घेत होतं असं म्हणण्यापेक्षा त्याच्याभोवती तशी परिस्थितीच निर्माण झाली होती. संघाच्या कार्याचं कित्येक लोकांना आकलन होत नव्हतं. प्रत्येक खेडोपाडी जाऊन शेतकरीवर्गात त्यानं त्या कार्याचा प्रसार केला होता. गेले चार दिवस पुष्पमालेला बरोबर घेऊन तो एका जवळच्या खेडेगावात संघाचं कार्य करण्यास गेला होता. नेहमीप्रमाणे त्या ठिकाणी त्यानं संघाचं बौद्धिक घेतलं होतं. ते तेथील खेडुतांना मुळीच कळलं नव्हतं. त्यांना कळेल इतकी सुलभ भाषा त्याच्याजवळ नव्हती. तो सारा प्रकार बघून पुष्पमाला आज सकाळीच त्याला म्हणाली होती, ''ज्या कार्याचा खरंच काही उपयोग होत नाही ते कार्य करणं बरं वाटतं का?''

यावर तो म्हणाला होता, ''निदान त्यामुळे आपल्या मनाचं समाधान होतं.''

''ते तरी खरं असतं का?''

या तिच्या प्रश्नाला त्याला उत्तर देता आलं नव्हतं, कारण अलीकडे खरोखरच तो करत असलेल्या कार्याविषयी तो उदासीन झाला होता. त्या कार्यात त्याचं मन रमत नव्हतं. संघाला काही कार्यक्रमच नाही असं त्याचं मत व्हायला लागलं होतं. नुसती संघटना हे ध्येय होऊच शकत नाही अशी त्याची खात्री होत चालली होती.

आणि आज संध्याकाळी तो पुण्यात आला, तेव्हा देशात त्यानं केवढा मोठा उत्साह बघितला होता! अशा वेळी आपण केवळ लाठी फिरवून संघस्थानावर नुसती प्रार्थना म्हणत बसणं आपल्याला कितपत शक्य होईल याबद्दल त्याला स्वतःलाच खात्री उरली नव्हती. एकीकडून त्याच्या मनात तो करत असलेल्या कार्याविरुद्ध काहूर उठलं होतं तर दुसरीकडे डॉक्टरांचं अखेरचं वाक्य त्याला पुनःपुन्हा आठवत होतं, ''भावनेच्या भरात अविचारानं आपल्या कार्याबाहेरचं कृत्य करू नकोस!''

ती सारी रात्र त्यानं अशाच विचारात घालवली; परंतु त्याच्या मनाचा काहीच निश्चय झाला नाही. अंतःकरणात खवळलेल्या तुफान सागरात त्याची विचारनौका कोणत्या दिशेला जाणार होती हे येणारा काळच ठरवणार होता.

१३

नेहमीपेक्षा अधिक तत्परतेनं वरच्या दिवाणखान्याची साफसफाई करत असलेल्या पुष्पमालेला बघून तिची आई म्हणाली, “काय गं, आज फारच स्वच्छता चाललीय? कुणी संस्थानी पाहुणा यायचा आहे वाटतं?”

आपल्या आईच्या या बोलण्यावर लटक्या रागाचा बहाणा करून पुष्पमालेनं म्हटलं, “हे गं काय तुझं बोलणं? संस्थानी पाहुणा यायचा असला म्हणजेच स्वच्छता करायची असते वाटतं? तुझा दिवाणखाना चांगला स्वच्छ होतोय ते कुठंच गेलं?”

“वा गं, वा! जशी काही माझ्यासाठीच ही एवढी साफसफाई चाललीय? तुझेच कुमार यायचे आहेत पुण्याहून; म्हणून जिवाचा हा सारा आटापिटा चाललाय.”

तिच्या आईनं ‘तुझेच कुमार’ असा कुमारचा केलेला उल्लेख ऐकून ती स्वतःशी थोडी दचकली, कारण त्याला जरी ती मनातून आपला मानत होती तरी उघडपणे ती त्याला आपला मानायला तयार नव्हती. त्याला उघडपणे आपला मानायचा हक्क आपल्याला शिल्लक उरला नाही, याच भावनेनं अजूनही तिचं वागणं चालू होतं; तेव्हा तिच्या आईनं कुमारचा त्याप्रमाणे केलेला उल्लेख बघून तिच्या मनात अशी शंका आली की, तिच्या आईनं तिच्या मनातील कुमारविषयीच्या भावना तर जाणल्या नव्हता ना? वास्तविक तिच्या भावना इतक्या उघडपणे

व्यक्त व्हाव्यात अशी तिची वागणूक कधीच झालेली नव्हती. मात्र, केवळ कुमार येणार म्हणून तिनं दिवाणखान्याची साफसफाई चालवली आहे, एवढ्या एकाच गोष्टीवरून जर तिच्या आईनं हा तर्क केला असेल तर त्याच्या खंडनार्थ काहीतरी बोलणं आवश्यक होतं म्हणून ती म्हणाली,

"तुला खोटं वाटेल; पण खरं म्हणजे तुम्हालाच कोणी नावं ठेवू नयेत म्हणून मी ही सारी स्वच्छता करते आहे. किती घाण झाला होता दिवाणखाना! नाहीतर लोक म्हणतील की, भाऊंनी जन्मभर शाळेतल्या मुला-मुलींना शिस्त शिकवली आणि घरी बघा, त्यांचं कसं बेशिस्त वर्तन आहे; म्हणून तुमच्यासाठी मला हे करणं भाग आहे."

यावर मान हलवत तिच्या आईनं म्हटलं, "जसं काही हे खरंच वाटेल कुणाला. आमच्यासाठी तुला जर एवढं वाटत असेल तर आम्हाला आवडणाऱ्या कितीतरी गोष्टी तुला करता येण्यासारख्या आहेत. आमच्यासाठी जर तू एक गोष्ट केलीस तर बाकीच्या साऱ्या गोष्टी केल्यासारख्याच होणार आहेत."

आईच्या या बोलण्यावर थोड्याशा चिडक्या स्वरात पुष्पमाला म्हणाली, "येऊन-जाऊन तुझी एकच गोष्ट म्हणजे माझ्या लग्नाची! पण मला कळत नाही की, माझ्या लग्नावाचून तुझं काय अडलं आहे?"

पुष्पमालेला भाऊंनी कॉलेजमध्ये घातल्यापासून त्यांच्या घरात हा एक फार मोठा अप्रिय विषय होऊन बसला होता. मॅट्रिकनंतर तिला कॉलेजमध्ये घालण्याच्या भानगडीत न पडता तिचं लग्न उरकून टाकावं असं तिच्या आईला वाटत होतं; परंतु लग्न होईपर्यंत तिला घरी न ठेवता कॉलेजमध्ये घालावं आणि त्याबरोबरच इकडे लग्नाची खटपट करावी अशा विचारानं भाऊंनी तिला कॉलेजमध्ये घातलं होतं; परंतु कॉलेजचं एक वर्ष झाल्यानंतर, पुढे पुष्पमालेनं त्यांना लग्नाचं नावदेखील काढू दिलं नव्हतं; त्यामुळे कॉलेजमध्ये गेल्यानंतर पुष्पमालेनं आपल्या लग्नाची बाब मुळीच उच्चारू दिली नव्हती. या गोष्टीचं खापर तिला भाऊंनी कॉलेजमध्ये घातल्यामुळे, पर्यायानं त्यांच्याच माथी फुटलं गेलं होतं.

तिच्या लग्नाचं नाव निघताच साध्या वादविवादालादेखील त्यांच्या घरात कित्येक वेळा संग्रामाचं स्वरूप येत असे. इतकंच नव्हे तर पुष्पमालेनं जर आपल्या म्हणण्याप्रमाणे लवकर लग्न केलं नाही तर आपणास खचित वेड लागेल असं म्हणण्यापर्यंत तिच्या आईची मजल केव्हा केव्हा जात असे. आपल्या पत्नीचा तापट स्वभाव ओळखून भाऊ मग तो वादविवाद त्या ठिकाणी मिटवीत असत आणि तर्कशास्त्राला धरून वादविवाद करणाऱ्या पुष्पमालेला एकीकडे बोलावून घेऊन शांतपणानं म्हणत,

"अगं पुष्पा, तुझं हे तर्कशुद्ध बोलणं ज्याला तर्कशास्त्र कळतं त्याच्यापाशी

योग्य आहे; पण अशा हेकट लोकांशी मौन हेच सर्वथा योग्य साधन होय.''

मग पुष्पमालाही तो वादविवाद तेथेच थांबवत असे. आताही त्यांच्या संवादाला कदाचित तसंच स्वरूप आलं असतं; परंतु इतक्यात पोस्टमन दाराशी येऊन ओरडला, ''तार आहे. पुष्पमाला पराडकर!''

धावत जाऊन पुष्पमालेनं पोस्टमनच्या हातून तार घेतली आणि ती फोडू लागली; पण इतक्यात पोस्टमन म्हणाला, ''ताई, अजून ती तार आपल्या मालकीची व्हायची आहे.''

या बोलण्यामुळे ती आश्चर्यानं त्याच्याकडे पाहात असतानाच तो हसत तिला म्हणाला, ''आधी या कागदावर सही करा; मग नंतर तार फोडा.''

त्यानं पुढे केलेल्या कागदावर सही करून तिनं तार फोडून वाचली;

''Regret, unable to come - Kumar''

(येता येत नाही याबद्दल खेद वाटतो - कुमार)

तो मजकूर वाचून तिची केवढी निराशा झाली! कारण कुमार येणार या आनंदात तिनं गेले पंधरा दिवस घालवले होते. त्यानं नगरला येण्याचं जेव्हा कबूल केलं होतं, त्या दिवशीचा प्रसंग पुनःपुन्हा डोळ्यांपुढे आणून आपल्या मनाची करमणूक करून घेण्यात तिनं किती आनंद मानला होता! आणि आता त्याच्या या तारेमुळे तिच्या आनंदावर एकदम विरजण पडलं होतं.

जसजशी दिवाळीची सुट्टी जवळ येत होती, तसतसे ती सुट्टी कोठे घालवायची याबद्दल त्यांच्यामध्ये वादविवाद सुरू होते. ती सारखी कुमारला नगरला येण्याबद्दल आग्रह करत होती आणि प्रत्येक वेळी त्या आग्रहाला नकार देताना त्याला फारसं सबळ कारण सापडत नव्हतं, कारण काँग्रेसच्या चळवळीमध्ये भाग घेण्याचं त्यानं कधीच रहित केलं होतं. या गोष्टीला दोन-तीन कारणं होती. एक तर ज्या थोर व्यक्तीच्या व्यक्तिमत्त्वावर मोहित होऊन तो संघात शिरला होता आणि आतापर्यंत त्या ठिकाणी टिकून राहिला होता, त्या डॉक्टर हेडगेवारांच्या संघानं त्या चळवळीमध्ये दाखल होण्याचा स्वयंसेवकांना आदेश दिलेला नव्हता. दुसरं कारण म्हणजे काँग्रेसच्या तशा प्रकारच्या चळवळीवर त्याचा फार बेताचा विश्वास होता. त्याला ती मनातून पटली नव्हती. शिवाय त्या चळवळीची पाळंमुळं खणून काढण्याचं आपलं धोरण थेट पार्लमेंटमध्येदेखील पंतप्रधान चर्चिल यांनी स्पष्ट बोलून दाखवलं होतं आणि त्या धोरणानुसार हिंदुस्थान सरकारला आज्ञाही सुटल्या होत्या; त्या आज्ञेच्या पलीकडे जाऊन हिंदुस्थान सरकारनं आपलं अधिक उग्र स्वरूप दाखवलं होतं आणि या चळवळीच्या पायी कित्येक निरपराध लोकांचे बळी गेले होते. अशा परिस्थितीत आपला विजय होईल म्हणून नव्हे तर सरकारच्या या दडपशाहीच्या धोरणाबद्दल केवळ चीड व्यक्त करण्यासाठी त्यानं या संग्रामात कदाचित उडी

घेतलीही असती; परंतु त्यानं त्या चळवळीमध्ये उडी घेऊ नये, असं एक कारण घडलं होतं आणि त्यामुळे त्या संग्रामात दाखल होण्याचा आपला बेत त्याला रहित करावा लागला होता.

काँग्रेसच्या चळवळीमध्ये दाखल होण्याचा आपला बेत जेव्हा त्यानं पुष्पमालेला बोलून दाखवला, तेव्हा तिनं म्हटलं होतं, "तुम्ही जाणार असाल तर मलादेखील तुमच्यामागे आलं पाहिजे, कारण आतापर्यंत तुम्ही सांगितलेल्या मार्गानं मी जात आले. यापुढेही मला तेच धोरण ठेवलं पाहिजे."

यावर कुमारनं आश्चर्यानं म्हटलं होतं, "म्हणजे तूदेखील काँग्रेसच्या या चळवळीत पडणार? बाकी तू चळवळीत पडणार म्हणजे करणार काय?"

तिनं म्हटलं होतं, "वा! काँग्रेसच्या या चळवळीमध्ये भाग घेणं फार सोपं काम आहे. बॉम्ब करायचे आणि आगगाडीच्या रुळावर नेऊन ठेवायचे!"

यावर भीतीयुक्त स्वरात तो म्हणाला होता, "छे, छे! वेडी आहेस अगदी! अशा मार्गानं का कुठे स्वातंत्र्य मिळतं? निष्कारण फाशी मात्र जाशील आणि आम्हाला रडत बसावं लागेल."

असं म्हणून त्यानं अंगावर भीतीचे शहारे आल्याप्रमाणे अभिनय केला होता.

त्यावर ती म्हणाली होती, "मी फासावर गेले तर खरंच तुम्ही रडाल?"

परंतु लहान मुलाला गप्प केल्याप्रमाणे अभिनय करून तो म्हणाला होता, "हं, हं! पुरे झालं पांडित्य!"

परंतु त्याच वेळी त्यानं ठरवून टाकलं होतं की, आपल्याला या चळवळीमध्ये भाग घेता येणार नाही, कारण आता त्याला फक्त स्वतःचाच विचार करून चालण्याजोगं नव्हतं. आपल्या मागे तीही या संग्रामात उडी घेईल अशी त्याची खात्री झाली होती आणि ज्या चळवळीला निश्चित स्वरूप नव्हतं, अशा चळवळीत भाग घेऊन कदाचित तिचा सर्वनाश होण्याचा संभव होता. आपल्या अविचाराची फळं कदाचित तिला भोगावी लागतील; यामुळे त्यानं तो नाद अजिबात सोडून दिला होता; तेव्हा नगरला न जाण्यासाठी त्याला आता काहीच सबब उरली नव्हती.

ज्या दिवशी तिच्या कॉलेजला सुट्टी लागली त्या दिवशी त्यांच्या वादविवादाला चांगलाच रंग भरला होता. कॉलेज सुटल्यानंतर दोन प्रहरी ती थेट कुमारच्या घरी गेली आणि कुमारला म्हणाली, "हे, उद्याचं निमंत्रण द्यायला मी आले आहे."

यावर समोरच्या खुर्चीकडे बोट करून तो म्हणाला होता, "आधी खुर्चीवर तर बसा. मग काहीतरी पेय घ्या आणि भरल्यापोटी निमंत्रण द्या."

तिनं खाली न बसताच म्हटलं होतं, "छे, छे! मी आता तुमच्याकडे काही घेणार नाही. मी तुमच्यावर रागावले आहे. मी मुळीच बोलणार नाही तुमच्याशी!"

तो चटकन म्हणाला होता, "बोलणार नाही तर मग निमंत्रण कसं देणार?

नुसत्या खुणेनं? आपण नाही बुवा नुसत्या खुणेनं दिलेलं निमंत्रण स्वीकारणार!''

चिडक्या स्वरात तिनं म्हटलं होतं, ''हे हो काय? आता मी खरंच चिडेन हं तुमच्यावर. जशी काही आम्हाला काहीच किंमत नाही, इतके दिवस पाठीमागे लागले आहे; पण...''

तिचा स्वर रडका झालेला बघून तो म्हणाला होता, ''बरं बरं, खाली तर बस, मग सांगतो काय ते!''

आणि ती खुर्चीवर बसल्यावर त्यानं म्हटलं होतं, ''खरं सांगू का? मला नागपूरहून नुकतंच बोलावणं आलं आहे, त्यांच्या हिवाळी कँपसाठी; मग...''

त्याचं वाक्य पुरं होण्यापूर्वीच ती म्हणाली होती, ''म्हणजे आमच्यापेक्षा त्या निमंत्रणालाच अधिक किंमत! असंच किनई?''

परंतु तिच्या या प्रश्नाला उत्तर देण्यापूर्वीच डोक्याला फेटा गुंडाळलेले एक गृहस्थ बाहेर आले आणि कुमारची चौकशी करू लागले; तेव्हा कुमारनं दारात जाऊन त्यांना विचारलं, ''काय काम आहे आपलं?''

ते गृहस्थ गंभीरपणानं त्याच्याकडे बघत म्हणाले, ''आपणच कुमार असाल तर आपल्याशीच माझं काम आहे.''

त्यांना आत बोलावून खुर्चीवर बसायला सांगून त्यानं म्हटलं, ''होय. माझंच नाव कुमार! काय काम आहे आपलं माझ्याकडे?''

आपल्या खांद्यावर दोन्ही बाजूंनी लपेटलेलं उपरणं बाजूला काढून ठेवत त्यांनी म्हटलं, ''हं! आता काही हरकत नाही. माझं काम असं आहे की - पण तसं कशाला, मी थोडक्यातच सांगतो, एका सभारंभाचं अध्यक्षस्थान स्वीकारण्यासाठी मी आपणाला निमंत्रण द्यायला आलो आहे.''

त्यावर कुमार चटकन म्हणाला, ''मग मला तुम्हाला निराश करावं लागेल.''

आणि पुष्पमालेकडे आपली दृष्टी वळवून तो म्हणाला, ''यांनाही आता मी तेच सांगत होतो की, यंदा दिवाळीच्या सुट्टीत मला नागपूरला हिवाळी कँपसाठी जायचं आहे.''

त्यांनी आपली मुद्रा गंभीर करून विचारलं,

''तो कँप केव्हा आहे?''

कुमारनं त्या कँपची तारीख सांगितल्यानंतर त्या गृहस्थांनी एकदम टाळी वाजवून म्हटलं, ''वा! मग जमलंच की! आमचा समारंभ त्याच्या आधी आठ दिवस आहे. तो उरकून तुम्ही खुशाल नागपूरला जा!''

त्या गृहस्थाच्या आविर्भावाची त्या दोघांनाही मोठी गंमत वाटली. फारशी ओळख नसताना कोणत्याही व्यक्तीवर आपली प्रेमळ हुकमत चालवण्याची काही लोकांना सवय असते. त्या सदरात ही व्यक्ती मोडण्याजोगी आहे, असं दोघांनाही

वाटलं आणि त्यांच्या पुढच्या बोलण्यावरून त्या दोघांची त्याप्रमाणे अधिकच खात्री पटत गेली.

कारण कुमारच्या संमतीचा प्रश्नही विचारात न घेता ते पुढे म्हणाले, ''मग हे ठरलं तर! तुम्ही २५ तारखेला समारंभाचं अध्यक्षस्थान स्वीकारायचं आणि त्यानंतर १ तारखेला नागपूरला जायचं.''

आपल्याला आता ते निमंत्रण सहजासहजी टाळता येणं शक्य नाही अशी खात्री होऊन कुमारनं त्यांना विचारलं, ''अहो, पण कसला समारंभ आहे आणि तो कुठे आहे हे तर सांगाल की नाही?''

त्यावर त्यांनी म्हटलं, ''हात्तीच्या! सारंच मुसळ केरात! ते सांगायचं मी विसरलोच की! आमच्या खर्ड्याला आम्ही २५ तारखेला संघाचा एक समारंभ करत असतो. माझा मुलगा तेथे प्रमुख कार्यवाह आहे. त्यानं पुण्याच्या आरटीसी कँपच्या वेळी तुम्हाला बघितलं आहे. तुम्ही घेतलेली बौद्धिकं ऐकून तो तुमच्यावर इतका बेहद्द खूश झाला आहे की, या वर्षी माझ्या पाठीमागं त्यानं सारखं टुमणंच लावलं होतं की, यंदा कुमारनाच उत्सवाचं अध्यक्षस्थान द्यायचं!''

संघाच्या उत्सवाचं निमंत्रण असल्यामुळे ते त्याला उघडपणे टाळता येणं शक्यच नव्हतं; परंतु अजूनही ते टाळण्याचा प्रयत्न करून बघावा म्हणून त्यानं म्हटलं, ''खर्डा हे गाव फार लांब असेल नाही का? आणि बहुतेक मोटारीचा प्रवास असेल.''

यावर गृहस्थांनी आपली मान हलवली.

तेव्हा कुमार म्हणाला, ''मला इतका लांबचा प्रवास मुळीच सहन होणार नाही.''

ते ऐकून वृद्ध गृहस्थ म्हणाले, ''आमच्या मोटारी काही इकडच्यासारख्या नाहीत. एक मोटार येथून थेट खर्ड्याला जाते; परंतु तो प्रवास फारच कंटाळवाणा आहे. तुम्ही प्रथम नगरला या. तेथून आमच्या बापूसाहेब होशिंगांची पंजाब मेल आहे. अशी पळते की, काही विचारू नका. अहो, तात्यांनीसुद्धा एकदा खर्ड्याला यायचं कबूल केलं आहे.''

कुमारनं विचारलं, ''तात्या कोण?''

''अहो, तात्या सावरकर! आमचा तो इतिहासप्रसिद्ध किल्ला बघायला ते येणार आहेत.''

आणि पुढे कुमारला बोलायला मुळीच अवसर न देता ते म्हणाले, ''मग मी हे ठरलं असं धरून चालतो आणि आपली रजा घेतो.''

यावर कुमारकडे मिश्कीलपणानं बघत पुष्पमाला म्हणाली, ''हो, ठरलं. प्रथम त्यांनी नगरला यायचं आणि नंतर २५ तारखेस खर्ड्याला.''

परंतु तिच्या या मिश्कील बोलण्यावर त्या गृहस्थांकडे बघत तो म्हणाला होता, "पण माझी एक अट आहे. मी नगरहून आलो तर माझ्याबरोबर या पाहुण्याबाईंनाही मी आणणार आहे."

त्याचं बोलणं ऐकून पुष्पमालेकडे बघत ते गृहस्थ हसत म्हणाले होते, "वा, वा! मग तर फारच बहार येईल. तुमच्यासारख्या शहरी लोकांचं स्वागत करण्यात आमच्या खेडुतांना नेहमी आनंदच वाटतो."

ते गृहस्थ बाहेर गेल्यानंतर पुष्पमाला म्हणाली होती, "अगदी अस्से आहात! शेवटी त्यांच्या निमंत्रणाचा स्वीकार केलातच ना?"

त्यावर कुमारनं म्हटलं होतं, "खरं म्हणजे हे निमंत्रण स्वीकारायला लावण्यात तुझाच अधिक भाग आहे. केवळ तुझा नगरला येण्याचा आग्रह चालला होता; म्हणूनच मी त्यांच्या निमंत्रणाचा स्वीकार केला."

परंतु त्याचं बोलणं ऐकून लटक्या रागाचा अभिनय करून तिनं म्हटलं होतं, "जसं काही खरंच वाटेल कुणाला!"

परंतु त्यानं यायचं कबूल केलं यातच तिनं आनंद मानला होता. त्या आनंदात ती नगरला आली होती आणि आज त्याची तार आली होती की, तो येणार नाही म्हणून! यापेक्षा त्यानं येण्याचं कबूल केलं नसतं तरी बरं झालं असतं, असं तिला वाटलं. एखाद्याला आशा दाखवून निराशा करायची ही कुठली पद्धत?

मग दिवाणखाना अधिक साफ करायचं काम तसंच अर्धवट टाकून ती जिन्याच्या पायऱ्या उतरू लागली असताना डोक्यावर काही सामान घेऊन गोपाळ वर येताना तिला दिसला. ती त्याला काही विचारणार तोच गोपाळ तिला म्हणाला,

"ताईसाहेब, पाव्हणे आले!"

टांग्याचे पैसे चुकते करून कुमार जेव्हा घराच्या पायऱ्या चढून वर येताना दिसला तेव्हा क्षणभर तिला ती गोष्ट खरीच वाटली नाही. घरात शिरल्यानंतर तो तिला म्हणाला,

"आलो की नाही?"

"हे हो काय तुमचं लक्षण? एखाद्याला आशा दाखवून निराश करायचं?"

कारण त्याच्या न येण्याबद्दलची तार अजूनही तिच्या हातात होती आणि काही काळापूर्वी त्यामुळे झालेली तिची निराशा अगदी ताजीतवानी होती.

कुमार आपल्या नेहमीच्या पद्धतीनं हसत तिच्याकडे बघत म्हणाला, "उलट म्हण हवं तर. एखाद्याची निराशा करून नंतर आशा दाखवायची!"

काही झालं तरी तो आता तिच्या इच्छेप्रमाणे नगरला आला होता आणि त्यामुळे क्षणापूर्वी झालेली तिची निराशा कोठल्या कोठे पळून गेली होती.

*

खर्ड्यांहून नगरला परत आल्यानंतर तेथील रम्य आठवणी काढून त्या पुनःपुन्हा एकमेकांना सांगण्यात कुमारचा आणि पुष्पमालेचा एक दिवस कसा गेला हे त्या दोघांनाही कळलं नाही. दुसऱ्या दिवशी कुमारला पुण्याला जाणं भाग होतं. त्या दिवशी त्यांची सारखी बोलणी चालली होती. त्या बोलण्यातही मुख्य भाग त्या आठवणींचाच होता. पुष्पमाला कुमारला म्हणत होती, ''खरोखर आपली ट्रिप किती सुंदर झाली नाही का?''

तिच्या म्हणण्याला दुजोरा देण्यासाठी कुमारनं म्हटलं, ''ही ट्रिप मी जन्मभर विसरणार नाही.''

आणि खरोखर त्यांनी ती जन्मभर विसरू नये असंच त्या ट्रिपचं स्वरूप होतं.

नगरहून सकाळच्या मोटारीनं निघून ती दोघं दुपारी खर्ड्याला पोहोचली होती. संध्याकाळी तेथे संघाचा कार्यक्रम झाला. त्या कार्यक्रमाचं स्वरूप नेहमीप्रमाणे होतं. अध्यक्ष या नात्यानं कुमारला 'गार्ड ऑफ ऑनर' देण्यात आला. नंतर स्वयंसेवकांचे कवायतीचे कार्यक्रम झाले होते. स्वयंसेवकांनी आणि गावातील उपस्थित मंडळींनी संघाची धीरगंभीर प्रार्थना म्हटली होती आणि कुमारनं नेहमीप्रमाणेच त्या सभेत आवेशयुक्त भाषण केलं होतं. आपल्या भाषणात निरनिराळे दाखले देऊन, जमलेल्या लोकांना त्यानं संघटनेचं महत्त्व पटवून दिलं होतं. भाषणाच्या अखेरीस तो म्हणाला होता, ''परमपूज्य कै. डॉ. हेडगेवार यांच्या शब्दांत सांगायचं तर आपणच या संघाचे निरनिराळे अवयव आहात. हा संघ सर्वस्वी आपला आहे. आपलं शरीर आणि अवयव यांचा जो परस्परसंबंध आहे, तोच संबंध संघाचा व आपला आहे. शरीराच्या सर्व अवयवांची वाढ जर एकाच वेळी आणि एकसारखी होत गेली तरच ते शरीर समर्थ होऊन सुंदर दिसू लागतं. समजा, आपण हात व छाती बळकट होईल अशा तऱ्हेचाच व्यायाम घेऊ लागलो आणि पायाकडे पूर्णपणे दुर्लक्ष केलं तर आपले पाय मोराच्या पायाप्रमाणे बारीक आणि अशक्त होतील आणि व्यायामाच्या योगानं प्रचंड तसंच बलवान बनलेल्या शरीराच्या भागाला ते शोभणार तर नाहीतच; पण तेच तुम्हाला दगा दिल्याशिवाय राहाणार नाहीत. आपण सर्वजण संघाचे हात किंवा पाय आहोत असं समजलो तर आपली सर्वांची एकसमयावच्छेदेकरून एकसारखी उन्नती व्हावयास नको का? त्याकरिता नियमितपणे संघाच्या कार्यक्रमाला सर्वांनी अवश्य यावयास नको का?...''

''परमपूज्य डॉक्टरांच्या या उपदेशाप्रमाणे आपण वागाल तर माझी खात्री आहे की, सध्या आपण सर्वजण चाचपडत ज्या अंधकाराच्या प्रदेशावरून जात आहोत, तो प्रदेश संपून उज्ज्वलित अशा उजेडाच्या प्रदेशावर आपण आपलं पाऊल खचितच टाकू.''

त्याचं भाषण संपल्यानंतर पूर्व क्षितिजावरून चंद्राच्या कोवळ्या बिंबानं पृथ्वीवर

हळूच डोकावून बघितलं होतं आणि त्याच्या मंद प्रकाशानं पृथ्वीला एक प्रकारचं तेज चढलं होतं; त्यामुळे कुमारच्या भाषणात प्रतीत झालेलं आपल्या देशाच्या स्वातंत्र्याचं भावी सुखस्वप्न आपण प्रत्यक्ष डोळ्यांनी बघत आहोत असा स्पष्ट भास जमलेल्या साऱ्या मंडळींना झाला आणि त्या योगानं त्यांच्या वृत्ती थरारून गेल्या.

तो कार्यक्रम आटोपल्यानंतर काही स्वयंसेवक कुमार जवळ येऊन म्हणाले, ‘‘आज रात्री आमचं बौद्धिक घेणार आहात काय?’’

यावर कुमारला बोलू न देता सदुभाऊ म्हणाले होते, ‘‘मग आता झालं हे काय झालं? रात्री बौद्धिकबिद्धिक काही नाही. अरे, पाहुण्यांना जरा विश्रांती घेऊ द्याल की नाही? मी पुण्याहून केवढ्या मिनतवारीनं त्यांना या कार्यक्रमासाठी आणलं आणि त्यांना असा त्रास दिलात तर ते पुन्हा कधी येणार नाहीत. ऊस गोड लागला म्हणून काही मुळासकट खायचा नसतो.’’

असं म्हणून कुमारच्या भोवती जमलेल्या त्या स्वयंसेवकांना त्यांनी जवळजवळ हाकलूनच लावलं होतं. मग घरी जाताना सदूभाऊ म्हणाले होते, ‘‘तुमचा रात्रीचा त्रास मी का वाचवला हे तुम्हाला माहीत नाही. आपल्याला उद्या पहाटे एका छोट्या ट्रिपला जायचं आहे.’’

आपल्या तोंडावर आपला उजवा हात ठेवून कुमार म्हणाला होता, ‘‘आता ट्रिप वगैरे काही नको. मला सुखरूप पुण्याला जाऊ द्या. मला खरंच प्रवासाचा फार त्रास होतो.’’

या बोलण्यावर शक्य तितका आपला चेहरा गंभीर करून सदूभाऊ म्हणाले होते, ‘‘इतक्या जवळ येऊन रामेश्वरसारख्या सृष्टीसौंदर्याच्या ठिकाणी जर तुम्हाला नेलं नाही तर लोक मला वेड्यातच काढतील. अहो, तीनशे फुटांवरून रामेश्वरच्या दरीत एका नदीचं पाणी पडतं आहे, असलं सौंदर्य तुम्हाला क्वचितच बघायला मिळेल आणि त्रासाविषयी म्हणाल तर एवढंच सांगतो की, तुम्हाला अधिक त्रास तर होणार नाहीच; परंतु ते सौंदर्य बघितल्यावर उलट झालेला त्रास मात्र नाहीसा होईल.’’

यावर कुमार काहीतरी बोलण्याऐवजी पुष्पमालाच म्हणाली होती, ‘‘खरंच, इतकं सुंदर ठिकाण आहे? मग तर जाऊच या आपण. पुन्हा कधी आपण इकडे येणार आहोत?’’

या कार्यक्रमाला कुमारनं जरी नाखुशीनंच आपली संमती दिली होती तरी प्रत्यक्ष ते ठिकाण बघितल्यानंतर मात्र त्याच्या मनात पुनःपुन्हा येत होतं की, खरोखरंच केवढं अपूर्व सौंदर्य हे!

ते सर्वजण डोंगरमाथ्यावर येऊन पोहोचले, तेव्हा सकाळचे दहा वाजून गेले होते. डोंगरावरून नजर पोहोचणार नाही इतकी विस्तीर्ण दरी खाली पसरली होती.

नुकताच पाऊस पडून गेल्यामुळे त्या दरीमधून वाहणाऱ्या नदीला महापूर आला होता. त्या वेळी आकाशात कोठे कोठे ढग दिसत होते; परंतु सूर्य मात्र चांगलाच प्रकाशत होता आणि दरीमधून वाहणाऱ्या नदीमध्ये त्याचं स्वच्छ प्रतिबिंब पडलं होतं. सभोवतालच्या शेतांमध्ये नुकत्याच पेरण्या झालेल्या असल्यामुळे ती सारी शेतं हिरवीगार दिसत होती; त्यामुळे सृष्टीला एक प्रकारचं आकर्षक स्वरूप प्राप्त झालं होतं. स्नान केल्यानंतर हिरवंगार वस्त्र नेसून बसलेल्या नवपरिणीत वधूप्रमाणे ती भासत होती आणि सृष्टीचं ते सुस्नात स्वरूप बघण्याचा मोह सूर्याला काही आवरता येत नव्हता. त्याला आच्छादणाऱ्या दोन मेघांच्या फटीतून हळूच डोकावून तो तिच्या त्या स्वरूपाकडे बघत होता; पण त्याप्रमाणे चोरून बघणं बरं नव्हे या जाणिवेनंच की काय कुणास ठाऊक, त्यानं आपलं तोंड पुन्हा ढगाआड केलं होतं. काही काळानंतर तो जेव्हा पुन्हा ढगाबाहेर आला, तेव्हा त्या ढगांच्या कडा धवल चांदीनं मढवल्याप्रमाणे दिसत होत्या. जणू काही त्या ढगांचं ते सिंहासन त्याच्यासाठीच बनवलं होतं आणि त्यावर आरूढ झालेला सूर्य सृष्टीचा सार्वभौम सत्ताधीश होता.

परंतु यापेक्षाही चित्ताकर्षक देखावा प्रत्यक्ष दरीत गेल्यानंतर त्यांना बघायला मिळाला होता. तीनशे फुटांवरून पांढऱ्या शुभ्र पाण्याची धार डोंगरावरून दरीत कोसळत होती आणि खाली पडणाऱ्या त्या धारेचे बारीक तुषार पुन्हा वर जात होते आणि सूर्याची किरणं त्या तुषारांतून परावर्तित झाल्यामुळे त्या योगानं तेथे नाना इंद्रधनुष्यं निर्माण झाली होती. सृष्टीसौंदर्याचं ते अपूर्व दृश्य बघून कुमारला वाटलं होतं, आपल्या लहानशा वत्साच्या दर्शनानं एखाद्या कामधेनूला पान्हा फुटला असावा आणि त्या योगानं तिच्या स्तनांतून हे क्षीरामृत स्वर्गातून खाली ओसंडत असावं. खाली या कुंडात ते अमृत साठवण्याची व्यवस्था केली असावी आणि सृष्टीवरील फक्त पुण्यात्म्यांनाच ते वाटण्यात येणार असून त्याला अपात्र लोकांनी हात लावता कामा नये, यासाठी परमेश्वरानं जणू काही हे चापधारी सैनिकच उभे केले असावेत. सर्व दृष्टींनी पवित्र असं ते ठिकाण बघून तो मनात म्हणाला होता, तपस्व्यांना तपाचरणासाठी तर ही तपोभूमी तयार केली गेली नसेल ना? त्यांचं सर्व दृष्टींनी संरक्षण करण्यासाठीच जणू काही डोंगराच्या भिंतींचे हे चार तट उभारले असावेत. खाण्यासाठी वेगवेगळ्या ऋतूंत निरनिराळ्या फळांची समृद्धी, देवार्चनासाठी नाना रंगांची फुलझाडं, विश्रांतीसाठी हरित तृणांचे गालिचे, वर नभोवितानाचं आच्छादन, अंधाऱ्या रात्री निसर्गाचे डोळ्यांना आल्हाद देणारे विद्युत्दीप आणि करमणुकीसाठी या धबधब्यातून उत्पन्न होणारं निसर्गाचं संगीत या साऱ्या गोष्टी बघून तर त्याची खात्री झाली की, खचित परमेश्वरानंच तपस्व्यांसाठी असल्या मुग्ध सृष्टीसौंदर्यानं नटलेल्या स्थळांची योजना केली असली पाहिजे.

जवळच उभ्या असलेल्या पुष्पमालेला तो म्हणाला होता, "खरंच, असली

सृष्टीसौंदर्यानं नटलेली ठिकाणं बघितली म्हणजे मनात येतं की, सर्व काही सोडून देऊन या परमेश्वर स्वरूपासन्निध येऊन राहावं. ते राजकारण नको; तो पक्षाभिनिवेश नको; त्यापासून उत्पन्न होणारे हेवेदावे नकोत; प्रेम, लोभ, राग वगैरे विकार नकोत; महत्त्वाकांक्षा नको; महत्त्वाकांक्षेच्या विफलतेतून उत्पन्न होणारं दुःख नको आणि मानवी आयुष्यातील तो आशा-निराशेचा खेळही नको.''

तिला उद्देशून परंतु जवळजवळ स्वगतच केलेलं त्याचं हे बोलणं ऐकून पुष्पमाला म्हणाली होती, ''कुमार, तुमचा स्वभाव खरोखर फार भावनाप्रधान आहे. कोणतीही गोष्ट बघितली की, तुम्ही तिच्याशी समरस होऊन जाता. माणसानं इतकं भावनाप्रधान असणं बरं नव्हे.''

आपल्या एखाद्या नाजूक भावनेची तिनं हेटाळणी केली आहे असा समज करून घेऊन तो जरा चिडक्या स्वरातच तिला म्हणाला होता, ''हा ज्याचा त्याचा प्रश्न आहे; पण लक्षात ठेव की, भावनेच्या भरातच जगातील अपूर्व अशी कृत्यं घडत असतात.''

यावर पुष्पमालेनं काहीच उत्तर दिलं नव्हतं; परंतु तिनं मनात म्हटलं होतं, 'भावनेच्या भरात यांच्या हातून भलतंच काही कृत्य झालं नाही म्हणजे मिळवली.'

त्याच वेळी दूर फराळाची व्यवस्था करण्यात गुंतलेल्या सदूभाऊंनी त्या दोघांना हाक मारून म्हटलं होतं, ''कुमार, आता पुरे झालं सृष्टिसौंदर्याचं दर्शन! मी काही तुम्हाला फक्त तेवढ्यासाठी इथं आणलं नाही. आता आधी पोटाकडे बघा आणि मग छोटी डुलकी काढून पुन्हा सृष्टिसौंदर्य बघण्यात मग्न व्हा.''

त्यामुळे तो विषय तेथेच थांबला होता.

त्यांना परत यायला बरीच संध्याकाळ झाली होती. मोटारीत सदूभाऊ कुमारला सारखं विचारत होते, ''काय, कसं वाटलं आमचं रामेश्वर तुम्हाला?''

यावर कुमार म्हणाला होता, ''वा! भलतंच छान! आता कधीतरी मी त्या ठिकाणी १५ दिवस मुक्कामच ठोकणार आहे.''

सदूभाऊ म्हणाले होते, ''आता हुर्डा खायला जोडीनंच या पुढच्या वर्षी!''

त्यांच्या बोलण्यातील गर्भित अर्थ दोघांनाही कळला होता आणि आतासुद्धा वरच्या दिवाणखान्यामध्ये ती दोघं बोलत होती, तेव्हा दोघांच्याही मनात सदूभाऊंचं तेच तेच वाक्य पुनःपुन्हा येत होतं; परंतु उघडपणे मात्र त्यांचं निराळंच संभाषण चाललं होतं.

कुमार पुष्पमालेला म्हणत होता, ''तू आल्यामुळे किती गंमत आली ट्रिपला! वास्तविक तुझ्या आईनं तुला परवानगी दिल्याबद्दल तुझ्या आईचेच जास्त आभार मानले पाहिजेत.''

यावर तिनं आपली मान हलवली खरी; परंतु मनातून तिनं म्हटलं, ''तुम्हाला

काय ठाऊक मला कोणत्या स्थितीत परवानगी मिळाली ते!''

कुमारबरोबर तिनं खड्याला जाण्याचा जेव्हा प्रश्न निघाला, तेव्हा भाऊंनी तिच्या जाण्याला तत्काळ संमती दिली होती; परंतु ती संमती खोडून काढून तिची आई म्हणाली होती, ''छे, छे! इतक्या सहजासहजी तिला संमती देऊ नये. एका गोष्टीला जर तिनं कबुली दिली तरच तिला खड्याला जायला मिळेल.''

भाऊंनी विचारलं होतं, ''आलंच का तुझं काहीतरी खुसपट? कसली कबुली हवी आहे तुला?''

मग तिच्या आईनं म्हटलं होतं, ''यंदा बी.ए. झाल्यानंतर ताबडतोब लग्न करण्याची तिनं कबुली दिली पाहिजे.''

भाऊ म्हणाले होते, ''हात्तीच्या, एवढंच ना? मग ती देईल की! खरं ना ताई?''

आणि पुष्पमालेकडे बघून त्यांनी तिला खुणावलं होतं. त्यांचं ते खुणावणं लक्षात घेऊन तिनं म्हटलं होतं, ''हो हो.''

''नुसतं हो हो नाही चालायचं हं! मग माझ्याशी गाठ आहे.''

या आईच्या बोलण्यावर पुष्पमालेनं मनात म्हटलं होतं. 'ते काय मला माहीत नाही! बालपणापासून मी तुला चांगली ओळखते आहे.'

परंतु वरवर तिनं मान हलवली होती आणि त्यामुळे कुमारबरोबर खड्याला जाण्याचा तिचा बेत कायम झाला होता.

हा प्रकार अर्थात कुमारच्या गैरहजेरीत झाला असल्यामुळे त्याला त्याची काहीच कल्पना नव्हती. तथापि दोन दिवसांच्या त्याच्या मुक्कामात त्यानं त्या जोडप्याच्या स्वभावातील विषमता जाणली होती; त्यामुळे त्यानं हे वाक्य उच्चारलं होतं आणि तो तेवढ्यावरच थांबला नाही तर त्यानं पुष्पमालेला तसं बोलूनही दाखवलं. तो म्हणाला, ''खरंच, भाऊंच्या आणि तुझ्या आईच्या स्वभावामध्ये किती तफावत आहे! इतका उदारमतवादी आणि सांगोपांग विचार करणारा वृद्ध माणूस सापडणं खरोखर कठीण आहे.''

पुष्पमाला म्हणाली, ''आणि मला नेहमी त्याचाच अभिमान वाटतो; परंतु त्याचबरोबर दुसरीकडे आईचा स्वभाव बघून मनाला विषाद वाटतो.''

ते ऐकून कुमार म्हणाला, ''खरोखर वैवाहिक सौख्यावर माणसाचं सारं आयुष्य अवलंबून असतं. बाहेरच्या आयुष्यातील मोठेपणा, कीर्ती वगैरे साऱ्या गोष्टी बव्हंशी त्याच्या घरातील सुखावर अवलंबून असतात.''

इतकं बोलून तो थांबला. त्याला आणखी काहीतरी बोलायचं होतं; परंतु आपल्या विचारांची नीट जुळणी करण्यासाठी तो थांबला. बराच वेळ गेल्यानंतर त्यानं म्हटलं, ''पुष्पा, फार दिवस विचार करतो आहे मी एका गोष्टीबद्दल! मला

एक प्रश्न तुला विचारायचा आहे. विचारू का?"

परंतु यावर पुष्पमाला काही बोलण्यापूर्वीच काही कामासाठी तिच्या आईनं दिवाणखान्यात प्रवेश केला आणि त्यांचं बोलणं तेवढ्यावरच थांबलं.

मग पुण्याच्या गाडीनं जाईपर्यंत त्या दोघांना पुढे मुळीच एकान्त मिळाला नाही आणि त्याचा प्रश्न विचारायचा तसाच राहून गेला.

१४

इंग्रजी पाचवीच्या तासावर जाण्यापूर्वीच शाळेच्या गड्यानं पुष्पमालेच्या हातात एक चिठ्ठी आणून दिली. ती वाचून तिला दोन प्रकारांनी आश्चर्य वाटलं. एक तर कुमार साताऱ्याहून पुण्याला मधूनच कसा परत आला या गोष्टीचं आणि त्यानं ज्या तऱ्हेनं ती चिठ्ठी लिहिली होती त्या तऱ्हेचं! चिठ्ठीत त्यानं लिहिलं होतं, "मी तुझ्या घरी बसलो आहे. माझं काही महत्त्वाचं काम आहे. तू लगेच घरी ये."

त्यानं यापूर्वी तिला अशा तऱ्हेनं कधीच लिहिलं नव्हतं, तेव्हा खरोखरच काही महत्त्वाचं काम असल्याशिवाय तो तसं लिहिणार नाही याबद्दल तिला खात्री होती. त्याच्या भेटीसाठी ती आता फार उत्सुक झाली होती. किती दिवसांच्या अंतरानं तो तिला आज भेटणार होता? नगरहून पुण्याला आल्यानंतर तो ताबडतोब हिवाळी कँपसाठी नागपूरला गेला होता. तिकडून आल्यानंतर तो पुष्पमालेला भेटला, तेव्हा ती अभ्यासात अगदी गढून गेलेली त्याला दिसली होती. एकदा कॉलेजातून परत येताना ती त्याला रस्त्यात भेटली होती; तेव्हा तिनं म्हटलं होतं, "एकदा घरी या ना; आमचं नवीन बिऱ्हाड बघायला."

भाऊंनी पेन्शन घेतल्यानंतर पुण्याला येऊन नारायण पेठेत नवीन बिऱ्हाड थाटलं होतं, ही गोष्ट त्याला माहीत होती. त्या बिऱ्हाडी तो एकदा जाऊन आला होता, तेव्हा पुष्पमाला माडीवर अभ्यास करते आहे असं तिच्या आईकडून कळल्यानंतर तो

खालच्या खालीच निघून गेला होता. आता पुष्पमालेच्या या बोलण्यावर त्यानं म्हटलं होतं, ''वा! मी तुझं बिऱ्हाड कुठे बघितलं आहे? तू त्या वेळी तुझ्या खोलीत अभ्यास करत होतीस, तेव्हा मी परस्परच निघून गेलो.''

''इश्श! काय हे? एवढा काही माझा अभ्यास बुडाला नसता. आमचं बिऱ्हाड बघितलंत; पण माझी खोली काही बघितली नाहीत, तेव्हा आता ती बघायला या.''

तिच्या या बोलण्यावर नकारार्थी मान हलवत त्यानं म्हटलं होतं, ''छे, छे! आता तुझी बी.ए.ची परीक्षा होईपर्यंत तुझी गाठ घ्यायची नाही असं मी ठरवलं आहे. उगाच तुझ्या अभ्यासात व्यत्यय नको.''

यानंतर एकदा तिला तो अत्यंत घाईत आणि उदासवाणा असा दिसला होता. ती काही बोलण्यापूर्वीच तो तिला म्हणाला होता, ''मी उद्या सातारला जाणार.''

यावर प्रश्नार्थक मुद्रेनं पुष्पमालेनं त्याच्याकडे बघितलं होतं, तेव्हा तो म्हणाला,

''साताऱ्याला माझी जी काही थोडीफार जमीन आहे, त्यासंबंधी काही भानगडी उपस्थित झाल्या आहेत. कदाचित या वर्षाअखेरपर्यंत मला तिथंच राहावं लागेल.''

आणि नंतर तो तिला म्हणाला होता, ''एका तऱ्हेनं हे बरंच झालं. तुझ्या अभ्यासातला व्यत्यय तरी कमी होईल. पुण्याला राहून तुला न भेटणं ही गोष्ट कठीण गेली असती. ती आता मला सुलभ वाटेल, खरं की नाही?''

त्याच्या या बोलण्यावर तिनं थोडंसं हास्य केलं खरं; परंतु त्या हास्यामध्ये तिच्या मनाची खिन्नता प्रतीत झाल्यावाचून राहिली नव्हती. ती म्हणाली होती, ''तिकडचं काम झाल्यावर मात्र ताबडतोब निघून या.''

त्याप्रमाणे आज तो आला होता आणि तिला चिठ्ठीत लिहिलं होतं की, तिच्याकडे त्याचं काही महत्त्वाचं काम आहे म्हणून! त्यामुळे घरी जायला ती उत्सुक होती खरी; परंतु शाळेच्या मुख्याध्यापिका आपल्याला आज घरी जायला परवानगी देतील की नाही याविषयी तिला शंका होती, कारण आदल्या दिवशीच आपल्या आईच्या काही कामासाठी त्यांची परवानगी घेऊन ती घरी गेली होती. शिस्तीबद्दल त्यांची बरीच ख्याती होती, तेव्हा लागोपाठ आपल्याला घरी जायला त्या संमती देणार नाहीत याबद्दल तिला खात्री होती; परंतु काहीही करून घरी जाणं तिला आवश्यक होतं. लगेच तिच्या मनात एक कल्पना आली. आपलं डोकं दुखत आहे असा बहाणा करून आपण घरी गेलो तर? ती खुर्चीवरून उठली आणि त्या खोलीच्या एका बाजूला असलेल्या आरसा स्टँडसमोर जाऊन उभी राहिली. तिच्या गालाची हाडं कितीतरी वर आलेली दिसत होती! तिच्या डोळ्यांभोवती काळी वर्तुळं तयार झाली होती आणि काहीशा कृशपणामुळे तिच्या श्यामल रंगात काळेपणाची अधिकच भर पडली होती; परंतु या गोष्टीकडे तिचं लक्ष होतं कुठे? तिला डोकं दुखण्याचं नाटक वठवायचं होतं आणि ते कितपत वठेल हे ती आरशात बघत

होती. तिचे केस अस्ताव्यस्त झाले होते आणि त्यांपैकी काही बटा तिच्या कपाळावर आल्यामुळे आधीच निरुंद असलेला तिचा भालप्रदेश त्यामुळे झाकून गेला होता. ही गोष्ट आपलं नाटक वठवण्यासाठी बरी आहे असं वाटून तिनं आपले केस सावरले नाहीत आणि तशीच ती मुख्याध्यापिकेच्या खोलीत गेली.

त्या वेळी आपली मान खाली करून त्या काही लिहिण्याच्या कामात गढून गेल्या होत्या. त्यांचं लक्ष आपल्याकडे वेधून घेण्यासाठी तिनं एक युक्ती केली आणि ती सफलही झाली. ती थोडीशी खोकली, तेव्हा त्यांनी तिच्याकडे बघितलं आणि प्रश्न केला, ''काही काम आहे?''

पुष्पमालेनं आपली मान होकारार्थी हलवून म्हटलं, ''आज माझं फार डोकं दुखतंय, तेव्हा...''

तिचं वाक्य पुरं होण्यापूर्वीच त्या म्हणाल्या, ''तेव्हा घरी जायला हवं असेल हेच किनई?''

पुष्पमाला गप्प बसलेली पाहून त्या पुढे म्हणाल्या, ''कालच तर तुम्ही घरी गेला होता ना?''

पुष्पमाला पुटपुटली, ''काल काम होतं; पण आज डोकं दुखतंय...''

''आणि उद्या ताप. परवा तिसरंच काहीतरी...'' हेटाळणीच्या स्वरात त्यांनी तिचं वाक्य पुरं केलं आणि पुढे म्हटलं, ''पराडकर, खरं म्हणजे हे बरं नाही. डोकं दुखतंय तर वर्गावर नुसत्या जाऊन बसा आणि मुलींना पुस्तक वाचायला सांगा.''

आता काही आपल्याला जायला परवानगी मिळणार नाही याबद्दल पुष्पमालेला खात्री होऊन गेली; परंतु अखेरचा प्रयत्न म्हणून ती म्हणाली,

''मला घेरीसुद्धा येतेय; त्यामुळे मला नुसतं बसवणारदेखील नाही.''

आपल्या सोनेरी चष्म्यातून तिच्याकडे तिरपा कटाक्ष टाकत त्या म्हणाल्या,

''मग काय? जा, इलाजच नाही.''

पडत्या फळाची आज्ञा घेऊन ती निघाली, तेव्हा तिला परत बोलावून त्या म्हणाल्या, ''हे बघा पराडकर, आमच्यावरसुद्धा अधिकारी असतात; आम्हाला जाब विचारायला. तुम्हाला नेहमी अशी परवानगी देणं आम्हाला परवडणार नाही. तुम्हाला वाटते तितकी काही नोकरी सोपी नाही.''

ती त्यांच्या खोलीतून बाहेर पडली, तेव्हा तिनं मनात म्हटलं, 'नोकरी सोपी म्हणून का मी नोकरी करते आहे.'

आणि त्याबरोबर तिला ज्या परिस्थितीमुळे नोकरी करावी लागत होती, ती सारी परिस्थिती तिच्या डोळ्यांसमोर उभी राहिली.

तिची बी.ए.ची परीक्षा झाल्याच्या दिवसापासून इतके दिवस दबून राहिलेला तिच्या लग्नाचा प्रश्न त्यांच्या घरात ताबडतोब चर्चेला निघाला होता. सर्वजण

बोलत बसले असताना तिची आई तिला म्हणाली होती, ''ताई, तुझी कबुली तुला आठवते ना? बी.ए.ची परीक्षा पास झाल्याबरोबर लगेच लग्न करण्याची कबुली तू दिली आहेस.''

यावर थट्टेच्या स्वरात तिनं म्हटलं होतं, ''आई, तुझी काय कल्पना की, परीक्षेच्या मंडपातून बाहेर पडलं म्हणजे लगेच लग्न-मंडपात घुसायचं वाटतं?''

तिच्या लग्नाचा प्रश्न गंभीरपणानं तिच्या आईच्या मनात घोळत असल्यामुळे तिची आई म्हणाली होती, ''मला किनई तुमच्यासारख्या शिकलेल्या मुलींप्रमाणे फाजीलपणानं बोलता येत नाही. मला काय ते नीट सांग.''

यावर थोड्याशा चिडक्या स्वरातच पुष्पमालेनं म्हटलं होतं, ''मला सध्या लग्न करायचं नाही.''

आपल्या आईच्या या प्रश्नावर पुष्पमालेनं गमतीनं म्हटलं होतं, ''सध्या देशसेवा करणार आहे मी!''

''फुकटचं खाऊन देशसेवा करायला काय होतंय तुला?''

आपल्या आईच्या या बोलण्याचा तिला मनस्वी संताप आला होता आणि त्या संतापातच ती म्हणाली होती, ''आई, तुला माझ्याएवढा एखादा मुलगा असता तर तू त्याला असं म्हणाली असतीस का?''

''त्यानं मला पैसे मिळवून दिले असते, तुझा काय तसा उपयोग आहे?''

''मीही तुला पैसे मिळवून दाखवीन. मग तर झालं ना?''

असं म्हणून ती त्या ठिकाणाहून जायला उठली, तेव्हा तिची आई म्हणाली होती, ''नुसती तोंडाची वाफ नको दवडूस. मिळवून दाखव आणि मिळवलेच पाहिजेत. या महागाईच्या दिवसांत कोणी कुणाला फुकटचं खायला घालणार नाही.''

लगेच त्या दिवसापासून ती नोकरीच्या शोधाला लागली होती आणि भाऊंच्या ओळखीनं तिला या शाळेत नोकरी मिळाली होती. भाऊंना अर्थात या गोष्टीचं मनस्वी वाईट वाटलं होतं. तिनं नोकरी न करता एम.ए. व्हावं अशी त्यांची इच्छा होती आणि त्यांनी जेव्हा तिला ती बोलून दाखवली होती, तेव्हा तिनं म्हटलं होतं, ''भाऊ, तुमच्याकरिता मला सारं करावसं वाटतं; परंतु इलाज नाही. मला आता या घरात फुकट खाता येणार नाही. मला नोकरी करून पैसे मिळवलेच पाहिजेत.''

तिला नोकरी मिळवून देण्याची जरी त्यांनी खटपट केली होती तरी त्याबद्दल त्यांना मनस्वी वाईट वाटत होतं; परंतु आपल्या पत्नीच्या शब्दावर काही बोलून घरातील शांतता पार नष्ट करण्याची त्यांची इच्छा नव्हती; म्हणून आपल्या प्रेमळ कन्येच्या केविलवाण्या स्थितीकडे बघत ते गप्प बसले होते.

दोन महिन्यांच्या नोकरीच्या अनुभवातच तिची खात्री झाली होती की, स्वाभिमानी

माणसाला नोकरीतील दास्यात कोणत्या प्रकारचं दुःख होतं. वेळोवेळी तिला स्वतःला त्या दुःखाचा चटका बसला होता. त्या दुःखाची तिला पूर्ण जाणीव होती आणि आज तिच्या शाळेच्या मुख्याध्यापिका तिला जणू काही अगदी नव्यानंच सांगत होत्या की, 'तुम्हाला वाटते तितकी नोकरी सोपी नाही म्हणून!'

तिनं घरात प्रवेश केला, तेव्हा तिची ही सारी विचारमालिका भंग पावली. कुमारला ओसरीवरच्या झोपाळ्यावर बसलेलं तिनं बघितलं. हसून त्याच्याकडे बघत ती म्हणाली, "फार थांबावं लागलं नाही ना?"

यावर कुमारनं म्हटलं, "लागलं तर काय करायचं? आता तुम्ही मोठी माणसं झालात, तेव्हा मोठ्या माणसांसाठी थांबायलाच पाहिजे."

"इश्श! हे हो काय तुमचं बोलणं? एखाद्याला असं हिणवणं बरं आहे का?"

"खरं बोलणं हे जर हिणवणं असेल तर तुझं म्हणणं बरोबर आहे."

कुमारच्या या बोलण्यावर ती हसली आणि म्हणाली, "हं, पुरे झालं एखाद्याला हरभऱ्याच्या झाडावर चढवणं. बरं! चला, आता वर माझ्या खोलीत जाऊन बसू. मागच्या खेपेस बाहेरच्या बाहेर पळालात; आता मात्र मी तुम्हाला तसं करू देणार नाही."

कुमारनं हसून म्हटलं, "पळणाऱ्या गुन्हेगाराला जसं डांबून ठेवतात, तसंच तू मला आपल्या खोलीत डांबून ठेवणार आहेस वाटतं. वा! छान!"

आपली मान हलवत ती म्हणाली, "मग नको का ठेवायला? पळणाऱ्या माणसाला अशीच शिक्षा हवी."

खोलीत गेल्यानंतर तिनं कुमारला विचारलं, "खरंच तुम्ही इतक्या लवकर कसे परत आलात? या वर्षाअखेरपर्यंत तुम्हाला साताऱ्याला राहावं लागेल असं तुम्ही म्हणाला होता ना?"

यावर कुमारनं उत्तर दिलं, "म्हणजे काम संपलं तरी मी तिथंच राहावं असं तुझं म्हणणं आहे वाटतं? का आमचा इथे त्रास होतो वाटतं?"

"तुमचं नेहमी काहीतरीच बोलणं. मी एवढ्यासाठीच तसं विचारलं की, तुमचं काम इतक्या लवकर कसं संपलं?"

मग आपला थट्टेचा सूर बदलून तो म्हणाला, "प्रकरण कोर्टात गेलं असतं तर मी म्हणालो त्याप्रमाणे वेळ लागला असता; पण आपापसात मिटवून टाकलं आणि मोकळा झालो. पुन्हा त्या कोर्टाच्या कटकटी नकोत."

आणि थोडा वेळ थांबून तो पुढे म्हणाला, "बरं ते जाऊ दे. मी आज तुझ्याकडे एका कामासाठी आलो आहे..."

"मी तुम्हाला मघाशी तेच विचारणार होते की, कसलं एवढं महत्त्वाचं काम काढलं आहे?"

“काम असं आहे की, उषा गोखले नावाची माझ्या ओळखीची एक मुलगी समितीत आहे. हल्ली त्यांच्या समितीचं एक ज्ञानसत्र सुरू आहे. रोज कुणीतरी जाऊन त्या ठिकाणी बौद्धिक घेतं, तेव्हा आज सकाळी उषा माझ्या घरी येऊन म्हणाली की, पुष्पाताईंचं एक व्याख्यान आमच्या ज्ञानसत्रात व्हायला हवं आणि ती पुढे म्हणाली, हे सर्वस्वी तुमच्या हातात आहे. मी म्हटलं की, मी त्यांना विचारून बघतो आणि काय ते सांगतो; म्हणून मी इतक्या घाईनं तुझ्याकडे आलो.”

आणि हसून त्यानं पुढे म्हटलं, “तेव्हा या ज्ञानसत्रात तुला तुझं ज्ञान पाजळलं पाहिजे.”

तिनं हसूनच त्याला उत्तर दिलं, “माझ्याजवळ ज्ञान असेल तरच ते पाजळायचा प्रश्न आहे किनई?”

“ते आहे म्हणूनच मी तुझ्या व्याख्यानाची हमी घेतली आणि तुझ्याजवळ ज्ञान आहे हे आम्हीच कशाला सांगायला हवं? तुला मुंबई युनिव्हर्सिटीनं बी.ए.ची डिग्री दिली ती काही उगाच नव्हे!”

“बी.ए.ची डिग्री मिळवायला काय ज्ञान लागतं हे मला माहीत आहे बरं का?”

या तिच्या बोलण्यावर कुमारनं म्हटलं, “हे पाहा, तो वाद आपण पुढे केव्हातरी घालू. आता आपल्याजवळ फार वेळ नाही. तुझं व्याख्यान ठरलं हे उषाला सांगायला गेलं पाहिजे मला. म्हणजे ती निर्धास्त राहील आणि तुलाही माझ्याबरोबर आलं पाहिजे.”

“पण आता चहा घेतल्याशिवाय मी तुम्हाला जाऊ देईन असं वाटतं का तुम्हाला?”

चहा घेतल्यानंतर ती दोघं उषा गोखलेच्या घरी गेली. पुष्पमालेला बघताच उषानं तिला मस्तक लववून नमस्कार केला. त्याचा स्वीकार करून तिच्याकडे बघत तिनं फक्त हास्य केलं. मग कुमार उषाकडे बघून म्हणाला, “तुमचं भाग्य चांगलं दिसतं आहे. पुष्पमालेनं व्याख्यानासाठी यायचं कबूल केलं आहे. तिच्या व्याख्यानामुळे तुमच्या ज्ञानात मात्र आता खूपच भर पडेल.”

असं म्हणून त्यानं पुष्पमालेकडे नजर टाकली, तेव्हा आपल्या अंगठ्याजवळचं बोट नाकावर धरून ती त्याला दाबत असल्याचं त्यानं बघितलं. तिच्या आविर्भावाची उषाला मोठी गंमत वाटली आणि ती काही बोलणार इतक्यात कुमारच तिच्याकडे बघून म्हणाला, “बरं तर उषाताई, आम्ही आता निरोप घेतो.”

यावर आपल्या दोन्ही बाजूचे वेण्यांचे शेपटे आपल्या दोन्ही हातात धरून तिनं म्हटलं, “वा! हे काय? असल्या कोरड्या स्वागतानं तुम्हाला जाता येणार नाही. काहीतरी घेतलं पाहिजे.”

आपल्या खुर्चीवरून उठत कुमार म्हणाला, “छे, छे! आता काही नको. आम्ही

आताच कॉफी घेऊन बाहेर पडलो आणि थेट तुमच्याकडे आलो, तेव्हा पुन्हा केव्हातरी आमचा चहाचा हक्क राखून ठेवा.''

आणि पुष्पमालेकडे बघत तो म्हणाला, ''बरं, जाऊ या आपण.''

उषा म्हणाली, ''तुम्ही पुन्हा येण्याची नुसती आश्वासनं देता आणि येत मात्र नाही. केव्हा येणार ते नक्की सांगा बघू!''

''आता खचित केव्हातरी येईन. नक्की दिवस मात्र सांगत नाही. नाहीतर निष्कारण थापेबाजीचा आरोप मात्र पदरी येतो.''

असं म्हणून तो दारापर्यंत गेला, तेव्हा उषानं म्हटलं, ''मी पुन्हा तुमचे आभार मानते हे व्याख्यान ठरवल्याबद्दल!''

यावर कुमार म्हणाला, ''अहो, माझे काय आभार मानता? ज्यांचं व्याख्यान आहे त्यांचे माना की!''

उषानं हसून उत्तर दिलं, ''त्यांचेसुद्धा मानीन; पण व्याख्यान झाल्यानंतर! हे व्याख्यान ठरवण्याचं सारं श्रेय तुमच्याकडे आहे म्हणून प्रथम तुमचे आभार मानते.''

उषाच्या घराबाहेर पडल्यानंतर कुमार पुष्पमालेला म्हणाला, ''तुला काही काम नाही ना? चल फर्ग्युसन हिलवर जाऊन येऊ. किती दिवसांत आपण एकत्र असे फिरायला गेलोच नाही.''

या कार्यक्रमाला तिनं चटकन आपली संमती दिली.

फर्ग्युसन टेकडीवरच्या गोखले स्मारकापलीकडे एक छोटीशी टेकडी आहे. त्या टेकडीवरील एका स्वच्छ खडकावर ती दोघं बसली. त्या वेळी सूर्य पश्चिम क्षितिजावर टेकला होता. त्याची अखेरची कोवळी किरणं ढगांवर पडल्यामुळे ढगांमध्ये चित्रविचित्र रंगांचं मिश्रण होऊन आकाशात एक अवर्णनीय दृश्य दिसत होतं. कुमारच्या मनात एक विचार येऊन तो स्वतःशी म्हणाला की, 'परमेश्वर हा खरोखर एक उच्च दर्जाचा चित्रकार असून इतर कलावंतांप्रमाणे तो लहरी असला पाहिजे. त्याच्या हाताशी अनेक रंग हजर आहेत. लहर फिरेल तशी रंगसंगती करावी. ती पटली नाही तर पुन्हा एक नवीन रंगाचा फटकारा मारावा. मानवी जीवन हे तरी असंच अनेकविध रंगांनी चितारलेलं एक चित्रच नव्हे काय? किंबहुना त्या जीवनाचं हुबेहूब प्रतिबिंब दर्शवण्यासाठीच तर परमेश्वर आकाशात ही निरनिराळी चित्रं चितारत नसेल कशावरून? त्या चित्राप्रमाणे या मानवी चित्राचे रंगही तो घडीघडी पालटत नाही काय?'

इतक्यात पश्चिम क्षितिजावरून तो रंगांचा राजा कोठल्या कोठे गुप्त झाला आणि त्या साऱ्या चित्रावर थोड्याच वेळानं काळा रंग फासला गेला आणि मग तर त्याच्या मनात ही उपमा अधिकच दृढ झाली. मानवी आयुष्यातसुद्धा कधीतरी एकदम असाच अंधकार पसरला जातो.

परंतु असल्या उदासवाण्या विचारात गढून जाण्यासाठी आज आपण या ठिकाणी आलो नाही असं वाटून त्यानं लगेच ते विचार मनावेगळे केले आणि जवळ बसलेल्या पुष्पमालेकडे बघितलं. तीदेखील तोच देखावा बघत आहे असं पाहून तो म्हणाला, "काय बघते आहेस एवढ्या तन्मयतेनं?"

त्या देखाव्यावरची आपली नजर काढून त्याच्याकडे बघत तिनं म्हटलं, "वास्तविक सूर्यास्ताचा हा देखावा रोज बघितला तरी त्याची गोडी रोज निराळीच भासते; कधीही हे दृश्य बघण्याचा कंटाळा म्हणून येत नाही."

कुमार म्हणाला, "मला मात्र या ठिकाणी आल्यानंतर एकसारखी माझ्या कॉलेजच्या दिवसांची आठवण होत आहे. मी ज्युनिअरला असताना अगदी नियमानं इथे येऊन बसत असे आणि तासन्‌तास या दृश्याकडे पाहात राही. किती सात्विक आनंदाचे ते दिवस होते!"

त्याचं हे बोलणं ऐकून पुष्पमालेनं हास्य केलेलं बघून त्यानं विचारलं, "का? हसतेस का?"

"दुसरं काही कारण नाही; पण तुमच्या बोलण्यावरून मानवी स्वभावाची मला एक गंमत वाटली. एवढा भविष्यकाळ समोर असताना भूतकाळातल्या गोष्टी आठवून त्यात रमण्यात त्याला काय आनंद वाटतो कुणास ठाऊक!"

तिचं बोलणं ऐकून घेतल्यानंतर कुमार तिला म्हणाला, "ते अगदी बरोबर आहे. कित्येक वेळा आपल्या भोवतालची परिस्थिती बघून माणूस निराश होतो आणि अशीच परिस्थिती कायम राहिली तर आपला भविष्यकाळ कसा असेल याबद्दल त्याच्या मनात शंका उत्पन्न होते. मग तो निराशामय भविष्यकाळ बघण्यापेक्षा भूतकाळातल्या गोष्टी आठवून त्यात रममाण होण्यात त्याला आनंद वाटतो."

यावर पुष्पमाला म्हणाली, "बाकीच्यांचं राहू दे; पण तुम्हाला तुमचा भविष्यकाळ निराशामय वाटण्याचं कारण काय? ज्यामुळे तुम्ही गतकालच्या गोष्टी आठवून त्यात आनंद मानावा? चांगलं शिक्षण मिळालेलं आहे. अंगात असे अनेक गुण आहेत की, ज्यांच्या जोरावर कितीतरी अद्‌भुत गोष्टी तुम्ही करू शकाल. मग..."

पण तिचं वाक्य पुरं होण्यापूर्वीच त्यानं म्हटलं, "खरं आहे तुझं बोलणं. माझ्या अंगात इतर गुण नसले तरी आत्मविश्वास मात्र खचित आहे. आयुष्यात पुष्कळ कार्य करण्याची हौसही आहे; पण सारं एका गोष्टीवर अवलंबून आहे..."

एवढं बोलून तो थांबला. त्याला पुढे आणखी बोलायचं होतं हे त्याच्या चर्येवरून स्पष्ट दिसत होतं. बोलताना तो थांबला; पण ते क्षणभरच! दुसऱ्याच क्षणी त्यानं पुष्पमालेचा हात आपल्या हातात घेऊन म्हटलं, "पुष्पा, आयुष्यात फार मोठ्या गोष्टी करण्याचं मी योजलं आहे; पण ते केव्हा? या तुझ्या हाताचं जन्मभर मला सहकार्य मिळालं तरच! ते मला मिळेल की नाही हे सांग. हाच प्रश्न मी तुला

नगरमध्ये विचारणार होतो आणि या प्रश्नाच्या उत्तरावरच माझं सारं भावी आयुष्य अवलंबून आहे. पुष्पा, सांग मला...''

ज्या क्षणाची ती इतके दिवस अधीरतेनं वाट बघत होती तो क्षण तिच्या आयुष्यात आला होता. त्याचं प्रेम जिंकण्याची जी प्रतिज्ञा तिनं आयुष्यात केली होती ते प्रेम तिनं या क्षणी जिंकलं होतं आणि प्रतिज्ञापूर्तीचं समाधान तिच्या पदरी पडलं होतं. त्याबद्दल एकीकडून तिला आनंद आणि अभिमान वाटत असताना, दुसरीकडे त्या प्रेमाचा आपल्याला त्याग करायचा आहे ही गोष्ट ती विसरली नव्हती. त्या योगानं होणाऱ्या परमावधीच्या दुःखाची तयारी करण्याचा क्षण तिच्या आयुष्यात आला होता. ती मनात म्हणाली, 'अरेरे, असा प्रेमसाफल्याचा उत्कट आनंद आणि त्याच क्षणी प्रेमत्यागाचं दारुण दुःख सहन करण्याचा प्रसंग कोणत्या तरी स्त्रीच्या आयुष्यात आला असेल काय? त्यापेक्षा प्रीतिसाफल्याचा आनंद आपल्याला लाभला नसता तरी हरकत नव्हती.'

तिला तिच्या मैत्रिणीची आठवण झाली. ती तिला कॉलेजमध्ये असताना म्हणाली होती, ''बाईसाहेब, एखाद्या व्यक्तीवर मनःपूर्वक प्रेम करून बघा आणि काही कारणानं ते प्रेम विफल होऊ दे, म्हणजे कळेल की प्रीतिवैफल्याच्या वेदना किती तीव्र असतात आणि प्रीतीची महती किती श्रेष्ठ असते!''

आणि आज प्रीतिवैफल्याच्या दुःखाला प्रत्यक्ष तोंड देण्याचा प्रसंग तिच्यावर आला होता.

क्षणभर तिच्या मनात आलं की, त्याला सांगावं, 'कुमार, ज्या सुखाची तुम्ही माझ्याकडून अपेक्षा करता, तेच सुख तुमच्याकडून मला मिळालं तर मी स्वतःला केवढी भाग्यवान समजेन!'

परंतु ती प्रत्यक्ष बोलली मात्र निराळं! तिचा हात आपल्या हातात घेऊन अत्यंत आतुरतेनं तिच्याकडे बघत असलेल्या कुमारच्या नजरेला नजर देत तिनं म्हटलं, ''कुमार, तुम्ही म्हणता त्या भाग्याची वाटेकरी मला होता येणार नाही.''

तिचं हे वाक्य ऐकताच आपल्या हातातील तिचा हात सोडून त्यानं म्हटलं, ''माझंच चुकलं. मी हा प्रश्न तुला विचारायलाच नको होता. इतके दिवस वेड्या आशेनं वागलो. ती वेडी आशा आज संपली.''

त्याचं हे बोलणं चालू असताना पुष्पमालेला आपले अश्रू आवरणं कठीण होऊन ते तिच्या डोळ्यांतून भराभर बाहेर पडू लागले. तिच्याकडे बघून तो पुढे म्हणाला, ''उगाच डोळ्यांतून पाणी काढू नकोस. माझ्या प्रश्नामुळे मी तुला दुःख दिलं. मला माफ कर.''

नकारार्थी मान हलवत पुष्पमाला म्हणत होती, ''छे, छे! कुमार, असं बोलू नका. ते भाग्य माझ्या नशिबी नव्हतं. मीच दुर्दैवी आहे. तुम्ही खूप थोर आहात!''

यावर तो काहीच बोलला नाही. तो पूर्णपणे आपल्या विचारात मग्न झाला होता. बऱ्याच वेळानं आकाशाकडे नजर लावून बसलेली पुष्पमालाच त्याला म्हणाली, "कुमार, तो बघा तारा निखळला! बघितलात का?"

यावर त्यानं चटकन म्हटलं, "वेडे, असं सांगू नये दुसऱ्याला. तो अपशकून असतो." आणि बसलेल्या ठिकाणाहून उठून तो जणू काही स्वतःशीच पुटपुटला, "बस्स, आता जायला काहीच हरकत नाही."

त्याच्या या बोलण्याचा तिला त्या वेळी जरी अर्थ कळला नाही तरी दुसऱ्या दिवशी पहाटे त्याच्या या वाक्याबद्दल तिच्या डोक्यात लख्ख प्रकाश पडला.

पहाटे सहा वाजता कुमारची आई जेव्हा तिच्याकडे आली, तेव्हा ती अर्धवट झोपेतच होती. संबंध रात्रभर तिला मुळीच झोप लागली नव्हती आणि पहाटेच्या सुमारास तिचा थोडा डोळा लागला, तेव्हा भाऊ तिला उठवत होते आणि 'कुमारची आई तिच्याकडे आली आहे' असं सांगत होते. ती उठून आपल्या अंथरुणावर बसते न बसते तोच तिच्या गळ्यात आपले दोन्ही हात टाकून त्याच्या आईनं हंबरडा फोडला आणि म्हटलं,

"ताई, घात झाला गं!"

तिच्या बोलण्याचा जेव्हा पुष्पमालेला काहीच अर्थ कळेना, तेव्हा तिनं पुष्पमालेच्या हातात एक चिठ्ठी दिली आणि पुन्हा हंबरडा फोडून ती रडू लागली, "घात झाला नाही तर काय? कुठे गेला माझा राजा कुणास ठाऊक!"

पुष्पमालेनं ती चिठ्ठी वाचली. त्यात लिहिलं होतं :

'आई,

मी आज तुझ्यापासून आणि जगापासून दूर निघून जात आहे; त्यामुळे तुला होणाऱ्या दुःखाची मला पुरेपुर कल्पना आहे; परंतु त्याहीपेक्षा माझं दुःख मोठं आहे. आयुष्यात झालेल्या दारुण निराशेचं दुःख विसरण्यासाठी मी खूप दूर जाण्याचं ठरवलं आहे. मात्र, एक खात्री बाळग की, तुझा कुमार काही झालं तरी आत्महत्या करणार नाही. इतक्या निर्बल मनाचा तो खासच नाही. माझा तपास करण्याच्या भानगडीत तू पडू नकोस. काळाच्या ओघात माझ्या आयुष्यातील दारुण निराशा मी विसरू शकलो तर पुन्हा येऊन तुला भेटेन. नाहीतर हाच तुझा शेवटचा निरोप.'

...कुमार

एखाद्या वेड्यासारखी ती त्या पत्राकडे सारखी बघत राहिली. तिच्या गळ्यात पडून आपल्या पुत्रासाठी हंबरडा फोडणाऱ्या कुमारच्या आईच्या सांत्वनार्थ तिच्या जवळ शब्द थोडेच उरले होते?

१९

काही दुःखं अशी असतात की, मनुष्य ती काळाच्या ओघात विसरू शकतो; परंतु याउलट काही दुःखं अशी असतात की, कालांतरानं त्या दुःखाची तीव्रता कमी होण्याऐवजी वाढतच जाते. त्या दुःखाच्या अनुभवामुळे मनुष्याला वाटायला लागतं की, छे! हे दुःख आपल्याला विसरता येणं कधीच शक्य नाही. किंबहुना एखादं दुःख आपल्याला विसरायचं आहे ही जाणीवच त्या दुःखाची तीव्रता अधिक वाढवण्यास कारणीभूत होते.

प्रीतिवैफल्याचं दुःख हे यापैकीच आहे. ते दुःख मनावेगळं करण्याचा प्रसंग पुष्पमालेवर आला होता आणि मौज अशी की, ते दुःख तिनं स्वतःवर बुद्धिपुरस्सर ओढवून घेतलं होतं. एखादं सुख अगदी आपल्या आटोक्यात आलं आहे असं वाटून त्या सुखावर एकदम झडप टाकायला जावं; परंतु ती झडप टाकण्यासाठी उगारलेला हात जणू काही एखाद्या मंत्रामुळे जागच्या जागीच थबकावा आणि ते सुख हाती लागू नये अशी तिची स्थिती झाली होती. त्याबद्दल विचार करताना अगदी अलीकडे तिला असं वाटू लागलं होतं की, हे सुख गमावण्यात आपण वेडेपणा तर केला नाही ना? खोट्या अभिमानाला बळी पडून आपण आत्मवंचना तर केली नाही ना?

परंतु या विचाराचा आता थोडाच उपयोग होणार होता? कुमारच्या प्रेमाला तिनं नकार दिला होता; त्यामुळे त्याची दारुण निराशा होऊन तो एकाएकी नाहीसा झाला होता आणि आपलं

सुख गमावून बसण्याचा प्रसंग तिच्यावर आला होता; तरीदेखील तिचं अभिमानी मन म्हणत होतं की, 'आपण केलं ते योग्यच होतं.'

तिच्या मनाचं हे खोटं समाधान कदाचित आणखी काही काळ टिकलंही असतं; परंतु तिच्या या समाधानाला धक्का बसावा अशी गोष्ट पंधरा दिवसांपूर्वी घडली होती आणि त्यामुळे तिचं तेही समाधान नष्ट झालं होतं.

डॉक्टर सतीश यांच्या दवाखान्याकडे जाण्यासाठी म्हणून ती टिळक रोडला वळली, तेव्हा तिला याच विचाराबद्दल मनस्वी दुःख होऊन ती मनात म्हणत होती की, 'आपण हाती आलेलं सुख गमावण्यात खरंच वेडेपणा केला.' आपल्याला अगदी मनापासून हवी असलेली एखादी गोष्ट मिळाली नाही म्हणजे आपल्या निराशेवर माणूस विवेकाचं पांघरूण घालू शकतो; परंतु त्याऐवजी नको असलेली एखादी गोष्ट पत्करण्याचा त्याच्यावर प्रसंग आला तर ते विवेकाचं आवरण बाजूला सारून माणसाची निराशा आपलं डोकं वर काढतेच!'

पुष्पमालेची अगदी अशीच स्थिती झाली होती. कुमारचं प्रेम तिच्या हाती येऊनदेखील त्या प्रेमाचा स्वीकार तिला करता आला नव्हता; परंतु त्याबद्दल होणारं दुःख तिनं विवेकानं दाबलं होतं. तसं करताना मनाला ज्या यातना झाल्या होत्या, त्याही तिनं मुकाट्यानं सहन केल्या होत्या; परंतु तिच्या मनानं कधीच प्रिय न मानलेली गोष्ट आज तिला करावी लागणार होती. आज डॉक्टर सतीश यांच्याकडे जाऊन ती त्यांना सांगणार होती की, मला तुमच्याशी लग्न करायचं आहे.

आणि असं सांगण्याची तिच्यावर ज्या गोष्टींमुळे वेळ आली त्या गोष्टी तिला आठवू लागल्या.

रविवार असल्यामुळे तिला त्या दिवशी शाळा नव्हती, तेव्हा सावकाशपणे दुपारी १२ वाजता आपलं न्हाणं उरकून ती उन्हात आपले केस वाळवत बसली होती. त्या वेळी शाळेचा गडी मोठ्या बाईंचा निरोप घेऊन आला आणि पुष्पमालेला त्यांनी लगेच शाळेत बोलावलं आहे असं सांगत होता. त्यांनी धाडलेल्या मोटारीत बसल्यावर ती मनात सारखी म्हणत होती की, 'एवढ्या घाईनं बाईंनी आपल्याला का बोलावणं धाडलं असावं? आणि ही मोटार कुठली?'

या विचाराबरोबर तिच्या मनात असंही आलं होतं की, नोकरी म्हणजे शुद्ध गुलामगिरी आहे. रविवारीसुद्धा सुट्टीचं सुख उपभोगायला मिळत नाही; पण या विचाराबरोबर तिच्या शाळेच्या ऑफिससमोर मोटार थांबली होती आणि ती ऑफिसमध्ये शिरणार इतक्यात एक वृद्ध गृहस्थ आत आपल्या बाईंशी बोलत आहेत असं तिला दिसून आलं होतं. मग ती बाहेरच्या दाराशी थबकली होती. तिला बघताच ते गृहस्थ उठले होते आणि तिच्या बाई तिला म्हणाल्या होत्या, "या की आत. झालंच यांचं काम. यांचीच मोटार तुम्हाला आणायला धाडली होती आणि ती येईपर्यंत ते थांबले

होते.''

ती आत जाताना त्या बाहेर पडणाऱ्या गृहस्थानं तिच्याकडे अगदी न्याहाळून बघितलं होतं हे तिच्या लक्षात आलं होतं. तिला खुर्चीवर बसायला सांगून तिच्या शाळेच्या मुख्य बाई तिला म्हणाल्या होत्या, ''मी तुम्हाला एवढ्या तातडीनं बोलावलं ते एक अप्रिय गोष्ट सांगण्यासाठी! केवळ आपल्या शाळेच्या कल्याणासाठी एक फारच वाईट गोष्ट करण्याचा प्रसंग माझ्यावर आला आहे. तुम्हाला राजीनामा द्यायला सांगणं मला भाग पडत आहे.''

ते ऐकून पुष्पमालेला त्या वेळी वाटलं की, आपण बसलो आहोत त्या खुर्चीखालची जमीन एकाएकी नाहीशी होऊन आपली खुर्ची आणि त्याचबरोबर आपलाही आधार नाहीसा होऊन आपण एका खोल गर्तेत पडत आहोत. तिनं जागच्या जागीच आपल्याला सावरल्यासारखं केलं, तेव्हा तिच्या बाई तिला म्हणत होत्या, ''खरोखर तुमच्यापेक्षा मलाच या गोष्टीचं वाईट वाटतं. मघाशी जे गृहस्थ बाहेर गेले ते दादासाहेब येथे सीआयडी खात्यात पोलीस सुपरिंटेंडेंट आहेत. त्यांच्या वशिल्यानं आमच्या शाळेला गव्हर्नमेन्ट ग्रँट मिळणार आहे. तेव्हा...''

परंतु त्यांना पुढे बोलू न देता पुष्पमालेनं मध्येच म्हटलं होतं, ''पण या गोष्टीचा माझ्या राजीनाम्याशी काय संबंध?''

''थांबा. तेच तर सांगते आहे! तेव्हा दादासाहेबांनी आम्हाला एक अट घातली की, 'तुमच्या शाळेत राजकारणात भाग घेणाऱ्या ज्या मास्तरणी असतील त्यांना पहिल्यांदा तुम्ही रजा दिली पाहिजे, तरच सरकारी ग्रँट मिळू शकेल' आणि ते पुढे म्हणाले की, 'सध्या तुमच्या शाळेत मला पुष्पमाला पराडकर नावाची एकच मास्तरीण तशी दिसते.' तेव्हा तुमच्या राजीनाम्याची त्यांनी अट घातली... आणि...''

''आणि ती तुम्ही मुकाट्यानं मान्य केलीत असंच की नाही?''

पुष्पमालेच्या या बोलण्यात तिच्या मनाची चीड स्पष्ट व्यक्त झाली होती. हे दादासाहेब म्हणजे अचलाचे वडील होते आणि डॉक्टर सतीश यांचा सूड घेण्यासाठी म्हणून अप्रत्यक्षपणानं त्यांनी तो सूड आपल्यावर उगवला होता ही गोष्ट तिच्या तेव्हाच ध्यानात आली.

''शाळेच्या कल्याणासाठी त्यांची अट मान्य करणं आम्हाला भागच पडलं.''

बाईंच्या या बोलण्यावर तिनं चिडून म्हटलं होतं, ''म्हणजे पैशासाठी तुम्ही कुणाचाही घात करण्यास मागंपुढं बघणार नाही, हेच तुमच्या शाळेचं कल्याण वाटतं? वा! छान! चांगल्या आहेत कल्याणाच्या कल्पना!''

आपल्याला जणू काही खरोखरच दुःख होत आहे असा बहाणा करून बाई म्हणाल्या होत्या, ''पराडकर, तुम्हाला कल्पना नाही; पण सार्वजनिक जीवनात अशा कित्येक अप्रिय गोष्टी करण्याची माणसावर वेळ येते.''

"बाई, पण या तुमच्या अशा करण्यानं एखाद्या व्यक्तीचं तुम्ही किती नुकसान करता आहात याची तुम्हाला मुळीच जाणीव होत नाही का? आमच्या भोळेपणाचा, आमच्या असहायतेचा तुम्ही फायदा घेता. एखाद्या कायम झालेल्या मास्तरणीच्या बाबतीत हाच प्रश्न उपस्थित झाला असता तर तुम्हाला इतका तत्काळ निर्णय घेता आला असता का? आम्ही काय बोलूनचालून हंगामी नोकर; म्हणून तुम्ही आमच्या बाबतीत अशा झटपट गोष्टी करू शकता. आपल्या शाळेचं नाव निघावं म्हणून मी शिकवताना केवढे परिश्रम घेतले? आपल्या शाळेला कोणी चांगलं म्हटलं म्हणजे मला केवढा अभिमान वाटायचा? जन्मभर याच आनंदी आणि निष्पाप जगात राहावं अशी केवढी आशा मी केली? आणि आज त्या साऱ्या गोष्टींवर पाणी पडत आहे."

शेवटचं वाक्य जणू काही स्वतःच्या मनाशीच उच्चारत तिनं बाईंकडे बघितलं होतं. त्या वेळी खरोखरच त्यांच्या डोळ्यांच्या कडांना आसवं जमलेली तिला दिसली होती. ती जमलेली आसवं आपल्या टेबलावरील रुमालानं टिपत त्या तिला म्हणाल्या होत्या, "तुमचं म्हणणं अगदी बरोबर आहे पराडकर. माझ्या मनात क्षणभर असाही विचार येतो की, ती ग्रँट नको आणि त्या उपऱ्या पैशावर ही शाळा चालवणंही नको. शाळेला तुमच्यासारख्या आस्थेवाईक मास्तरणी लाभणं हीच मोठी ग्रँट आहे. मी दादासाहेबांना सांगू का की, अशी ग्रँट मला मुळीच नको?"

तिनं नकारार्थी मान हलवत म्हटलं होतं, "छे, छे! मी तुम्हाला असं करू देणार नाही."

"मग या स्थितीत एखादी तोड सुचवा ना?"

तिनं खालच्या आवाजात म्हटलं होतं, "आता हीच तोड! मी राजीनामा देणं आणि तुम्ही तो स्वीकारणं."

आणि ती त्यांचा निरोप घेऊन बाहेर पडली, तेव्हा एकीकडून दुःख आणि दुसरीकडून अभिमान अशा दोन विकारांनी तिचं अंतःकरण दाटून आलं होतं. ज्या गोष्टीमुळे तिला ही नोकरी धरणं भाग पडलं होतं, ती नोकरी सुटल्यामुळे तिला दुःख होणं साहजिक होतं; परंतु ज्या कारणामुळे तिला नोकरी सोडावी लागली होती त्या कारणाबद्दल तिला अभिमान वाटत होता. वास्तविक राजकारणात तिनं फारसा भाग घेतलाच नव्हता. कुमारबरोबर राहून तिनं जे काय थोडंफार संघाचं कार्य केलं होतं, त्याच कार्याबद्दल तिला आज अगदी प्रथमच अभिमान वाटू लागला होता, कारण त्यामुळे तिनं राजकारणात भाग घेतला असं ठरलं होतं आणि त्यामुळेच तिला नोकरीचा राजीनामा देणं भाग पडलं होतं.

परंतु पुढे आठ दिवसांत ज्या गोष्टी घडत गेल्या, त्यामुळे या गोष्टीविषयी तिला वाटणारा अभिमान हळूहळू कमी होत गेला आणि त्याची जागा दुःखानं घेतली होती. तिची नोकरी सुटल्यानंतर पहिले चार-पाच दिवस तिला तिच्या आईची सहानुभूती

मिळाली होती; परंतु पुढे साऱ्याच गोष्टी बदलल्या होत्या. पुष्पमालेची असहाय स्थिती बघून त्या परिस्थितीचा फायदा घेण्याचं तिच्या आईनं ठरवलं होतं. मध्यंतरी काही दिवस लुप्त झालेला तिच्या लग्नाचा विषय पुन्हा जोरानं चर्चेला आला होता. तिच्या या परिस्थितीचा फायदा घेऊन तिच्या आईनं म्हणायला सुरुवात केली होती की, 'आता तिनं लग्न केलं पाहिजे.' ताबडतोब दुसरी नोकरी शोधून या प्रश्नाला तिला तोंड देता आलं असतं; परंतु तिला एकान्तात गाठून भाऊ म्हणाले होते, "ताई, तुला खरं सांगू? घरात त्याच त्याच गोष्टी ऐकून मी आता अगदी कंटाळून गेलो आहे. या वयात मला ते अगदी सहन होईनासं झालं आहे. आज तुला खरी गोष्ट सांगतो. तू नोकरीवर गेलीस म्हणजे तुझ्या लग्नाबद्दल हिची सारखी भुणभुण सुरू असते. मॅट्रिक झाल्यानंतरच तुझं लग्न करायला हवं होतं. ते न करण्यात मी मोठी चूक केली हे तिचं म्हणणं ऐकून मला अगदी वीट आला आहे. तेव्हा तिच्यासाठी नाही तरी माझ्यासाठी निदान तुला एक गोष्ट करता आली तर बघ. तू लग्न कर. तुला जो मुलगा पसंत असेल त्याच्याशी कर, आमची मुळीच हरकत नाही; पण त्यामुळे घरातला एक मोठा वादविवादाचा प्रश्न तरी मिटेल."

भाऊंच्या बोलण्यावर खाली मान घालून तिनं म्हटलं होतं, "तुम्हाला सांगायला काही हरकत नाही; परंतु माझ्या आयुष्यात अशा काही गोष्टी घडलेल्या आहेत की, त्यामुळे मला लग्नच करावसं वाटत नाही. लग्न आपल्या सुखासाठीच करायचं असतं ना? मग मला त्यानं सुख लाभणार नाही. मात्र, त्यामुळे मी दुःखी होईन."

एवढं बोलल्यानंतर आपल्या प्रेमळ पित्याशी अशा बाबतीत बोलताना तिच्या वयाच्या मुली ज्याप्रमाणे खाली मान घालून बसतात, त्याप्रमाणे ती बसली होती. तिच्याकडे अत्यंत सहानुभूतीनं बघत भाऊंनी पुढे म्हटलं होतं, "तुझं म्हणणं बरोबर आहे ताई; परंतु पुष्कळ वेळा आयुष्यात माणसाला स्वतःच्या सुखाऐवजी कर्तव्यासाठी, आपल्या माणसांच्या सुखासाठी काही गोष्टी कराव्या लागतात. अशा गोष्टी करण्यानंसुद्धा माणसाला एक प्रकारचं फार मोठं समाधान मिळतं आणि त्यापुढे त्याला आपल्या सुखाचा विचार फार क्षुद्र वाटतो. तुला नाही असं वाटत पुष्पाताई?"

शेवटचा प्रश्न भाऊंच्या तोंडातून बाहेर पडला होता आणि पुष्पमालेच्या डोळ्यांत अश्रू आले होते. तिने चटकन म्हटलं होतं, "माझी लग्न करण्याची तयारी आहे. तुम्ही सांगाल त्या मुलाशी मी लग्न करीन."

भाऊंचं बोलणं ऐकून तिला आपली प्रतिज्ञा आठवली होती आणि त्यांच्या सुखासाठी आपल्या सुखाचा होम करायला ती आनंदानं तयार झाली होती. आपल्या प्रेमळ पित्याला आपण केवढं समाधान देऊ या गोष्टीचंच तिला स्वतःला मोठं समाधान वाटत होतं.

आणि आज डॉ. सतीश यांच्याकडे ती त्याच समाधानानं निघाली होती. ती

त्यांना जाऊन सांगणार होती की, तिला त्यांच्याशी लग्न करायचं आहे.

तिला दवाखान्यात डॉक्टर दिसले नाहीत, तेव्हा तिने तेथे बसलेल्या कंपाउंडरला विचारलं, "डॉक्टर बाहेर गेले आहेत वाटतं?"

त्यावर त्यानं एका गोल कॅलेंडरकडे अंगुलीनिर्देश केला. तिनं तिकडे बघितलं. त्याच्यावर मोठ्या टाइपात अक्षरं लिहिली होती,

DOCTOR IS IN. PLEASE BE SEATED.

त्या अक्षरांकडे नजर देऊन तिनं हसून म्हटलं, "डॉक्टर आत आपल्या खोलीत आहेत वाटतं?"

असं म्हणून ती जेव्हा आत जाण्यासाठी उठली तेव्हा कंपाउंडरनं म्हटलं, "आत आहेत; पण भेट घेण्याच्या स्थितीत नाहीत."

तो कोणत्या अर्थानं हे असं बोलला हे पुष्पमालेला लगेच कळलं; कारण डॉक्टरांचं मद्यपानाचं व्यसन कळसाला पोहोचल्याचं तिला ठाऊक होतं, तेव्हा ते कोणत्या स्थितीत असतील याचीही तिला पूर्ण कल्पना होती; म्हणून ती तडक आत त्यांच्या खोलीकडे गेली.

खोलीत जाताच तिला आत जो विलक्षण प्रकार दिसला तो पाहून तिचा क्षणभर आपल्या डोळ्यांवर विश्वासच बसेना. डॉक्टर समोरच्या कोचावर बसले होते. त्यांच्या डाव्या हाताला एक मध्यम वयाची स्त्री त्यांना खेटून बसली होती. त्यांचा डावा हात तिच्या गळ्याभोवती होता आणि उजव्या हातातील बाटलीनं समोर एका छोट्या स्टुलावर मांडलेल्या ग्लासात ते एकसारखे मद्य ओतत होते. प्रथम तो मद्याचा ग्लास डॉक्टर आपल्या तोंडाला लावत. त्यातलं एक घोटभर मद्य स्वतः पीत आणि नंतर तोच ग्लास त्या स्त्रीच्या तोंडाजवळ नेत आणि तिलाही मद्य घेण्याचा आग्रह करीत.

हा सारा प्रकार बघून पुष्पमालेला वाटलं, आपण या ठिकाणाहून एकदम धूम ठोकून पळून जावं. ती जायला वळणार इतक्यात डॉक्टर तिला म्हणाले, "वा पुष्पाताई, लगेच निघालात?"

आणि हातातील ग्लास वर करून त्यांनी म्हटलं, "थोडं हे अमृत घ्या की! हे पिण्यानं मनुष्य आपली सारी दुःखं विसरतो. आपण जणू स्वर्गात आहोत असंच वाटतं त्यामुळे! खरं की नाही सिंधू?"

असं म्हणून जवळ बसलेल्या स्त्रीला डॉक्टरांनी अधिक जवळ ओढलं.

तो किळसवाणा प्रकार बघून पुष्पमालेला केवढा धक्का बसला! तिनं जाण्यासाठी दोन पावलं पुढे टाकली, तेव्हा डॉक्टर म्हणाले, "हां, खबरदार! एकदम निघून गेलात तर!"

आणि आपला आवाज खाली करून त्यांनी पुढे म्हटलं, "पुष्पाताई, मला

तुमच्याशी खूप बोलायचं आहे. आत या. नाहीतर मी खरंच हात धरून तुम्हाला आत यायला भाग पाडीन.''

परंतु तो प्रसंग टाळण्यासाठी पुष्पमाला आत गेली आणि कोपऱ्यातील एका खुर्चीवर जाऊन बसली. आता या ठिकाणाहून आपली कशी सुटका करून घ्यावी या विचारात ती असतानाच डॉक्टर तिला म्हणाले, ''का? आज बऱ्याच दिवसांनी आमची आठवण झाली?'' आणि जवळ बसलेल्या स्त्रीकडे बघून त्यांनी म्हटलं, ''सिंधू, ही माझी फार पूर्वीची मैत्रीण आहे; पण छे! मैत्रीण कसली? ही माझी दावेदारीण आहे. हिनंच माझ्या आयुष्याचा सत्यानाश केला आणि मला दुःखात लोटलं. एके काळी मी हिच्यावर किती प्रेम केलं! पण एका क्षणात हिच्या नकारानं माझं प्रेम धुळीला मिळालं; तेव्हापासून अशा वैराण स्थितीत मी माझं आयुष्य कंठतो आहे; पण छे! आता माझं ते आयुष्य संपलं. माझी सिंधू पुन्हा माझ्या आयुष्यात आली आणि आता ती माझं आयुष्य सुखी करणार आहे.'' आणि तिच्याकडे आपली दृष्टी वळवून ते म्हणाले, ''खरं ना सिंधू? तू नाही ना माझ्यापासून दूर जाणार? तू नाही ना मला दगा देणार? खरंच सांग. अगं, तुला कल्पना नसेल! प्रीतिभग्न हृदयाची! हिनं मला त्याचा पुरेपूर अनुभव मिळवून दिला आहे.''

डॉक्टर प्रत्येक शब्द अडखळत बोलत होते आणि त्यांच्या बोलण्यातला प्रत्येक शब्द पुष्पमालेच्या अंतःकरणाचा ठाव घेत होता. तिनं मनात म्हटलं, 'अरेरे! काय ही प्रेमाची विचित्र तऱ्हा आहे! ज्याच्या विफलतेमुळे माणसाची ही अशी हीन अवस्था व्हावी!'

तिच्या मनात असेच काही विचार चालू असताना डॉक्टर एकदम जागचे उठले आणि त्यांनी तिच्या अंगावर धावून जाण्याचा आविर्भाव केला; पण त्या आविर्भावाव्यतिरिक्त त्यांना काहीच करता आलं नाही. मद्यपानामुळे त्यांना जागचं हलता आलं नाही आणि त्यांच्या तोंडातून जे शब्द बाहेर पडले तेसुद्धा अडखळतच!

ते म्हणाले, ''पुष्पाताई, तुम्ही माझ्याकडे का आलात? 'माझ्याविषयी तुमच्या मनात जेव्हा प्रेम उत्पन्न होईल, तेव्हाच तुम्ही माझ्याकडे या. हे माझं बोलणं विसरलात वाटतं? की माझं प्रेमनिराशेचं दुःख पुन्हा ताजंतवानं करण्यासाठी माझ्याकडे आलात? ते दुःख विसरावं म्हणून मी वाटेल ते प्रकार करतो आहे आणि तुमच्या दर्शनानं पुन्हा ते ताजंतवानं होत आहे. माझा सूडच घ्यायचं तुम्ही ठरवलं आहे काय? जा. चालत्या व्हा येथून. पुन्हा तुमचं तोंड दाखवू नका मला.''

ती घाबऱ्या घाबऱ्या जागची उठली आणि त्या खोलीच्या बाहेर तिनं पाय टाकला. त्यांच्या केविलवाण्या स्थितीकडे तिला बघवेना.

ती परत जायला निघणार इतक्यात कंपाउंडर तिच्याजवळ येऊन म्हणाला, ''काय पुष्पाताई? झाली का डॉक्टरांची भेट?''

यावर तिला काहीच बोलवेना; तेव्हा तो म्हणाला, ''पुष्पाताई, तुम्हाला कल्पना नाही इतकी डॉक्टरांची वाईट स्थिती झाली आहे.''

तिनं विचारलं, ''पण, ती बाई कोण आहे?''

''तेच तुम्हाला सांगतो. बरोबर दोन महिने झाले असतील या गोष्टीला. संध्याकाळची वेळ होती. एक साधारण देखणी स्त्री दवाखान्यात आली आणि डॉक्टरांची भेट मागू लागली. त्या वेळी डॉक्टरांची 'सायंसंध्या' सुरू होती. मी आत जाऊन डॉक्टरांना त्या बाईच्या आगमनाची वर्दी दिली. त्यावर डॉक्टरांनी तिला धाडून देण्यास सांगितलं. बराच वेळ आत त्या दोघांचं बोलणं चालू होतं. नंतर मला डॉक्टरांनी आत बोलावून सांगितलं की, 'आजपासून या बाई आपल्या दवाखान्यात नर्सिंगचं शिक्षण घेणार आहेत. त्यांचा पती वारला आहे. त्या अडचणीत आहेत.' आणि तेव्हापासून कोणतं नर्सिंगचं शिक्षण चालू आहे हे तुम्ही आज बघितलंच!''

यावर पुष्पमालेनं एक मोठा सुस्कारा टाकला, तेव्हा कंपाउंडरनं पुढे म्हटलं, ''इतके दिवस मी तुमची वाट बघत होतो. मला फार आशा होती की, तुम्ही सर्व गोष्टी नीट करू शकाल; पण हळूहळू माझी खात्री होत गेली की, गाडी कायमची रुळावरून खाली घसरली आहे; ती आता पुन्हा रुळावर येणं शक्य नाही.''

ती रस्त्यावरून थोडंसं अंतर चालून गेली, तेव्हा तिला आपल्या अंगातील शक्ती एकदम क्षीण झाल्यासारखं वाटू लागलं. तिनं समोरून येणाऱ्या टांग्याला हाक मारली. टांग्यात बसल्यानंतर मागच्या गादीवर तिनं असह्य थकव्यानं आपलं अंग टाकून दिलं. तिच्या दाराशी जेव्हा टांगा थांबला, तेव्हा तिला खाली उतरावसंच वाटेना. भाऊंना आपण सुख देऊ शकू या केवढ्या मोठ्या आशेनं ती डॉक्टरांकडे गेली होती आणि केवढ्या मोठ्या निराशेनं तिला परतावं लागलं होतं! आता घरात जाऊन ती भाऊंना काय सांगू शकणार होती? किंवा आपल्या आईला तरी काय उत्तर देणार होती?

भाऊंना समाधान देण्याचा मार्ग आता बंद झाला होता.

परंतु फार काळ या दुःखात बुडून राहाण्याची वेळ तिच्यावर आली नाही. दुसऱ्या दिवशी साऱ्या वर्तमानपत्रांत तिनं ज्या हकिगती वाचल्या, त्या वाचून तिचं तिलाच कळेना की, त्याबद्दल आपण आश्चर्य करावं की दुःख?

१६

दुसऱ्या दिवशी साऱ्या वर्तमानपत्रांत एकच बातमी ठळक अक्षरांत छापलेली होती. ती म्हणजे डॉक्टर सतीश यांच्या अटकेची! बहुतेक साऱ्या वर्तमानपत्रांत मोठमोठ्या मथळ्यात छापलं होतं :

''डॉक्टर सतीश यांना अटक!
फूस लावून विवाहित स्त्रीला
पळवल्याचा आरोप!!''

आणि या ठळक मथळ्याखाली लिहिलं होतं, ''काल रात्री ११ वाजता सीआयडी पोलीस सुपरिटेंडेंट दादासाहेब पाटणकर यांनी डॉक्टर सतीश यांना त्यांच्या निवासस्थानी अटक केली. तपासाअंती असे कळते की, डॉक्टरांनी सिंधुताई नावाच्या एका विवाहित स्त्रीला फूस लावून पळवले होते आणि बरेच दिवस आपल्या घरात ठेवून घेतले होते. तिच्याबरोबर डॉक्टर लग्नही लावण्याच्या विचारात होते अशी अफवा होती. त्या स्त्रीच्या पतीने पोलिसांत याबद्दल तक्रार दाखल केली आणि त्या तक्रारीचा योग्य तो तपास केल्यानंतर काल रात्री त्यांना अटक करून फरासखान्यात नेण्यात आले. अधिक चौकशी चालू आहे.''

ही बातमी वाचल्यानंतर पुण्यात जिकडेतिकडे त्याच विषयाची चर्चा सुरू झाली.

त्यांपैकी जे लोक डॉक्टरांच्या साधारण परिचयातले होते

ते म्हणत, "डॉक्टरांच्या स्वभावावरून तरी आपल्याला ही गोष्ट खरी वाटत नाही. कुणीतरी त्यांच्यावर हे कुभांड रचलं असलं पाहिजे."

आणि विचार करून टीका करण्याची ज्यांना सवय नव्हती, ज्यांनी फक्त त्यांचं नाव ऐकलं होतं ते म्हणत,

"बघितलंत? दिसतं तसं नसतं. मला अगदी पहिल्यापासून त्या गृहस्थाची शंका होतीच. वरून दिसायला गोरा आणि आतून वर्तन काळं! बघा माझी शंका खरी ठरली की नाही?"

आणि जे त्यांच्या अगदी निकट परिचयातले होते ते म्हणत, "चांगला माणूस फुकट जातो बघा! अखेरीस वाईट दशा झाली बिचाऱ्याची!"

पुष्पमालेनंदेखील ही बातमी जेव्हा प्रथम वाचली, तेव्हा तिला आश्चर्यापेक्षा दुःखच अधिक झालं आणि सामान्य माणसाला डॉक्टरांसारख्या सत्पात्र माणसावर असला प्रसंग आल्यानंतर जे दुःख होईल त्या दुःखापेक्षा तिचं दुःख शतपटीनं मोठं होतं, कारण त्या व्यक्तीच्या दुःखाला आपणच कारणीभूत आहोत या जाणिवेनं तिच्या दुःखात अधिक भर घातली होती. दुसऱ्या व्यक्तीच्या दुःखाला आपण कारणीभूत होणं या गोष्टीची माणसाला बोचणी लागणं साहजिक आहे; परंतु त्यातल्या त्यात ज्या व्यक्तीबद्दल आपण परमावधीचा आदर बाळगला, त्या व्यक्तीच्या दुःखाला कारणीभूत होणं यासारखी दुःखद गोष्ट दुसरी कोणती नसेल. निदान पुष्पमालेला त्या क्षणी जे दुःख झालं त्याचं स्वरूप तरी त्या प्रकारचं होतं.

तिनं हातातलं वर्तमानपत्र टेबलावर टाकून दिलं. आपलं तेच पातळ थोडं साफसूफ केलं, आपले केस सावरले आणि "मी थोडी बाहेर जाऊन येते हं!" असं आपल्या आईला सांगून ती बाहेर पडली. ती डॉक्टरांच्या दवाखान्यात गेली, तेव्हा कंपाउंडर हरिभाऊ एका खुर्चीवर उदास चेहरा करून बसलेला तिला दिसला. त्याच्याजवळ जाऊन तिनं म्हटलं, "हरिभाऊ, डॉक्टरांना जामिनावर सोडण्याची काही खटपट नको का करायला?"

यावर हरिभाऊनं विषण्णपणे उत्तर दिलं, "मी त्याबद्दलच विचार करतो आहे; पण मला ते शक्य दिसत नाही. कदाचित या केसचं स्वरूप तुम्हाला माहीत नसेल."

आणि आपल्याकडे प्रश्नार्थक मुद्रेने पाहाणाऱ्या पुष्पमालेकडे बघून त्यानं पुढे म्हटलं, "ही फार वेगळ्या तऱ्हेची केस आहे. यामध्ये कायद्यापेक्षा वैयक्तिक गोष्टीच फार आहेत. तुम्हाला डॉक्टरांचं आणि दादासाहेबांचं नातं कोणत्या स्वरूपाचं होतं हे ठाऊकच आहे आणि त्याचाच शेवट अशा प्रकारानं झालेला आहे. मी काल एकीकडून या केससंबंधी थोडी माहिती काढली, तेव्हा मला कळलं की, वास्तविक या बाईला तिच्या नवऱ्यानं टाकलेलं होतं; परंतु दादासाहेबांनी त्याची मूठ दाबून

त्याला डॉक्टरांच्या विरुद्ध उभं केलं. डॉक्टरांनी अचलाशी लग्न केलं नाही म्हणून हा केवळ सूड आहे. जगात दुष्ट माणसं आपला हेतू साध्य करण्यासाठी वाटेल ते करण्यास मागंपुढं बघत नाहीत, त्याचं हे उदाहरण आहे पुष्पाताई! आणि म्हणून कायद्यात जामिनावर सोडण्याची जरी सवलत असली तरी पोलिसांच्या वतीनं दादासाहेब त्या गोष्टीला हरकत घेतील आणि एकदा पोलिसांनी हरकत घेतली म्हणजे त्यांना भिणाऱ्या मॅजिस्ट्रेटकडून डॉक्टरांना जामिनावर सोडण्याचा अर्ज फेटाळला जाईल.''

हे ऐकून पुष्पमालेनं म्हटलं, ''काही झालं तरी जामिनाचा अर्ज करून तो फेटाळला गेला तरी मनाला समाधान वाटेल.'' हरिभाऊनं म्हटलं, ''हं! नुसत्या समाधानासाठी अर्ज करायचा असेल तर माझी हरकत नाही; परंतु त्याचा काही उपयोग होणार नाही.'' हरिभाऊंचा हा अंदाज कोर्टात गेल्यानंतर अगदी खरा ठरला. डॉक्टरांना जामिनावर सोडण्याकरिता केलेला अर्ज फेटाळला गेला आणि जरी तो फेटाळला गेला नसता तरी त्याचाही काही उपयोग नव्हता, कारण डॉक्टरांनी पुष्पमालेला साफ सांगितलं की, 'त्यांना जामिनावर सुटण्याची मुळीच इच्छा नाही.'

एखाद्या वकिलाला गाठून त्याच्या संमतीनं जामीनअर्ज तयार करण्याबद्दल हरिभाऊंना सांगून ती डॉक्टरांची भेट घेण्यासाठी त्यांच्या कोठडीपाशी गेली आणि तेथे असलेल्या पोलिसाला सांगू लागली की, तिला डॉक्टरांना भेटायचं आहे. तिचं बोलणं ऐकून त्या पोलिसानं गुर्मीतच तिला उत्तर दिलं होतं, ''हे तुमचं घर आहे वाटतं? वाटेल त्याला भेटायला! आरोपीला भेटण्यासाठी प्रथम कोर्टाची परवानगी घ्यायला नको का?''

मग ती थेट हरिभाऊंकडे आली होती आणि तो ज्या वकिलापाशी बोलत उभा होता त्यांच्याकडे बघून तिनं म्हटलं होतं, ''डॉक्टरांना भेटायला कोर्टाची परवानगी मिळेल का?''

त्या वकिलानं तिच्याकडे बघून हसून म्हटलं होतं, ''अहो, त्याला परवानगी कशाला हवी?''

''तो पोलीस तसं म्हणाला!''

या तिच्या बोलण्यावर त्या वकिलानं अधिकच हास्य करून म्हटलं, ''अहो, तो तसं म्हणायचाच! त्याच्याशिवाय त्याचं पोट कसं चालायचं? त्याचा हात ओला केलात का?''

आपलं बोलणं तिला कळलं नाही असं वाटून ते पुढे म्हणाले होते, ''त्याच्या हातावर दक्षिणा ठेवा; म्हणजे देईल भेटीची परवानगी!''

मग पुष्पमालेच्या ध्यानात सर्व प्रकार येऊन ती तेथून निघाली होती. त्या वकिलाच्या बोलण्याचा आणि हसण्याचा तिला राग येऊन तिनं मनात म्हटलं होतं,

'किती हृदयशून्य असतं हे कोर्टाचं वातावरण!'

आणि नंतर कोठडीजवळ जाऊन तिनं त्या पोलिसाला एका बाजूला बोलावलं होतं आणि त्याच्या हातावर दक्षिणा ठेवून त्याला भेटीची परवानगी मागितली होती. प्रथम त्या पोलिसानं ते पैसे परत देण्याचा बहाणा केला होता; परंतु पुष्पमालेनं ते परत घेतले नव्हते, तेव्हा तो म्हणाला होता, "पैशासाठी म्हणून नव्हे तर तुमच्या विनंतीवरून मी तुम्हाला थोडा वेळ भेटीची परवानगी देतो."

असं म्हणून आपण तिच्यावर फार मोठी मेहेरबानी करत आहोत असा आव आणून त्यानं तिला भेटीची परवानगी दिली होती.

ती जेव्हा आत गेली, तेव्हा तिच्याकडे पाठ करून पलीकडच्या खिडकीतून बाहेर बघत असलेले डॉक्टर तिला गजातून दिसले होते. पुष्पमालेनं हाक मारल्यानंतर दचकून त्यांनी क्षणभर तिच्याकडे बघितलं होतं; परंतु दुसऱ्याच क्षणी आपला चेहरा हसरा करून त्यांनी म्हटलं होतं, "का? माझं सुख बघायला आलात?"

पुष्पमालेनं यावर नकारार्थी मान हलवली, तेव्हा ते पुढे म्हणाले होते,

"खरंच थट्टा नाही करत; पण खरोखर या ठिकाणी आल्यापासून मी सुखी झालो आहे. तुरुंगात गेल्यानंतर माणूस दुःखी होतो असं थोडंच आहे? निदान माझी तरी तशी स्थिती नाही. उलट या ठिकाणी मी माझं दुःख थोडंफार विसरू शकेन. या वेगळ्या जगात आल्यामुळे माझ्या पूर्वीच्या दुःखद स्मृती तरी मला मनावेगळ्या करता येतील. तुरुंगात जसे दुष्ट निर्माण होतात तसे सुष्टही निर्माण होतात. कुणी सांगावं, माझा भविष्यकाळ चांगला होणार नाही कशावरून? आणि म्हणून मी तुम्हाला विचारलं की, माझं सुख बघायला तुम्ही आलात का?"

पुष्पमालेला आपले अश्रू आवरता आले नव्हते आणि ते आवरण्याचा प्रयत्न करीत ती जणू काही आपल्या मनाशीच पुटपुटली होती, "मी तुमच्या सुटकेची खटपट करायला आले होते."

"म्हणजे तुम्ही पुन्हा मला दुःखात लोटणार आहात? दिलं एवढं दुःख पुरं झालं नाही का? उगवला इतका सूड अजून अपुराच वाटतो का? कशाला व्यर्थ माझ्या सुटकेची खटपट करता? मला नाही जामिनावर सुटायचं!"

आपल्या डोळ्यांतून भराभर ओघळणारे अश्रू रोधून धरण्याचा प्रयत्न करून ती काही बोलणार इतक्यात पोलिसानं तेथे येऊन म्हटलं होतं,

"बाई, तुम्ही बाहेर चला! तुमची वेळ संपली!"

ती तेथून बाहेर पडून घरच्या वाटेला लागली, तेव्हा आपण आपल्याबरोबर केवढ्या मोठ्या दुःखाचा भार वाहून नेत आहोत असा तिला भास झाला. एका अत्यंत सालस व्यक्तीला दुःख देऊन त्याला अधोगतीच्या गर्तेत लोटण्याचं कृत्य तिच्या हातून अहेतुकपणे घडलं होतं आणि त्या कृत्यामुळे होणाऱ्या दुःखानं आपली

परिसीमा गाठली होती.

परंतु घरी पोहोचल्यानंतर तिच्या टेबलावर पडलेल्या सकाळच्या वर्तमानपत्रांत तिनं आणखी एक बातमी वाचली आणि सकाळी आपल्या वाचनातून ती कशी राहून गेली याबद्दल तिला मनस्वी आश्चर्य वाटलं. ती बातमी माधुरीच्या लग्नाची होती. एका मोठ्या इंजिनिअरबरोबर मोठ्या थाटात तिचं लग्न लागलं होतं.

ती बातमी वाचताच ती आपलं दुःख पार विसरून गेली - नव्हे, स्वार्थापुढे माणूस कसलीच पर्वा करत नाही हा साधा विचारही त्या क्षणी तिच्या मनात डोकावला नाही. तिचं मन एका निराळ्याच आशेत गुंतून गेलं.

जे प्रेम ज्या एका अलौकिक कारणासाठी तिनं स्वतःहून दूर लोटलं होतं आणि स्वतःवर दुःख करून घेण्याचा प्रसंग आणला होता, ते प्रेम पुन्हा प्राप्त करून घेण्याची एक नवीनच आशा तिच्या अंतःकरणात उत्पन्न झाली. तिनं मनात म्हटलं,

'आता मला सहज कुमारच्या प्रेमाचा स्वीकार करता येईल आणि माझं गेलेलं सुख परत मिळवता येईल.'

परंतु आपल्या अंतःकरणात या नव्यानंच उद्भवलेल्या आशेच्या सफलतेबद्दल जेव्हा ती विचार करू लागली, तेव्हा तिचं अंतःकरण पुन्हा निराशेनं भरून गेलं, कारण ज्या प्रेमाचा ती आता स्वीकार करू शकणार होती ते प्रेम तिच्यापासून दुरावलं होतं. तिच्या नकारामुळे कुमार अचानक नाहीसा झाला होता. मग ती आता कोणत्या आशेवर अवलंबून राहू शकणार होती? त्याच्या लिहिण्याप्रमाणे त्यानं जरी आत्महत्या केली नसली तरी तो पुन्हा तिला नक्की केव्हा भेटू शकेल याची तिला खात्री होती काय? जरी तो भेटला तरी पूर्वी झालेला आपला अपमान विसरून तो पुन्हा तिचा स्वीकार करेल याविषयी ती ग्वाही देऊ शकत होती काय? आणि असं जर नव्हतं तर मग कोणत्या आधारावर ती त्याची वाट बघत थांबणार होती?

या गोष्टीचा जेव्हा ती विचार करू लागली, तेव्हा तिला आपल्या परिस्थितीची मनस्वी चीड आली. आजपर्यंत तिनं अनेक दुःखं सहन केली होती. ती सहन करताना प्रत्येक वेळी तिनं आपल्या दैवाला दोष दिला होता; परंतु अनेक दुःखं सहन केल्यानंतर माणसाच्या मनात मनस्वी चीड निर्माण होऊन त्या दुःखांविरुद्ध बंड पुकारण्याची जी इच्छा उत्पन्न होते तशी तिच्या मनात निर्माण होऊन ती स्वतःशीच म्हणाली,

"माझ्यात असं कोणतं न्यून आहे की, त्यामुळे मी निमूटपणानं सारी दुःखं सहन करावीत?"

तिच्या आयुष्यात आता असाच काळ निर्माण झाला होता की, वाटेल त्या आपत्तींना तोंड देऊन ती आपलं सुख परत मिळवणार होती. वाटेल तितकं थांबून ती कुमारच्या प्रेमाचा लाभ करून घेणार होती.

कुमारच्या प्रेमासाठी वाटेल तितका काळ थांबणं तिला शक्य होतं का? कारण तिची आई तिला असं सांगितल्याशिवाय थोडीच राहाणार होती की, तिनं आता लग्न केलं पाहिजे म्हणून?

हा शेवटचा प्रश्न तिच्या मनात उभा राहाताच तिला तिच्या आईचा मनस्वी संताप आला. तिची नोकरी सुटली होती आणि म्हणून तिनं ताबडतोब लग्न केलं पाहिजे या तिच्या आईच्या इच्छेला ती आता मुळीच मानणार नव्हती आणि आपल्या आईनं आपला हट्ट चालवला तर खुशाल आपण घर सोडून चालत्या होऊ, असा निर्धार तिनं आपल्या मनाशी बोलून दाखवला.

आणि जसजशी ती त्या कल्पनेशी खेळू लागली तसतशी ती कल्पना तिच्या मनात अधिकच स्थिर होऊ लागली - की बस्स, प्रसंग आला तर आपण घरसुद्धा सोडायचं!

त्या कल्पनेच्या नुसत्या आनंदात, आपण घर सोडून जाणार कुठे हा साधा विचारही तिच्या मनाला शिवला नाही. तिची नोकरी सुटल्यानंतर तिचं मन रमण्यासाठी तिनं मुंबईला यावं यासाठी तिच्या थोरल्या बहिणीनं तिला दोन पत्रं धाडली होती; परंतु ती मुंबईला गेली नव्हती, कारण सहानुभूती दाखवून दुसऱ्या एखाद्या व्यक्तीनं आपली कीव करावी या गोष्टीबद्दल तिला कमीपणा वाटला होता आणि त्यामुळे मुंबईला आपल्या बहिणीकडे जाण्याचा विचार तिच्या मनातदेखील आला नव्हता आणि आता तर तिनं खुशाल घर सोडण्याचा विचार केला होता.

परंतु माणसाची एखादी इच्छा उत्कट असली तर त्याला तत्काळ मार्ग गवसतो, त्याप्रमाणे तिला लगेच एक मार्ग सापडला आणि दुसऱ्याच क्षणी त्या मार्गानं जाण्याचा तिनं निर्धारही केला.

दोन-चार दिवसांपूर्वी एका वर्तमानपत्रात आलेली जाहिरात तिच्या डोळ्यांसमोर उभी राहिली. बंगालमध्ये रोज हजारो लोक अन्नाअभावी मृत्युमुखी पडत होते आणि त्यांना साह्य करण्यासाठी हजारो स्वयंसेवकांची त्या ठिकाणी जरुरी होती.

तिला कुमारचं प्रेम मिळवायचं होतं. त्यासाठी काही काळ त्याची गाठ पडेपर्यंत थांबणं आवश्यक होतं आणि त्याप्रमाणे नोकरीशिवाय घरी त्याची वाट बघत बसणं तिला शक्य नव्हतं. तिनं ताबडतोब तिकडे जाण्याचा बेत आखला.

आणि तिला आपला हा बेत इतका पटला की, लगेच त्याच दिवशी संध्याकाळी तिनं त्या वर्तमानपत्राच्या संपादकांची गाठ घेतली आणि आपला बेत त्यांना बोलून दाखवला. यावर आपला चष्मा आपल्या डाव्या हातात घेऊन त्याची भिंगं हातरुमालानं पुसत ते म्हणाले,

''खरोखर तुमचा उत्साह बघून मला मोठा आनंद वाटतो. आपल्या बंगाली बांधवांसाठी इतक्या स्वखुशीनं आमच्या महाराष्ट्रातील स्त्रियादेखील सहज पुढे येऊ

शकतात हे तुमच्या उदाहरणावरून जगाला दिसणार आहे; परंतु हे काम तुम्हाला झेपेल असं वाटतं का?''

आपली मान होकारार्थी हलवून पुष्पमालेनं म्हटलं, ''कोणतंही काम निष्ठेनं केलं म्हणजे ते न झेपण्याचा प्रश्नच उत्पन्न होत नाही.''

आपला चष्मा आपल्या डोळ्यांवर चढवत त्यांनी म्हटलं, ''तुमचं म्हणणं बरोबर आहे. माझ्या म्हणण्याचा आशय एवढाच होता की, तुम्ही नीट विचार करूनच या कार्यात उडी घेत आहात ना?''

''मी पूर्ण विचार करूनच येथे आले आहे.''

''तुमच्या घरी कोण कोण आहे? आणि तुमच्या घरच्या मंडळींना तुमचा हा विचार पसंत आहे का?''

''माझ्या घरी आई-वडील आहेत; परंतु त्यांच्या पसंतीचा प्रश्न माझ्यासमोर नाही.''

''मग तुम्ही त्यांना न विचारताच जायला तयार झाला आहात?''

आपली मान खाली करून पुष्पमाला म्हणाली, ''कृपा करून मला तो प्रश्न विचारू नका. मी माझी जबाबदारी जाणूनच या सर्व गोष्टी करत आहे.''

तिच्या या बोलण्यावर संपादकांनी म्हटलं, ''मला माफ करा. तुमच्या खासगी गोष्टीत अधिक शिरण्याची माझी इच्छा नाही; परंतु या कार्यात स्त्रियांचा कितपत उपयोग करायचा हे आम्ही अजून ठरवलेलं नाही. तेव्हा...''

त्यांचं बोलणं पुरं झालं असं वाटून पुष्पमाला म्हणाली, ''एकूण तुम्ही माझी निराशा करणार आहात असं मला दिसतंय.''

बोलण्याची घाई करून संपादक म्हणाले, ''छे, छे! तुम्ही असं समजू नका. मी विचार करून उद्या तुम्हाला सांगतो. तुम्ही उद्या येण्याची तसदी घ्या.''

आणि दुसऱ्या दिवशी मोठ्या आशेनं ती पुन्हा त्या संपादकांना जाऊन भेटली! तिला बघताच ते म्हणाले,

''या. मी तुमचीच वाट बघत होतो. तुम्हाला तिकडे पाठवायला हरकत नाही असं मी विचार करून ठरवलं आहे. तुम्ही कलकत्त्याला जाऊन राहा आणि तुमच्यासाठी मी अगदी एक सोपं काम योजून ठेवलं आहे. ते म्हणजे तिकडची प्रत्यक्ष परिस्थिती बघून रोज आमच्या वर्तमानपत्रासाठी तिथली बातमी पुरवायची! तुम्हाला ठिकठिकाणी हिंडावं लागेल; परंतु त्रास मात्र होणार नाही. कराल एवढं काम तुम्ही?''

कलकत्त्याच्या एका कार्यकर्त्याला तिच्या ओळखीचं पत्र देत असताना पुष्पमाला त्यांना म्हणत होती, ''मला तुमचे आभार कसे मानावेत हेच कळत नाही.''

यावर ते तिला म्हणाले, ''माझ्यावर मात्र याच्या उलट बोलण्याची वेळ

आलेली आहे. तुमच्यासारख्या स्त्रिया अशा कामात स्वखुशीनं पुढे आलेल्या बघून वास्तविक तुमचेच आभार मानायला हवेत.''

ती जेव्हा त्या वर्तमानपत्राच्या कचेरीतून बाहेर पडली, तेव्हा तिचं अंतःकरण समाधानानं भरून गेलं होतं. आपलं प्रेम जिंकून आणण्यासाठीच जणू काही आपण दिग्विजयाला निघालो आहोत असा भास तिला सारखा होत होता. एका फार मोठ्या सुखाच्या आशेनं ती निघाली होती आणि या क्षणापासून आपल्या त्या सुखाला आरंभ झाला आहे असं तिला वाटत होतं.

परंतु तिचं हे सुख फार वेळ टिकलं नाही. प्रत्यक्ष घर सोडण्याचा जेव्हा तिच्यावर प्रसंग आला, तेव्हा तिला परमावधीचं दुःख झालं. आपल्या प्रेमळ पित्याला सुख देण्यासाठी तिनं आजपर्यंत जो आटोकाट प्रयत्न केला होता तो निष्फळ ठरून, अखेरीस घर सोडण्याचा प्रसंग तिच्यावर आला होता. सारी सामसूम झाल्यानंतर ती हळूच उठली. आपल्या प्रेमळ पित्याला सापडेल अशा ठिकाणी तिनं एक पत्र लिहून ठेवलं. त्यात तिनं लिहिलं होतं

''भाऊ,

तुम्हाला सुख देण्याचा मी आजपर्यंत आटोकाट प्रयत्न केला; परंतु यापुढे मला आता ती गोष्ट शक्य होणार नाही आणि त्यामुळे तुम्हाला होणारं दुःखही मला बघवणार नाही. म्हणून मी आज घर सोडून जात आहे; त्यामुळे मला सुख होईल या आशेनं - वेड्या आशेनं - मी बाहेर पडत आहे. घराबाहेरदेखील मी फक्त चांगल्या गोष्टी करण्याचाच प्रयत्न करेन. तुमचा उपदेश मी कधीच विसरणार नाही. भाऊ, मी तुमची मुलगी आहे ही जाणीव मला कधीच गप्प बसू देणार नाही. किंबहुना त्यासाठीच मी हे घर सोडून जात आहे. तुम्ही खात्री बाळगा की, मी कुठेही असले तरी तुमची आणि तुम्ही वेळोवेळी केलेल्या थोर उपदेशाची विस्मृती मला कधीच होणार नाही.''

गाडीत बसल्यानंतर मात्र तिला वाटू लागलं की, आपण जणू काही जगाच्याच प्रवासाला निघालो आहोत आणि या प्रवासात आपल्याला आपण मनाशी धरलेल्या एकट्या आशेशिवाय दुसऱ्या कुणाचीच सोबत नाही. तिनं खिडकीतून बाहेर नजर टाकली. बाहेर काळाकुट्ट अंधार पसरला होता. आकाशातील असंख्य चांदण्यांशिवाय तिच्या दृष्टीला दुसरं काहीच दिसण्यासारखं नव्हतं.

तिच्या निराशामय आयुष्यात चमकणाऱ्या आशेप्रमाणे सृष्टीच्या अंधकारमय वातावरणात त्या चांदण्या मोठ्या डौलानं चमकत होत्या. सृष्टीचं गुरुत्वाकर्षण कमी झाल्यामुळे आकाशातून अकस्मात गळून पडणाऱ्या एखाद्या ताऱ्याप्रमाणे तिनं मनाशी धरलेली ही अखेरची आशा नष्ट तर होणार नव्हती ना?

१७

कालिमातेच्या मंदिरातील सूर्योदयाची आरती झाल्यानंतर देवीच्या मूर्तीपुढे पुष्पमालेनं आपले हात जोडले आणि मनात तिनं आपली नित्याची प्रार्थना उच्चारली. तिला कलकत्त्याला येऊन आता एक महिन्याहून अधिक काळ लोटला होता. या अवधीत तिचा खुद्द कलकत्त्यात फार अल्पकाळ मुक्काम झाला होता. तिला ठिकठिकाणी हिंडून बातमीदाराचं काम करायचं होतं आणि म्हणून निरनिराळ्या प्रांतांतून हिंडणं तिला आवश्यक होतं. त्याप्रमाणे ती हिंडली होती; परंतु जेव्हा जेव्हा तिचा मुक्काम कलकत्त्यामध्ये असे, तेव्हा तेव्हा कालिमातेच्या मंदिरातील या पहाटेच्या आरतीला हजर राहाण्याचा तिचा उपक्रम ठराविक झाला होता आणि तिची एक प्रार्थनाही ठराविकच झाली होती.

ती ज्या ज्या प्रांतांतून हिंडली, तिकडे तिकडे तिला कल्पनातीत दुःख दिसलं होतं. एखादी परिस्थिती सुधारणं हे माणसाच्या शक्तीबाहेरचं काम झालं म्हणजे अंगात ताकद उरलेली नसते. अशा मातांबरोबर चालू लागलेली छोटी छोटी इतर मुलंही असतात. हातापायांच्या काड्या, पोटाचा नगारा, बरगड्या बाहेर पडलेली आणि ज्यांना स्वतःचं वजनही झेपत नाही अशी त्यांची स्थिती झालेली असते. स्त्रियांना स्वतःच्या जिवापेक्षा अब्रू प्यारी असते. लाज झाकण्यासाठी अंगावर लक्तरंही नसल्यानं कित्येकींना दाराबाहेर पडता येत नाही. त्या जवळजवळ नग्नच असतात असं म्हटलं तरी चालेल. पुरुषांची

स्थिती तर त्याहूनही वाईट आहे. त्यांना पाहून रस्त्यांतून चालतेबोलते सापळेच चालले आहेत की काय असा भास होतो. परंतु खेड्यांची परिस्थिती यापेक्षाही फार भयावह आहे.

पबना विभागातील बेरा गावाला ती जाऊन आली. भर बाजारात एक मच्छी स्त्री मरून पडलेली तिनं बघितली; परंतु तिचं मूल तशा स्थितीत तिला पीत होतं. बिचाऱ्याला कळलं नाही की, आपल्या आईच्या स्तनातून यापुढे दुधाचा एक थेंबही मिळण्याचं भाग्य आपणास लाभणार नाही.

ती चांदपूरला गेली होती. त्या ठिकाणी जाण्यास तिला फार उशीर झाला; त्या वेळी रात्री एक वाजण्याचा सुमार होता. सर्वत्र भीषण शांतता पसरली होती; परंतु कुत्र्याचं भुंकणं आणि पाठोपाठ मुलांच्या किंचाळण्यानं चांदपूरमधील झोपलेली माणसं जागी झाली. जवळ फक्त भिक्षापात्र एवढीच संपत्ती असलेला दहा वर्षांचा मुलगा घराच्या पायरीवर विश्रांती मिळावी म्हणून झोपी जाण्याचा विचार करत होता; परंतु पायरीऐवजी त्याचं डोकं कुत्र्याच्या मागच्या पायावर पडलं. त्याच्या मानेला त्या कुत्र्यानं कडकडून चावा घेतला. रिकाम्या पोटामुळे ओरडण्याची अंगात ताकद नसतानादेखील झालेल्या दुःखामुळे तो मोठ्यांदा किंचाळला आणि दुसऱ्याच क्षणी त्यानं जगाचा निरोप घेतला.

ज्या बोटीनं ती चांदपूरला चालली होती तिच्या एका कोपऱ्यात स्त्रिया, मुले आणि पुरुष मिळून शंभर माणसं खच्चून भरली होती. बिचाऱ्यांनी पोटासाठी घरादाराचा त्याग केला होता. ऊन, वारा, पाऊस सहन करत रात्रंदिवस अन्नासाठी ते कुठेतरी भटकत चालले होते. त्यांच्याबरोबर असलेल्या कित्येक लोकांनी वाटेतच भुकेमुळे जगही सोडलं होतं. बिचाऱ्यांची कृश शरीरं चिंध्यांनी आच्छादलेली होती.

त्या समूहातली एक लहान मुलगी तिच्याकडे येऊन, हात पुढे करून तिला म्हणाली होती, "महाराज, मी आज तीन दिवस अन्नाविना आहे. मला एक आणा दिलात तर एक केळ तरी घेऊन खाईन."

त्या बालिकेचा आवाज भुकेनं इतका खोल गेला होता की, तिचं म्हणणं ऐकण्यासाठी कान मुद्दाम ताणावे लागत होते. तिच्याबरोबर तिचा पन्नास वर्षांचा पिता होता. बिचाऱ्याच्या शरीरावर एक तसूभरदेखील मांस नव्हतं. नुसता हाडांचा सांगाडा राहिला होता. चार महिन्यांपूर्वी त्यानं पूर्व बंगालमधील आपलं घर सोडलं होतं; तेव्हा बरोबर बायको, दोन मुलं आणि ही लहान मुलगी होती. अन्नासाठी भटकत असताना उपासानं रस्त्यात त्याची बायको मेली, मुलगे वाटेत त्याला सोडून चालते झाले आणि त्या वृद्धाबरोबर एवढी लहान मुलगी राहिली होती. त्याला या भागात काम मिळत नव्हतं आणि या मुलीच्या बरोबर हिंडताना मृत्यू केव्हा झडप

घालेल याचा नेम नव्हता. ''भुकेनं मला मरणच यायचं असेल, तर माझे वाडवडील ज्या खेड्यात राहिले आणि मेले तिथे जाऊन मला मरू द्या,'' असं तो म्हणाला. माणूस अगतिक होऊन ज्याप्रमाणे परमेश्वराला प्रार्थना करतो, त्याप्रमाणे पुष्पमाला मनात कालिमातेला उद्देशून नेहमी म्हणे, ''माझ्या बंगाली बांधवांवर अन्नान्न होऊन आपल्या बायका-पोरांसह रस्त्याच्या फुटपाथवर मृत्यूच्या दारात जाण्याची वेळ आली आहे. त्यांना विश्रांतीसाठी आसरा नाही, अब्रू झाकण्यासाठी वस्त्र नाही, भूक भागवण्यासाठी अन्न नाही; अशा दुर्दैवाच्या फेऱ्यात ते आज सापडले आहेत. देवी, त्यांना तारणं अगर मारणं सर्वस्वी तुझ्याच हाती आहे.''

रोज ही प्रार्थना म्हणताना ती भावनेच्या इतकी आहारी जात असे की, तिचं बुद्धिवादी मन कोठल्या कोठे लुप्त होऊन जाई. ती आता पूर्वीची पुष्पमाला राहिली नव्हती. आपलं दुःख निदान तात्पुरतं तरी ती पार विसरली होती आणि तिच्यावर सामुदायिक दुःखाशी समरस होण्याची वेळ आली होती.

या चमत्काराबद्दल तिला मुळीच आश्चर्य वाटेनासं झालं होतं. उलट तिनं आपल्या डोळ्यांनी दुसऱ्यांची जी जी दुःख पाहिली होती, त्याबद्दल पुनःपुन्हा विचार करून तिच्या मनाला एक प्रकारे निराश होण्याची सवय लागली होती.

प्रार्थनेचा आपल्या मनाशी उच्चार केल्यानंतर पुण्याच्या वर्तमानपत्राच्या संपादकांना बंगालच्या दुःस्थितीबद्दल काल दुपारी तिनं ज्या गोष्टी लिहिल्या, त्या तिला एकामागून एक आठवू लागल्या.

तिनं संपादकांना लिहिलं होतं : 'खरोखर इकडची परिस्थिती हृदयद्रावक अशीच आहे. ब्रिटिश साम्राज्यात लोकसंख्येच्या दृष्टीनं कलकत्याचा नंबर दुसरा लागतो. व्यापार आणि रहदारी यांनी रात्रंदिवस शहर गजबजलेलं असायचं; पण आज कशी प्रेतकळा आली आहे पाहा! समारंभ, कार्यक्रम आणि मोटारी, बसेस, ट्राम्स यांची चोहोकडे रात्रंदिवस धांदल चालू असलेल्या शहरात एका विशिष्ट दिशेनं पाच-पाच, दहा-दहा माणसं गटागटानं जाताना दिसतात. त्यातच अधूनमधून ॲम्ब्युलन्स मोटारींची धावपळ सुरू असते. अन्नधान्य आणि साखर, रॉकेल, कोळसा यासाठी लांबच्या लांब रांगेत नंबर लावून उभे राहिलेले शेकडो लोक मुंबई-पुण्यात किंवा महाराष्ट्रात बघितले असतील. बंगालमधील उपासमारी आणि साथीच्या रोगांना बळी पडलेल्या लोकांवरही आज तीच वेळ आली आहे. कलकत्त्यातील स्मशानभूमीवर रांगेनं प्रेतं लावून ठेवलेली असतात. इहलोक सोडून गेल्यावरही बिचाऱ्यांची नंबर लावून तिष्ठत बसण्याची वेळ चुकलेली नाही.

थकलेल्या, दमलेल्या, अर्धनग्न, डोळे खोल गेल्यामुळे पाहाणाऱ्यांना भीती उत्पन्न करणाऱ्या स्त्रिया, खायला अन्न नाही म्हणून केंद्राच्या ठिकाणी जमलेल्या पाहून मन चरकतं. हाता-पायांच्या काड्या झालेली मुलं कित्येकींच्या कडेवर

दिसतात; पण त्यांचा भार सहन करण्याचीही त्यांच्या शरीरात ताकद नव्हती.

मिदनापूर शहरात प्रवेश करताच जणू एका मृत माणसानंच पुष्पमालेचं स्वागत केलं. सकाळी ११ वाजता स्टेशनसमोरील भर रस्त्यात तो मरून पडला होता. त्याच्यामागे रडणारा त्याचा मित्र अगर कोणीही नातेवाईक नव्हता.

त्याच वेळी २५-३० वर्षांची एक अर्धनग्न तरुण स्त्री रस्त्याच्या बाजूला असलेल्या कचऱ्याच्या पेटीतील आदल्या दिवशीच्या किंवा काही दिवसांच्या उष्ट्या पत्रावळी वेचून त्यातील शितं टिपून खात होती. जवळच तिचा ४-५ वर्षांचा मुलगा पत्रावळी चाटत होता. त्याच्या अंगात कपडे नव्हते. तिच्या जवळच एक कुत्रा होता; तोही पत्रावळीतील शिल्लक राहिलेलं उष्टं अन्न चाटत होता. प्रत्यक्ष कचऱ्याच्या पेटीत आणखी एक कुत्रा आपल्या पोटाला काहीतरी मिळेल या उद्देशाने आतील पत्रावळी शोधत होता. ते दृश्य बघून पुष्पमालेला कीव आली. तिने त्या बाईला जवळ बोलावलं. आपल्या पत्रावळी घेऊनच ती तिच्याजवळ आली. पुष्पमालेनं तिला तिची हकिगत विचारली, तेव्हा तिला रडू आलं. आपलं पूर्वीचं सुखी आयुष्य तिला आठवलं असावं. ती स्फुंदतस्फुंदत म्हणाली, "सालुबोनी गावात आमची मोठी शेती होती. महागाईमुळे आम्हाला अन्न मिळेना. उपाशी राहावं लागलं. या उपासमारीनंच एक महिन्यापूर्वी माझा नवरा मेला. मुख्य आसराच गेल्यावर शहरात काहीतरी खायला मिळेल या उद्देशानं मी येथे आले. मला दहा-बारा वर्षांचा एक मोठा मुलगा आहे. तो आता कोठेतरी खावयास मिळेल म्हणून भटकत असेल. माझ्याबरोबर माझी थोरली बहीण आहे. तिला ३ ते १५ वर्षांपर्यंतची सहा मुलं आहेत. आम्ही सालुबोनी गावाहून आलो, तेव्हा आमच्या अंगावर वस्त्रही नव्हतं. नग्न स्थितीतच आम्ही वीस मैलांचा प्रवास केला. आता आम्हाला लाज राखण्यापुरतं फाटकं वस्त्र मिळालं. माझं नाव सुंदरा."

पुष्पमाला काल कलकत्त्याला आली. तिच्या खोलीसमोरच एका कुटुंबातली चार माणसं अशीच रस्त्यावर पडली होती. 'कुटुंबाचे हाल पाहात पाहात त्यातील कर्त्या माणसानं अखेर प्राण सोडला. मग आईपुढे प्रश्न उपस्थित झाला तो स्वतःच्या पोटाचा नव्हे, तर पोटच्या दोन मुलांचा! शेजारीच कुटुंबातील कर्त्या माणसाचं प्रेत गुंडाळून ठेवलं होतं आणि दारोदार हिंडून आपल्या चिमण्या बाळांसाठी काही मिळवता आलं तर बघावं म्हणून त्यांची आई गेली असताना ती मुलं एकमेकांना धीर देत बसली होती. शेवटी त्यातील लहान मुलानं ग्लानी आल्याप्रमाणे मान टाकली. त्यानं प्राण तर सोडला नाही ना अशा भावनेनं तो दुसरा मुलगा त्याच्याकडे बघत होता.'

अशा एक एक गोष्टी आठवत ती जेव्हा कालिमाता मंदिराच्या बाहेर पडली, तेव्हा मुक्त हस्तांनी आपली सुवर्णप्रभा उधळत सूर्य वर येत होता आणि मंदिराच्या कळसावर व प्रासादतुल्य इमारतींवर ती प्रभा पडल्यामुळे जो देखावा निर्माण झाला होता, तो अवर्णनीय होता. ती शोभा बघण्यासाठी पुष्पमालेनं आपल्या नेहमीच्या रिवाजाप्रमाणे मंदिराच्या कळसाकडे मान वळवून बघितलं आणि ती पुढे चालू लागणार इतक्यात मंदिराच्या कडेला काहीतरी न्याहाळून बघण्यात गर्क असलेली एक गौर युवती तिला दिसली. तिला बघताच पुष्पमाला जागच्या जागीच थबकली. क्षणभर तिनं मनाशी काहीतरी आठवल्यासारखं केलं आणि एखाद्या गोष्टीची खात्री पटताच माणूस ज्याप्रमाणे चर्या करतो, त्याप्रमाणे चर्या करून ती त्या स्त्रीच्या दिशेनं चालू लागली.

तिच्या जवळ गेल्यानंतर आपली कल्पना बरोबर असल्याचं जेव्हा तिला कळलं तेव्हा ती जरा ओरडूनच म्हणाली, "Am I seeing you in dream?" (मी तुला स्वप्नात तर बघत नाही ना?)

पुष्पमालेचा आवाज ऐकताच दचकून तिनं तिच्याकडे बघितलं आणि नंतर हसून म्हटलं, "So is the human life" (सारं मानवी आयुष्यच स्वप्नमय आहे.)

नंतर पुष्पमाला म्हणाली, "Ay, By what strange chance we are meeting! But what brings you here?" (आपण किती विचित्र योगायोगानं भेटत आहोत! पण तू इथे कशी आलीस?)

पुष्पमालेनं हा प्रश्न विचारल्यानंतर कॅथेराइन कॉकरेलनं तिला आपली सर्व हकिगत सांगितली. तिचा प्रियकर जेम्स लढाईत मारला गेला होता आणि तेव्हापासून ती वेड्यासारखी वाटेल तिकडे भटकत होती. अगदी अलीकडेच तिला हिंदुस्थानातील जुन्या शिल्पकलेचे नमुने बघून त्यांचा अभ्यास करण्याचा नाद लागला होता. त्यासाठी ती ठिकठिकाणी देवळं धुंडाळत हिंडत होती. निरनिराळ्या देवळांमध्ये तिला शिल्पकलेचे नमुने आढळले होते आणि त्यांचे फोटो घेऊन तिनं ते संग्रही ठेवले होते. कलकत्त्यानंतर ती बनारसला जाणार होती.

ही हकिगत पुष्पमालेला थोडक्यात सांगितल्यानंतर तिनं म्हटलं, "खरं म्हणजे कशात तरी मन रमवण्यासाठी आणि आपलं दुःख विसरण्यासाठी मी हे सारं करते आहे. असल्या काही गोष्टी करताना माणूस तात्पुरतं आपलं दुःख मनावेगळं करू शकतो; ही गोष्ट खरी असली तरी रात्रीच्या शांत वेळी आपल्या शय्येवर पडल्यानंतर पुन्हा माणसाच्या मनात आपल्या दुःखाचे सारे विचार गर्दी करतात आणि मग वाटू लागतं की, दुःख विसरण्याची आपली ही सारी खटपट फोल आहे. अंतःकरणाला जखम करणारी दुःखं माणसाला कधीच विसरता येत नाहीत."

आणि थोडा वेळ थांबून तिनं आपले निस्तेज डोळे पुष्पमालेच्या चेहऱ्यावर

रोखून धरले आणि ती म्हणाली, "प्रेमाच्या बाबतीत निदान तू तरी भाग्यवान आहेस असं मला म्हणता आलं, तर मला मनस्वी आनंद होईल."

आपल्या डोळ्यांत हळूहळू गोळा व्हायला लागलेली आसवं पुसून पुष्पमालेनं नकारार्थी मान हलवत म्हटलं, "No! No! We are sailing in the same boat;" (छे, छे! आपण दोघीही त्या बाबतीत सारख्याच कमनशिबी आहोत!)

तिच्या या बोलण्यावर घाई करून कॅथेराइन कॉकरेल म्हणाली, "मला माफ कर, मी माझीच रडकथा तुला सांगत बसले आणि तुझी हकिगत विचारायची विसरूनच गेले."

आणि थोडा वेळ थांबून तीच पुढे म्हणाली, "पण थांब, आपण एखाद्या चांगल्याशा हॉटेलमध्ये जाऊन बसू. तिथे आपल्याला खूप गप्पा मारता येतील."

हॉटेलमध्ये गेल्यानंतर तिनं बॉयला दोन कप कॉफीची ऑर्डर दिली आणि नंतर तिनं पुष्पमालेला तिची हकिगत विचारली. ती हकिगत ऐकल्यानंतर कॅथेराइन कॉकरेलनं एक दीर्घ सुस्कारा टाकला आणि नंतर म्हटलं, "तुझ्या या साऱ्या गोष्टी ऐकून माझी तर आता खात्री होत चालली आहे की, माणसाचं सारं आयुष्य हा केवळ नशिबाचा खेळ आहे आणि मौज अशी की, त्या खेळाची सारी सूत्रं ईश्वर आपल्या ताब्यात ठेवतो आणि मन मानेल त्याप्रमाणे ती हलवीत असतो."

हॉटेलमधून बाहेर पडण्यापूर्वी पुष्पमालेनं म्हटलं, "बरं, आपण आता जाऊ या! माझी ओळख मात्र ठेवा हं!"

या बोलण्यावर कॅथेराइन कॉकरेल आपल्या जागेवरून न उठताच म्हणाली, "वा! मी विसरेन असं तुला वाटतं का? उलट या युद्धानंतर मी आपल्या मायदेशी गेल्यानंतर माझ्या आईला आणि माझ्या इतर अनेक नातेवाइकांना अभिमानानं सांगेन की, आपण निष्कारण हिंदी स्त्रियांविषयी काही गैरसमज करून घेतो. त्या स्त्रिया अगदी आपल्यासारख्याच आहेत. आपल्या इतक्याच हुशार, बोलक्या! आपल्या आणि त्यांच्या भावनाही एक. मनोराज्यं तीच. त्यांच्यात आपल्यापेक्षा काही एक कमी म्हणून नाही..."

या तिच्या बोलण्यावर तिचं वाक्य पुरं करण्याच्या आविर्भावानं पुष्पमाला म्हणाली, "आणि म्हणूनच त्यांचा देश परतंत्र आहे."

यावर तिला काही बोलण्याला जराही अवसर न देता पुष्पमाला पुढे म्हणाली, "आणि खरं पाहाता आमच्यात काय कमी आहे? आमच्या देशात शिवाजीसारखे लढवय्ये होऊन गेले, नाना फडणीसांसारखे राजकारणी पुरुष होऊन गेले, आंब्याच्या कोयीत मावेल इतका तलम शालू काढणारे कलावंत होऊन गेले आणि कालिदासासारखे अप्रतिम कवीही होऊन गेले आणि तरीही तुमचे ब्रिटिश लोक म्हणतात की, आमचा हिंदुस्थान अजून स्वराज्याला लायक नाही म्हणून!"

यावर होकारार्थी मान हलवत कॉकरेलनं म्हटलं, "तुमच्या देशातील इतर गोष्टींचा काही मी अभ्यास केलेला नाही; परंतु तुमच्या देवळांवरील शिल्पकलेचे नमुने बघितल्यानंतर मात्र मन थक्क होऊन जातं."

तिचं हे बोलणं ऐकून पुष्पमाला त्वेषानं म्हणाली, "पण दुसऱ्या अनेक गोष्टी बघून मनात उद्वेग तर निर्माण होत नाही ना? ज्या मंदिरावरील शिल्पकलेचं तू निरीक्षण केलंस त्या मंदिरानजीक, अन्नान्न दशेत जीवन कंठण्याचा वीट येऊन एका झाडावर स्वतःला टांगून घेतलेल्या एका स्त्रीचं प्रेत मी काल बघितलं!"

आणि त्यानंतर पुष्पमालेनं बंगालमधील साऱ्या दुःस्थितीचं वर्णन तिला ऐकवलं. ते ऐकत असताना कॅथेराइन सारखी म्हणत होती, "How cruel, How strange!" (किती निर्दय! किती विचित्र!)

हॉटेलच्या बाहेर पडल्यानंतर पुष्पमाला म्हणाली, "आता पुन्हा भेट कधी?"

"असाच योगायोग असेल तेव्हा!"

या तिच्या उत्तरावर पुष्पमाला म्हणाली, "छे, छे! असं योगायोगावर अवलंबून राहाण्याची माझी तयारी नाही. तू माझ्या मकाणावर आलं पाहिजेस."

तिला पत्ता दिल्यानंतर पुष्पमालेकडे दुसऱ्या दिवशी यायचं तिनं कबूल केलं.

परंतु पुष्पमालेला दुसऱ्या दिवसापर्यंत कलकत्त्यात थांबता आलं नाही.

ती दुपारी घरी गेली आणि आपल्या नेहमीच्या सवयीप्रमाणे जेवण झाल्यानंतर कॉटवर पडून जेव्हा ती वर्तमानपत्रं वाचू लागली, तेव्हा तिला एका वर्तमानपत्रात खालील मजकूर छापलेला आढळून आला.

"प्रिय पुष्पमाला,

तू मला अचानक सोडून गेलीस तेव्हापासून मी अंथरूण धरलं आहे. तुझ्या वाटेकडे रोज मोठ्या आशेनं डोळे लावून बसतो; परंतु रोज निराशेशिवाय माझ्या पदरात काहीच पडत नाही. आता मी पूर्णपणे थकून गेलो आहे; परंतु मृत्यूच्या मांडीवर असतानादेखील माझी नजर तुझ्या वाटेकडेच लागलेली आहे, तेव्हा तू ये आणि तुझ्या पित्याला अखेरची भेट दे.

तुझ्या वाटेकडे डोळे लावून बसलेला –

तुझा
पिता."

वर्तमानपत्रात ही हकिगत वाचल्यानंतर क्षणाचाही विलंब न करता तिनं सामानाची आवराआवर केली आणि रात्रीची गाडी पकडली.

*

हौरा स्टेशनवर गाडी उभी असताना लष्करी पोशाख केलेला एक तरुण

स्टेशनच्या प्लॅटफॉर्मवर इकडून तिकडे घिरट्या घालत होता. घिरट्या घालताना तो मध्येच एकदम दचकून थांबला. क्षणभर त्यानं मनाशी खात्री करून घेतली आणि नंतर पळतपळत पुढे जाऊन गाडीच्या दारात उभ्या असलेल्या पुष्पमालेला त्यानं एकदम तिचे दोन्ही हात धरून खाली ओढलं; त्यामुळे ती मनस्वी दचकली; पण ते क्षणभरच! दुसऱ्याच क्षणी तिनं आपले दोन्ही हात कुमारच्या गळ्यात अडकवले आणि त्याच्या वक्षस्थळावर आपली मान टेकत अस्फुट स्वरात तिनं म्हटलं, "मला हा भास तर होत नाही ना?"

कुमारला मनातून इच्छा असली तरी त्या स्थितीत तिला अधिक काळ ठेवणं शक्य नव्हतं, कारण गाडी सुटायला आता फक्त पाचच मिनिटांचा अवधी राहिला होता. त्यानं तिचे हात गळ्यातून काढून आपल्या हातात घेतले आणि तो घाईघाईनं तिला म्हणाला,

"तुला गेलंच पाहिजे का? नाहीतर तुझं सामान खाली काढतो."

यावर डोळ्यांत अश्रू आणून तिनं भाऊंच्या आजारपणाची हकिगत त्याला सांगितली आणि म्हटलं, "पुन्हा एकदा या सुखाच्या क्षणी मला माझं कर्तव्य करण्यासाठी जाणं भाग आहे. तुम्हाला माझ्याबरोबर येता येणार नाही का?"

त्यानं तिला अगदी थोडक्यात जे काही सांगितलं तेवढ्यावरून तिला कळलं की, तिचा नकार मिळाल्यानंतर कुमार थेट मुंबईला गेला होता आणि आपल्या एका मित्राच्या मदतीनं त्यानं किंग्ज कमिशन मिळवलं होतं. नंतर शिक्षणासाठी त्याला काही दिवस बंगलोरला राहावं लागलं होतं आणि नुकतीच त्याची नेमणूक सध्या कलकत्त्यामध्ये असलेल्या एका रेजिमेंटमध्ये झाली होती आणि तिच्याबरोबर जायला त्याला आता रजा मिळणं शक्य नव्हतं.

त्याची हकिगत ऐकल्यावर तिनं त्याला माधुरीच्या लग्नाची आणि डॉक्टर सतीश यांच्या अटकेची हकिगत थोडक्यात सांगितली आणि अगदी गाडी सुटण्याची वेळ झाली म्हणून ती आपल्या डब्यात चढली. आपल्या हातांची दोन्ही कोपरं खिडकीवर टेकून तिनं म्हटलं, "तुमच्याशी अजून खूप बोलायचं होतं; परंतु आता ते शक्य नाही आणि पुन्हा केव्हा भेट होईल कुणास ठाऊक!"

हे बोलताना तिचा कंठ दाटून आला होता. तिच्या बोलण्यावर कुमारनं काही उत्तर देण्यापूर्वीच गाडीनं स्टेशन सोडलं होतं, गाडीबरोबर काही पावलं पळत जाऊन कुमारनं आपला पत्ता तिच्या हातात देत म्हटलं होतं, "गेल्याबरोबर लांबलचक पत्र पाठव आणि त्यात सर्व काही लिही."

असं म्हणून त्यानं आपले डोळे तिच्यावर अगदी रोखून धरले होते; परंतु पुष्पमालेच्या डोळ्यांत त्या क्षणी अश्रू दाटून आल्यामुळे तिला त्याच्याकडे नीट न्याहाळून बघता आलं नव्हतं."

गाडी काही अंतरावर गेल्यानंतर तिनं मनाशी म्हटलं होतं, ''माझ्या आयुष्यात पुन्हा एकदा माझी आणि माझ्या सुखाची चुकामूक होत आहे.''

१८

पुष्पमाला जेव्हा घरी पोहोचली, तेव्हा तिन्हीसांजा होऊन गेल्या होत्या. तिला बाहेरच्या अंगणामध्ये बघताच तिच्या धाकट्या भावानं ओरडून म्हटलं, "ए आई, ताई आली गं!"

एखादा अनपेक्षित शब्द ऐकताच माणसानं ज्याप्रमाणे दचकून आपले डोळे उघडावेत त्याप्रमाणे भाऊंनी आपले डोळे उघडले आणि आपल्या जागेवरून उठण्याचा प्रयत्न केला; परंतु त्यांच्या अंगात उठून बसण्याइतकी ताकद मुळीच उरली नव्हती, तेव्हा पुन्हा आपल्या अंथरुणावर पडून त्यांनी आपले डोळे मिटून घेतले. त्यांच्या रुग्णशय्येजवळ बसलेली पुष्पमालेची आई मात्र हे शब्द ऐकताच जागेवरून उठून पुढे गेली आणि पुष्पमालेकडे बघून तिनं म्हटलं, "ताई, हात-पाय धुऊन ये, तोपर्यंत मी देवाजवळ दिवा लावते."

न्हाणीघरात जाऊन हात-पाय धुतल्यानंतर पुष्पमाला भाऊंच्या अंथरुणावर जाऊन बसली आणि भाऊंना हाक मारून तिनं म्हटलं, "भाऊ, मी आले!"

तिचा आवाज ऐकताच तो खरा की खोटा हे ताडून बघण्यासाठीच की काय त्यांनी तिचा हात आपल्या हातात घेतला आणि डोळे उघडून तिच्याकडे न्याहाळून बघण्याचा प्रयत्न केला; परंतु त्यांना तसं करता आलं नाही.

दुसऱ्याच क्षणी डोळ्यांतून टपटप ओघळणाऱ्या अश्रूंनी त्यांची दृष्टी अंधुक झाली.

काही वेळानं आपल्या हातात असलेला तिचा हात दाबून ते म्हणाले, ''ताई, माझ्यावर रागावून तू गेली होतीस होय! पण तुला राग येण्याजोगी मी अशी कोणती गोष्ट केली होती?''

हे बोलताना भाऊंचा कंठ दाटून आला; परंतु अश्रू मात्र दाटून आले पुष्पमालेच्या डोळ्यांत! बोलण्याऐवजी तिनं आपली मान फक्त नकारार्थी हलवली आणि त्यांच्या बोलण्यावर काय बोलावं या विचारात ती असताना भाऊ तिला म्हणत होते, ''परंतु हरकत नाही. तुझी माझी गाठ पडली हे काय कमी झालं? आता मला जायला हरकत नाही. अगं, तुझ्यासाठी माझा जीव अडकून राहिला होता बघ.''

हे बोलताना प्रत्येक शब्द अडखळतच त्यांच्या तोंडातून बाहेर पडत होता आणि त्यांना बोलण्याचे एवढे श्रमही सहन होत नसावेत हे स्पष्ट दिसत होतं; परंतु बोलण्याची मात्र उत्कट इच्छा होती.

त्यांनी पुढे म्हटलं, ''ताई, आपल्या दोन्ही भावांना सांभाळ. माझ्यामागे तुझ्याशिवाय त्यांना कुणी नाही. त्यांची सारी जबाबदारी तुझ्यावर आहे आणि तुझ्या आईलासुद्धा! ती तुझ्याशी कशीही वागली असली, तरी ती तुझी आई आहे हे कधीही विसरू नकोस. आणि...''

परंतु त्यांना पुढे बोलता येईना. त्यांनी खूण करून करून पुष्पमालेला जेव्हा तसं सांगितलं तेव्हा तिनं म्हटलं, ''भाऊ, असं नका हो बोलू! आम्हाला अजून तुम्ही हवे आहात.''

तिचं हे बोलणं ऐकून त्यांनी क्षीण हास्य केलं आणि पुष्पमालेच्या डोळ्यांतून ठिबकणारे अश्रू पुसण्यासाठी त्यांनी वर केलेला त्यांचा हात तसाच खाली पडला आणि त्यांची वाचा बंद झाली.

रात्री दहा वाजता गोखले डॉक्टर त्यांची प्रकृती तपासून जेव्हा बाहेर जायला निघाले तेव्हा ती दारापर्यंत त्यांना पोहोचवण्यासाठी गेली. त्या वेळी डॉक्टर म्हणाले, ''पुष्पाताई, तुम्ही आज आलात हे एका परीनं बरंच झालं. निदान तुमची आणि त्यांची गाठभेट तरी झाली.''

त्यांच्या या शब्दावरून जे काय समजायला हवं ते ती समजली आणि तिच्या डोळ्यांत नकळत अश्रू उभे राहिले. तिच्याकडे केविलवाण्या नजरेनं बघत डॉक्टर म्हणाले, ''ताई, कोणत्या शब्दांनी मी तुमचं सांत्वन करू? कारण तुम्हाला होणारं हे दुःख सांत्वनाच्या पलीकडचं आहे हे काय मला समजत नाही का? भाऊंच्यावर तुमचं केवढं प्रेम होतं! आणि भाऊंचंसुद्धा तुमच्यावर!''

डॉक्टरांनी जेव्हा शेवटचे शब्द उच्चारले, तेव्हा आपल्याला आता मोठ्यांदा रडू कोसळणार की काय असं तिला वाटू लागलं.

तोच डॉक्टर तिला म्हणाले, ''सबंध छातीत कफ झालेला असून छातीवर सूज

आलेली आहे. परमेश्वरावर हवाला ठेवून रात्रभर चांगलं शेकून काढा. आता सर्व गोष्टी मानवी प्रयत्नाच्या बाहेर गेल्या आहेत. मी आता जातो.''

मध्यरात्र उलटून जाईपर्यंत ती त्यांच्याजवळ बसून सारखी शेकत होती. पहाटेपूर्वी त्यांच्या घशातून मोठा चमत्कारिक आवाज निघू लागला. पुढे तो हळूहळू कमी होत गेला आणि छातीचं स्पंदन जोरात होऊ लागलं; नंतर तेही कमीकमी होत गेलं. त्यांच्या प्रकृतीला आराम पडू लागला असं वाटून तिनं आपला हात त्यांच्या कपाळावर ठेवला. त्याच क्षणी सारं आटोपलं होतं.

पुष्पमालेनं दीन मुद्रेनं आपल्या आईकडे बघितलं. त्याचा अर्थ कळून तिनं जो हंबरडा फोडला, त्यानं तिच्या हृदयाचं पाणी पाणी झालं. आपल्या आईच्या हंबरड्यामुळे झोपेतून बावचळून उठून तिच्याकडे आणि आईकडे आळीपाळीनं बघणाऱ्या आपल्या दोन्ही लहानग्या भावांना आपल्या कुशीत घेऊन पुष्पमालेनंदेखील स्फुंदूनस्फुंदून रडण्यास सुरुवात केली.

*

भाऊंच्या मृत्यूनंतर एक महिन्यानं पुष्पमालेनं कुमारला एक लांबलचक पत्र लिहिलं. त्यात तिनं म्हटलं होतं :

''प्रिय कुमार,

तुम्हाला मी हे पत्र लिहीत आहे ही गोष्टच मला खरी वाटत नाही. आपली गाठ पडून एक महिना झाला असेल. त्यानंतर तीनच दिवसांनी माझे भाऊ मला कायमचे सोडून गेले. तेव्हापासून माझं सारंच आयुष्य भासमय झालेलं आहे. मी करत असलेली प्रत्येक गोष्ट खरी की खोटी हे समजायला मला बराच वेळ लागतो. भाऊ वारले ही गोष्टसुद्धा खरी नाही असा स्पष्ट भास मला अनेक वेळा होतो. अजूनही ते त्यांच्या ओसरीवर तक्क्याला टेकून काहीतरी वाचत बसलेले आहेत असं वाटतं. परंतु येताना-जाताना ते त्या ठिकाणी दिसले नाहीत म्हणजे मनाला असं काही दुःख होतं की विचारू नका! या त्यांच्या आठवणी बुजाव्यात म्हणून आम्ही पूर्वीचं घर सोडून कालच नव्या बिऱ्हाडात राहाण्यास आलो आहोत. आता आमच्याकडे फक्त तीनच खोल्या आहेत; परंतु भाडं बरंच कमी असल्यामुळे आम्ही हा ब्लॉक पसंत केला आहे. आता आम्हाला पूर्वीचं भाडं कसं परवडेल? मी पंधराच दिवसांपूर्वी येथील एका शाळेत पुन्हा नोकरी धरली आहे. आता त्याशिवाय गत्यंतरच नव्हतं. माझ्या भावांच्या शिक्षणाची सारी जबाबदारी भाऊ माझ्यावर टाकून गेले आहेत आणि मला पगार फारच कमी आहे; तेव्हा आता आम्हाला अशाच बिऱ्हाडात राहिलं पाहिजे. माझ्या भावांच्या शिक्षणासाठीच माझी ही सारी काटकसर चाललेली असली

तरी ती त्यांना कळावी असं त्यांचं वय नाही. हा नवीन ब्लॉक त्यांना मुळीच पसंत नाही. कारण येथे विजेचे दिवे नाहीत; त्यामुळे या ब्लॉकविषयी बोलताना ते दोघेही कालपासून सारखे म्हणत आहेत, ''किती गं भिकारडा ब्लॉक आहे हा ताई? भाऊंनी आम्हाला अशा ठिकाणी खास आणलं नसतं!'' सध्याच्या आणि भाऊंच्या वेळेची ही तुलना करण्यात त्यांचा जरी काही हेतू नसला तरी मला मात्र भडभडून येतं आणि मला लगेच माझ्या बालपणीचे दिवस आठवतात. खरोखर भाऊंनी मला फुलात ठेवल्याप्रमाणे जपलं होतं आणि आज माझ्या भावांच्या नशिबात असल्या गोष्टी आल्या आहेत. याच नव्हे तर अनेक गोष्टींत ती दोघं असल्याच परिस्थितीची तुलना करतात आणि माझ्या डोळ्यांतून पाणी काढतात. दिवसभरात असे एक-दोन प्रसंग घडले नाहीत असा एकही दिवस जात नाही.

अशा वेळी माझ्या मनात फक्त एकच विचार येतो! तो म्हणजे मी त्यांना आणखी कोणत्या मार्गानं सुख देऊ शकेन? कुमार, भाऊंनी त्या दोघांची सारी जबाबदारी माझ्यावर टाकली आहे ना? मग ती पार पाडणं माझं प्रथम कर्तव्य ठरत नाही का?''

परंतु कर्तव्य करण्याची इच्छा असूनही जेव्हा काहीच मार्ग सापडत नाही तेव्हा दुःखाशिवाय माणसाच्या वाट्याला दुसरं काहीच येत नाही. माझी स्थिती सध्या अशीच झालेली आहे. माझ्या या परिस्थितीबद्दल एकान्तात असताना मी कित्येक वेळा अश्रू ढाळले आहेत. अशा वेळी मला तुमची उत्कट आठवण येते आणि वाटतं की, तुमच्या गळ्यात दोन्ही हात टाकून, तुमच्या छातीवर डोकं टेकून खूप खूप रडावं आणि आपला दुःखभार हलका करून घ्यावा.

पण ते भाग्यही मला आता कितपत लाभेल याबद्दल मी साशंक बनले आहे. किंबहुना ते भाग्य आपल्याला कधीच मिळणार नाही, अशीच माझ्या मनाची समजूत होत चालली आहे, कारण माझ्या गेल्या तीन वर्षांच्या आयुष्यात मला सुख लाभण्याऐवजी वारंवार माझी आणि सुखाची फारकत होत गेली आहे. जणू काही सुखाचा आणि माझा लपंडावच चाललेला आहे. या तीन वर्षांच्या अवधीत कित्येक वेळा खोट्या अभिमानाला बळी पडून माझ्या हाती आलेलं सुख मी स्वतःहून दूर लोटलेलं आहे. मग मी आता तुमच्याकडून तरी त्या सुखाची अपेक्षा का करावी? आणि तुम्ही तरी ते सुख मला का द्यावं? खरोखर त्या सुखाला मी आता लायक नाही असंच मी म्हणेन.

परंतु एकीकडे माझ्या मनात हे असले विचार चालू असताना दुसरीकडे असंही वाटतं की, मला मिळत असलेलं सुख दवडण्यात मी काय चूक केली? मी ते सुख झुगारून देऊन स्वार्थी बनले नाही हा माझा दोष झाला का? त्या सुखाची मालकी आधीच दुसरीकडे गेली असताना ती मी हिरावून घेतली नाही यात मी वेडेपणा केला

का? निदान मला तरी तसं वाटत नाही. माझी चूक झाली असंच म्हणायचं असेल, तर तुमच्यावर प्रेम करण्यात झाली असं हवं तर खुशाल म्हणा. कारण मला प्रथम जरी नाही तरी पुढं माहीत होतं की, माझ्या प्रेमाची परिणती विवाहात कधीच होणार नाही; पण म्हणून तुमच्याविषयी माझ्या अंतःकरणात उत्पन्न झालेल्या प्रेमाला दाबून टाकण्याची मला काय जरूर होती? कारण प्रेम हा अंतःकरणाचा धर्म आहे. त्याचा वैवाहिक बंधनाशी संबंध काय? आणि प्रेमाच्या सफलतेतच प्रेमाची सार्थकता आहे का? खचित नाही.

दीपशिखेवर पतंग झडप घालतो तो काही दीपशिखेसाठी नाही तर केवळ अंतःकरणाच्या धर्मानेच तो उडी घालतो. मला वाटतं, परमेश्वरानं त्या पतंगाच्या रूपानं जगाला असा उपदेश केला आहे की, त्यागातच प्रेम जन्माला येतं आणि अमूर्त प्रेमातच प्रेमाचं पूर्णत्व सामावलेलं असतं. तो पतंग जसा आत्मनाश करून घेतो तसा माझाही आत्मनाश झालेला आहे असं तुम्ही म्हणाल; पण त्याचं मला काहीच वाटत नाही. उलट केलेल्या प्रेमाबद्दल मला नेहमीच अभिमान वाटेल.

इतकं असूनदेखील माधुरीसाठी मी माझ्या प्रेमाला पायबंद घातला होता. तुफान पाण्याच्या लोंढ्याप्रमाणे अंतःकरणात उद्‌भवलेले प्रेमाचे विचार दाबून टाकण्याचं फार अवघड काम मी केलं. माधुरीसाठी बिनबोभाटपणे माझ्या प्रेमाचा त्याग करण्यासाठी मी मनाची केवढी मोठी तयारी केली! परंतु तिनं मात्र माझ्या अंतःकरणावर नाना प्रकारचे दुष्ट घाव घातले; माझा स्वाभिमान दुखावला आणि मला तुमचं प्रेम जिंकण्याचं उघडउघड आव्हान दिलं; परंतु ते आव्हान स्वीकारताना माझ्या मनात क्षणभरही असा विचार डोकावला नाही की, माझा स्वाभिमान टिकवण्याच्या नादात मी तुम्हाला कधीतरी दुःखात लोटणार आहे. ही जाणीव मी तुम्हाला दिलेल्या नकारानं ज्या दिवशी तुम्ही निघून गेलात त्या दिवशी मला तीव्रतेनं झाली; पण त्याचा मग काय उपयोग होता? आणि म्हणून मी म्हटलं की, खोट्या अभिमानाच्या भरात मी माझं सुख लाथाडलं आणि जिच्यासाठी ते लाथाडलं, तिनंही ते हातातून खुशाल जाऊ दिलं आणि तुम्हाला अन् मला मात्र दुःखी व्हावं लागलं.

इतकं दुःख वाट्याला आलं तरी अंतःकरणातील सुखाची आशा मात्र अजून संपत नाही. तेथे दडून बसलेली चिवट आशा पुनःपुन्हा जागी होते आणि मनाला वाटतं की, अजूनही आपल्याला आपलं हरवलेलं सुख परत मिळवता येईल. कुमार अजूनही माझे होतील. या अभागिनीला सुखी करणं कुमार, आता सर्वस्वी तुमच्याच हातात आहे. माझ्या या अगतिक स्थितीला तुम्ही नाव ठेवून हसाल; परंतु अंतःकरणापासून ज्यांनी ज्यांनी म्हणून प्रीति केली असेल, त्यांनाच फक्त माझ्या या परिस्थितीचा अंदाज येईल. एके काळी तुम्हाला नकार देऊन मी तुमचा अपमान केला अशी मात्र आपली समजूत करून घेऊ नका. त्याबाबत मला परमावधीचं दुःख होईल; कारण

तुमच्यावर प्रेम करण्यात मला नेहमीच फार मोठा अभिमान वाटत आलेला आहे आणि तुम्ही जर तशी समजूत करून घेतलीत तर माझ्या त्या अभिमानाला फार मोठा धक्का बसेल. तुम्हाला माझं प्रेम जर त्याज्य वाटलं तर खुशाल त्याचा नाद सोडून द्या. अर्थात मला त्यामुळे मनस्वी दुःख होईल; परंतु एके काळी मी तुम्हाला दिलेल्या नकारामुळे जर तुम्ही माझं प्रेम त्याज्य ठरवणार असाल तर मला जे दुःख होईल ते दुःख या दुःखापेक्षा सहस्रपटीनं मोठं असेल.

आणि माझ्या या पत्राच्या उत्तराची अपेक्षा मी तुमच्या पत्रानं करत नाही. तुम्ही काही दिवस येथे येऊन जाणं आवश्यक आहे, अशीच माझ्या मनाची सध्या परिस्थिती झालेली आहे. आयुष्यात मी ज्या ज्या गोष्टी प्रिय मानल्या त्या न मिळाल्यामुळे मला जी अनेक दुःखं सहन करावी लागली; त्यामुळे माझ्या मनावर असलेला माझा ताबा पार उडून गेलेला आहे. माझं दुःख तुम्हाला कोणत्या शब्दांनी सांगावं हेच मला समजत नाही; पण अशी कल्पना करा की, एखाद्या रम्य उद्यानात हिंडत असताना एखादं टपोरं गुलाबाचं फूल दिसावं आणि मनाला अनावर मोह होऊन त्यावर झडप टाकायला जावं, तो त्या गहिऱ्या फुलाच्या पाकळ्या एकदम जमिनीवर गळून पडाव्यात आणि आपल्या हाताला मात्र फुलाऐवजी काटे बोचावेत, अशी माझी अवस्था झालेली आहे आणि म्हणून मी म्हणते की, मला आता तुमच्या आधाराची जरुरी आहे.

आणि माझ्यासाठी जरी नाही तरी आपल्या आईसाठी आणि आपल्या लहान बहिणीसाठी तरी तुम्ही एकदा इकडे या. तुम्ही गेल्यापासून म्हातारीच्या डोळ्यांचं पाणी खळलेलं नाही. मी आल्या दिवशी तुमची सारी हकिगत तिकडे कळवली.

दुसऱ्या दिवशी म्हातारी धावत माझ्याकडे आली. त्या वेळी भाऊ मला सोडून गेले ही गोष्ट तिला कळली, तेव्हा माझ्या पोरकेपणाबद्दल माझं सांत्वन करावं की आपल्या पुत्राबद्दल आणखी हकिगत मला विचारावी अशी त्या माउलीची स्थिती झाली आणि मला त्या माउलीची ही स्थिती कळूनदेखील दुःखामुळे माझ्या तोंडातून एक शब्दही निघाला नाही.

परंतु नंतर जेव्हा पंधरा दिवसांनी मी तुमच्या आईकडे गेले, तेव्हा तुमची छोटी शशी आईच्या गळ्यात हात टाकून प्रश्न विचारत होती,

"आई, सांग ना दादा केव्हा येणार?"

आई म्हणत होती, "तो किनई उद्या येणार आहे आणि तुला खूप खूप खाऊ आणि खेळणी घेऊन येणार आहे. आणखी एक गंमत आणणार आहे तुला!"

शशीनं चटकन विचारलं होतं, "कसली गंमत आई? सांग ना?"

"तो किनई तुला छान छान वहिनी आणणार आहे." असं म्हणताना आईच्या चेहऱ्यावर खोटं हास्य होतं; पण डोळ्यांत मात्र खरे अश्रू जमा झाले होते. माझ्याकडे

बघून तिनं म्हटलं होतं,

"ताई, ये. किती वाळलीस या पंधरा दिवसांत!" असं म्हणून मला तिनं आपल्या जवळ घेतलं होतं, तेव्हा मला आपला हुंदका आवरता आला नव्हता. खरं म्हणजे माझ्यापेक्षा आईच कितीतरी वाळली होती आणि मी जेव्हा तिला तसं बोलून दाखवलं तेव्हा तिनं म्हटलं होतं,

"ताई, आता का आमचे लठ्ठ होण्याचे दिवस आहेत? आमचं हे असंच चालायचं! शशीकडे बघितलं म्हणजे मात्र भारी वाईट वाटतं. दादा गेल्यापासून तीसुद्धा किती वाळली आहे बघितलंस ना? रोज तो केव्हा येणार म्हणून मला सारखे प्रश्न विचारते आणि मला त्यांचं उत्तर देताना तोंडावर हसू ठेवणं भाग पडतं. नाहीतर आई तू का रडतेस? असा प्रश्न ती चटकन विचारते आणि मग मात्र मला माझं रडणं मुळीच आवरत नाही. ताई, तू लिहिणार आहेस ना कुमारला पत्र! केव्हा एकदा त्याला बघेन असं झालं आहे!"

असं म्हटल्यावर तिनं जो डोळ्यांना पदर लावला होता, तो बराच वेळ तिला दूर करता आला नव्हता.

आणि म्हणून हे पत्र लिहिण्यापूर्वी मी काल तिच्याकडे जाऊन आले आणि तुम्हाला पत्र लिहिणार असल्याचं तिला सांगितलं. हे ऐकून तिच्या डोळ्यांत ताबडतोब कसे अश्रू जमा झाले त्याचं वर्णन करता येणंच शक्य नाही.

मी तिच्याकडे बघत म्हटलं, "आई, आता डोळ्यांत हे अश्रू का? मी कुमारनाच येथे बोलावत आहे."

माझ्या या बोलण्यावर प्रथम ती काहीच बोलली नाही आणि नंतर आपले अश्रू आवरून ती जे काय बोलली ते ऐकून मला पुढे बोलताच आलं नाही. तिनं म्हटलं, "ताई, तू त्याला पत्र टाक आणि इकडे बोलाव. मला एकदा तो सुखरूप दिसला म्हणजे समाधान वाटेल; परंतु ताई, काल एक गोष्ट घडल्यापासून माझ्या मनाला सारखी एक प्रकारची हुरहुर लागून राहिली आहे.

तुला माहीत आहे की, आमच्या कुमारनं एक पोपट पाळला होता. त्याच्यावर त्याचं किती प्रेम होतं हे तुलाही ठाऊक आहेच! परंतु काल त्याला धुण्यासाठी पिंजऱ्याचं दार उघडलं आणि पुन्हा धुतल्यानंतर ते चुकीनं नीट लावलं गेलं नाही. आणि इतके दिवस पाळलेला पोपट डोळा चुकवून उडून गेला; तेव्हापासून माझ्या मनात एकसारखे नाही नाही ते विचार येत आहेत आणि म्हणून कुमार मला केव्हा दिसेल असं झालं आहे. ताई, परमेश्वरानं या वयात तरी मला आता दगा देऊ नये."

ही हकिगत ऐकून माझ्या मनात धस्स झालं आणि आईच्या सांत्वनार्थ माझ्याही तोंडातून शब्द निघेना.

आणि कुमार, म्हणून मी म्हणते की, माझ्यासाठी जरी नाही तरी आपल्या

आईसाठी - त्या म्हातारीसाठी तरी ताबडतोब इकडे निघून या. मी तर काय प्रत्येक क्षणी जिवाच्या मोलानं तुमची मार्गप्रतीक्षा करते आहे. माझं अंतःकरण कळायला तुम्हाला पुष्पमालाच व्हावं लागेल. तुमचं प्रेम मिळून तुमच्या प्रेमानं पावन झाले तर माझ्यासारखी भाग्यवान मीच ठरेन! आणि तसं जर झालं नाही तर माझ्यासारखी अभागीही मीच ठरेन!

तुमची होऊ इच्छिणारी
पुष्पमाला.''

पुष्पमालेनं हे पत्र बंद करून पोस्टात टाकलं. त्या क्षणापासून वेड्यासारखी ती त्याच्या उत्तराची वाट बघू लागली.

१८

शेवटच्या तासाला वर्गावर जाण्याची घंटा झाली तरी पुष्पमाला आरामखुर्चीवरून उठली नाही, कारण तिला शेवटचा तास नव्हता. सर्व मास्तर आपापल्या वर्गावर जायला उठले, तेव्हा आपणही आता घरी जावं म्हणून ती उठणार इतक्यात शाळेच्या शिपायानं तिच्या हातात दोन पत्रं आणून दिली. मग तिला घरी जाण्यासाठी उठण्याचा बेत रद्द करावा लागला. ती तशीच आरामखुर्चीत बसून राहिली आणि आलेल्या त्या दोन पत्रांकडे तिनं आपली नजर टाकली.

एक पत्र न फोडताच ते कुणाचं आहे हे तिनं ओळखलं, कारण ते पत्र तिनंच एक महिन्यापूर्वी कुमारला धाडलं होतं आणि ठिकठिकाणचे पोस्टाचे शिक्के खाऊन मालकाचा पत्ता न लागल्यामुळे ते ज्यानं धाडलं, त्याच्याकडेच पुन्हा परत आलं होतं. दुसरं पत्र कोठून आलं हे तिनं ओळखलं असलं तरी आतील मजकूर तिला अपरिचितच होता. किंबहुना ज्या घाईनं तिनं ते पत्र फोडलं त्यावरून त्यातील मजकुराविषयी तिला मनस्वी कुतूहल होतं हे सहज समजून येण्यासारखं होतं. तिनं कुमारला जे पत्रं धाडलं होतं त्याच्या उत्तराची तिनं पंधरा दिवस वाट पाहिली होती आणि जेव्हा त्याच्याकडून काहीच उत्तर आलं नाही, तेव्हा तिनं पुण्याच्या मिलिटरी अकाउंट्सच्या ऑफिसमध्ये पत्र धाडून त्याच्या ठिकाणाची चौकशी केली होती आणि तिच्या त्या पत्राला आज उत्तर आलं होतं.

ते पत्र फोडून आतील मजकूर वाचताच तिला एकदम घेरी येऊन तिनं आपली मान खुर्चीच्या मागच्या बाजूला टाकून दिली. पुन्हा थरथरत्या हातांनी ते पत्र आपल्या डोळ्यांसमोर धरून तिनं ते वाचण्याचा प्रयत्न केला. तिला पुन्हा त्या पत्रात तीच अक्षरं दिसली :

'Kumar Kirtane died in action.' (कुमार कीर्तने लढाईत मारला गेला.)

तिनं पुनःपुन्हा आपले डोळे विस्फारून खात्री करून घेतली. तीच अक्षरं मोठी मोठी होत जाऊन तिच्या अगदी डोळ्यांजवळ आली. नंतर हळूहळू ती मागं सरकत सरकत बारीक होत गेली आणि नंतर एकाएकी अंधाराचा भला मोठा झोतच्या झोत येऊन त्यामध्ये ती एकदम अदृश्य झाली आणि मग तिच्या दृष्टीला अंधाराशिवाय दुसरं काहीच दिसेना. एखादं भयंकर दृश्य बघितल्यानंतर ते सहन न होऊन माणसानं आपले नेत्र गच्च मिटून घ्यावेत त्याप्रमाणे तिनं आपले डोळे मिटून घेतले. प्रथम सारी पृथ्वी अंधकारात गुरफटल्याप्रमाणे गोंधळून जाऊन गरगर फिरते आहे आणि आपणही त्या फेऱ्यात सामील झालो आहोत असा तिला भास झाला. नंतर हळूहळू तो भास कमीकमी होत जाऊन सर्वत्र सामसूम व्हावं त्याप्रमाणे तिला वाटू लागलं. एखाद्या सिनेमागृहात बसल्यानंतर एकदम अंधार व्हावा आणि समोरच्या रजतपटावर झराझर चित्रं सरकू लागावीत त्याप्रमाणे तिच्या आयुष्याची सारी चित्रं तिच्या डोळ्यांसमोरून भराभर सरकू लागली -

भाऊ तिला नगरच्या स्टेशनवर पोहोचवायला आले होते, तेव्हा ती त्यांना म्हणत होती, "भाऊ, स्त्रिया एकट्यानं प्रवास करण्याइतक्या तरी स्वसंरक्षणक्षम झाल्या पाहिजेत असं तुम्हाला नाही का वाटत?"

नंतर कुमारची आणि त्या गुंडाची आगगाडीत झालेली झटापट तिनं बघितली.

भाऊ तिला सांगत होते, "पुष्पा, या जगात संसारसुख हे केवळ योगायोगावर अवलंबून असतं."

तिची मैत्रीण तिला म्हणाली होती, "बाईसाहेब, एखाद्या व्यक्तीवर आपण मनःपूर्वक प्रेम करून बघा आणि काही कारणानं ते प्रेम विफल होऊ द्या. म्हणजे कळेल की, प्रीतिवैफल्याच्या वेदना कशा तीव्र असतात आणि प्रेमाची महती किती श्रेष्ठ असते!"

ससून हॉस्पिटलच्या कॉटवर ती पडली होती, तेव्हा एका हातरुमालावर तिनं अक्षरं लिहिलेली बघितली :

"To Kumar - From Madhuri"

डॉक्टरांना ती म्हणत होती, "डॉक्टर, खरोखर तुम्ही माझ्यावर केवढे उपकार केलेत? इतक्या काळजीनं कोणी माझी शुश्रूषा केली नसती."

कुमार तिच्याजवळ आला आणि हळूच तिला म्हणाला, "तुम्ही येत नाही मिरवणुकीत?"

दुसऱ्याच क्षणी काही न बोलता त्या अफाट मिरवणुकीत सामील होऊन ती मंद मंद पावलं टाकू लागली.

डॉक्टर तिला म्हणत होते, "खरोखर अशी पावसाळी हवा पडली की, वाटतं, आपल्या प्रिय व्यक्तीबरोबर खूप दूरवर भटकावं. खूप खूप गप्पा माराव्यात."

कुमार तिला अभिमानानं सांगत होता, "तुमच्यासारख्या स्त्रीचा मार्गदर्शक होण्यात मला केवढा आनंद वाटेल!"

परंतु माधुरी तिला आव्हान देत होती की, कर्तृत्ववान पुरुषाचं प्रेम जिंकायला अंगात तशीच लायकी असावी लागते.

नाना तिला कातर आवाजात म्हणत होते, "अगं, भाऊंनी तुला लहानपणी कसं सांभाळलं हे तुला आठवत नसेल. माझी पुष्पाताई असं करायची नाही असा तुझ्याबद्दल त्यांना केवढा विश्वास! त्यांच्या विश्वासाला तू अपात्र ठरणार? त्यांचा विश्वासघात तू करणार? तू कर्तव्यभ्रष्ट होणार?"

डॉक्टर तिच्याकडे बघत काकुळतीनं म्हणत होते, "छे, छे! असं म्हणू नका; त्यामुळे माझी केवढी निराशा होईल याची तुम्हाला कल्पना नाही."

कुमार तिला हळूच म्हणाला, "मला एक प्रश्न तुला विचारायचा आहे; विचारू का?"

तिनं कुमारला म्हटलं, "कुमार, तुम्ही म्हणता त्या भाग्याची वाटेकरी मला होता येणार नाही."

तिची आई तिला दरडावून सांगत होती, "फुकटचं खाऊन देशसेवा करायला तुला काय होतंय!"

तिनं खालच्या मानेनं शाळेच्या मुख्याध्यापिकेला सांगितलं, "यावर आता हीच तोड! मी राजीनामा देणं आणि तुम्ही तो स्वीकारणं!"

डॉक्टर ओरडून तिला म्हणत होते, "हां खबरदार! एकदम निघून गेलात तर!"

आणि पुन्हा तेच त्वेषानं म्हणाले, "जा, चालत्या व्हा इथून. पुन्हा तुमचं तोंड दाखवू नका मला."

तुरुंगाच्या कोठडीच्या गजांना धरून डॉक्टरांनी तिच्याकडे बघितलं आणि शांतपणानं म्हटलं, "कशाला व्यर्थ माझ्या सुटकेची खटपट करता? मला नाही जामिनावर सुटायचं!"

कॅथेराइन कॉकरेलनं आपले निस्तेज निळे डोळे तिच्यावर रोखले आणि गंभीरपणानं ती म्हणाली, "अंतःकरणाला जखम करणारी दुःखं मनुष्याला कधीच विसरता येत नाहीत. माझी तर आता खात्री झालेली आहे की, माणसाचं सारं आयुष्य हा केवळ नशिबाचा खेळ आहे."

कलकत्त्याच्या हौरा स्टेशनवर ती गाडीच्या दाराशी उभी असताना कुणीतरी तिचे हात धरले आणि तिला खाली ओढलं. प्रथम ती घाबरली; परंतु दुसऱ्याच क्षणी तिनं आपले दोन्ही हात कुमारच्या गळ्यात टाकले आणि त्याच्या छातीवर आपलं डोकं टेकत हलक्या आवाजात तिनं म्हटलं,

"कुमार, हा भास तर नाही ना?"

मध्यरात्र झाली होती. भाऊंचा आवाज खोल खोल जात होता. पुष्पमालेला आपल्या जवळ घेऊन भाऊ तिला अडखळत सांगत होते, "ताई, माझ्यामागं आपल्या दोन्ही भावांचा नीट सांभाळ कर आणि तुझ्या आईचासुद्धा! ती तुझ्याशी कशीही वागली असली, तरी ती तुझी आई आहे हे कधीही विसरू नकोस."

लगेच तिच्या आईनं फोडलेल्या हंबरड्यानं तिचे दोन्ही भाऊ झोपेतून जागे झाले. त्यांना दोन्ही बाजूच्या कुशीत घेऊन तीही स्फुंदूनस्फुंदून रडू लागली.

पुन्हा तिच्या डोळ्यांसमोर तिला अंधूक अंधूक अक्षरं दिसू लागली.

"Kumar Kirtane died in action."

*

ती अक्षरं स्पष्ट दिसावीत म्हणून आपले डोळे अधिक विस्फारून ती बघू

लागली, तेव्हा कुलकर्णी मास्तर आपला शेवटचा तास संपवून खोलीत शिरत होते आणि शाळा सुटल्याची घंटा अजूनही वाजत असलेली तिला ऐकू येत होती. जणू काही तिच्या आयुष्यातील सुखाचे अखेरचे घंटानादच ती ऐकत होती.

तिच्याकडे आश्चर्यानं बघत कुलकर्णी मास्तर जेव्हा तिला म्हणाले, ''पराडकर, अजून तुम्ही इथेच?'' तेव्हा तिनं मनात म्हटलं, 'आता मी इथे काय आणि कोठे काय सारखंच!'

ती दोन्ही पत्रं तिनं आपल्या हातातील पर्समध्ये घातली आणि ती जागची उठली ती अशा भावनेनंच की, आता यापुढे तिला तिच्या आयुष्यातील अखेरचा टप्पा गाठेपर्यंत एकटीनंच मार्गक्रमण करायचं आहे, कारण तिला आता जोडीदाराची अपेक्षा थोडीच होती? यापुढे आपल्या आयुष्याच्या अखेरपर्यंत ती प्रेम हा शब्द उच्चारू शकणार नव्हती. जणू काही कुमारच्या मृत्यूबरोबर तिच्या अंतःकरणातील प्रेम करण्याची शक्तीच एकाएकी नष्ट झाली होती. आता तिला आपल्यासमोर फक्त आपलं कर्तव्य दिसत होतं. आपल्या दोन्ही भावांची आणि आईची सारी जबाबदारी तिच्यावर टाकून भाऊ तिला कायमचे सोडून गेले होते आणि ती जबाबदारी पार पाडणं हे एकच कर्तव्य तिच्या आयुष्यात आता शिल्लक राहिलं होतं.

शाळा सुटल्यानंतर आनंदानं बागडत घरी जाणाऱ्या विद्यार्थ्यांच्या घोळक्यातून आपला दुःखीकष्टी चेहरा घेऊन वाट काढत ती शाळेच्या आवाराबाहेर पडली. जणू काही आपल्या आयुष्यातील कर्तव्याच्या कठोर मार्गावरून जाण्यासाठी तिनं प्रारंभ केला होता.

◆